माजी केंद्रीय कृषि राज्यमंत्री डॉ. अण्णासाहेब शिंदे
वर्तमान भारताचे अन्नधान्य स्वयंपूर्णतेचे व कृषि औद्योगिक क्रांतीचे शिल्पकार

भुकेलेल्या देशाची
कृषि महासत्तेकडे वाटचाल

संपादन / शब्दांकन

अनिल अण्णासाहेब शिंदे

अमेय प्रकाशन प्रकाशित मूळ इंग्रजी पुस्तकाचा
मराठी अनुवाद : प्रा. अशोक सोनवणे

#AnyoneCanPublish with
सकाळ प्रकाशन

#AnyoneCanPublish with

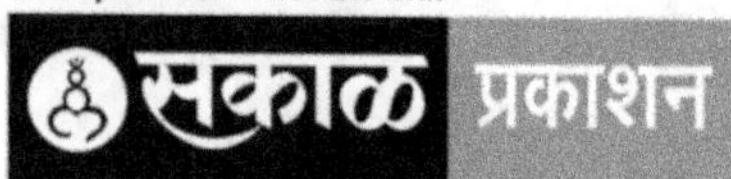

Bhukelelya Deshachi Krushi Mahasattekade Vatchal
© Anil Annasaheb Shinde

भुकेलेल्या देशाची कृषि महासत्तेकडे वाटचाल
© अनिल अण्णासाहेब शिंदे

अनुवाद : प्रा. अशोक सोनवणे

प्रथम आवृत्ती :
जानेवारी २०२३

प्रकाशक :
सकाळ मीडिया प्रा. लि.
५१५, बुधवार पेठ, पुणे-४११ ००२

मुखपृष्ठ :
शंकर सोनवणे

मांडणी आणि मुद्रितशोधन :
सारद मजकूर, पुणे

ISBN : 978-93-95139-59-5

अधिक माहितीसाठी :
०२०-२४४० ५६७८ / ८८८८८४९०५०
sakalprakashan@esakal.com

आभार

'हंग्री नेशन टू ॲग्रो पॉवर' या माझ्या इंग्रजी पुस्तकाचा मराठी अनुवाद सुरुवातीला स्वयंस्फूर्तीने जोशी बंधूंनी २००८ मध्ये केला होता.

जोशी बंधूंपैकी एकजण चित्रलेखा मासिकाचे संपादक होते. त्यांचे अनुवादित हस्तलिखित मी अनावधानाने फक्त इतरत्र ठेवले गेले. तसंच दुर्दैवानं जोशी बंधूंशी पुढं संपर्कही तुटला. त्यांनी घेतलेल्या पुढाकारासाठी मी आजही त्यांचा ऋणी आहे.

नंतर २०२१ मध्ये सुश्री शोभा जवळगीकर यांनी प्रारंभिक भाषांतर केले. मी त्यांच्या ह्या प्रयत्नांचे कौतुक करतो. कारण त्यामुळे मराठी आवृत्तीस आकार घेण्यासाठीचे प्रोत्साहन मिळाले; मात्र सध्या जी आवृत्ती पुस्तक रूपाने तुमच्यासमोर मांडली जात आहे, ती नाशिकचे प्राध्यापक अशोक सोनवणे यांची संस्कारीत आवृत्ती असून, ती लवकरात लवकर वाचकांना उपलब्ध करून देण्यासाठी सोनावणे यांनी घेतलेले अथक परिश्रम नक्कीच वाखाणण्याजोगे आहेत.

हे पुस्तक मराठी वाचकांसमोर वेळेत येण्यासाठी ज्यांनी ज्यांनी कष्ट घेतले, त्या सर्वांचे आभार!

– अनिल अण्णासाहेब शिंदे

इमेल : kavianil2002@gmail.com । **संपर्क :** ९९२०७८८९४७

कृषितज्ज्ञ डॉ. अण्णासाहेब शिंदे : कार्यकाल

आज भारत ३१६ दशलक्ष टनांहून अधिक अन्नधान्याचे उत्पादन करतो आणि जगातील अशा काही राष्ट्रांपैकी एक आहे जे अन्नामध्ये स्वयंपूर्ण आहेत. १.३ अब्ज लोकसंख्या असलेल्या राष्ट्रासाठी ही एक बहुमूल्य उपलब्धी आहे.

क्र.	पदाचा कालावधी	पंतप्रधान	कृषिमंत्री	डॉ. अण्णासाहेब शिंदे यांचे पदनाम
१.	०१ फेब्रुवारी १९६२ ते नोव्हेंबर १९६३	जवाहरलाल नेहरू	एस. के. पाटील	संसदीय सचिव
२.	०२ नोव्हेंबर १९६३ ते जून १९६४	जवाहरलाल नेहरू	सरदार स्वरण सिंग	संसदीय सचिव
३.	०३ जून १९६४ ते जानेवारी १९६६	लालबहादुर शास्त्री	सी. सुब्रमण्यम	संसदीय सचिव
४.	०४ जानेवारी १९६६ ते जानेवारी १९६७	इंदिरा गांधी	सी. सुब्रमण्यम	उपमंत्री
५.	०५ जानेवारी १९६७ ते जानेवारी १९७०	इंदिरा गांधी	जगजीवनराम बाबू	राज्यमंत्री
६.	०६ जानेवारी १९७० ते जून १९७४	इंदिरा गांधी	फक्रुद्दीन अली अहमद	राज्यमंत्री
७.	०७ जानेवारी १९७४ ते जून १९७७	इंदिरा गांधी	जगजीवनराम बाबू	राज्यमंत्री

१९६२ ते १९६७ पर्यंत भारतात तीन पंतप्रधान आणि तीन कृषिमंत्री झाले. १९६७ ते १९७७ पर्यंत भारतात जगजीवनराम आणि फकरुद्दीन अली अहमद असे दोन कृषिमंत्री झाले. अण्णासाहेब मंत्रालयाचा भाग नसतील, तर कृषि मंत्रालय स्वीकारण्यास दोघांनीही नकार दिला. अण्णासाहेब हे एकमेव मंत्री होते, जे १९६२ ते १९७७ पर्यंत सलग पंधरा वर्षे मंत्रालयात राहिले. त्या काळात ते देशातील अव्वल दहा कृषितज्ज्ञांपैकी एक म्हणून ओळखले जातात.

तत्कालीन पंतप्रधान पंडित जवाहरलाल नेहरू यांच्यासमवेत डॉ. अण्णासाहेब शिंदे

सी. सुब्रमण्यम आणि डॉ. अण्णासाहेब शिंदे यांनी भारताच्या अन्नसुरक्षेचा पाया घातला.
(जुलै १९६४-फेब्रु १९६७)

बाबू जगजीवनराम आणि डॉ. अण्णासाहेब शिंदे यांनी फेब्रुवारी १९६७ - जानेवारी १९७०
आणि मार्च १९७४ ते जानेवारी १९७७ या काळात एकत्र काम केले.

फक्रुद्दीन अली अहमद आणि अण्णासाहेबांनी फेब्रुवारी १९७० ते मार्च १९७४ या काळात
एकत्रितपणे काम करत कृषिक्षेत्राला उंची प्राप्त करून दिली.

बहुमोल योगदानाची पुस्तकातून ओळख

- शरद पवार -

माजी केंद्रीय कृषिमंत्री

एका सामान्य शेतकरी कुटुंबात जन्म घेऊन देशाचा कृषि राज्यमंत्री होण्यापर्यंतचा प्रेरक प्रवास म्हणजे 'भुकेलेल्या देशाची कृषि महासत्तेकडे वाटचाल' हे डॉ. अनिल शिंदे लिखित व संकलित पुस्तक होय. संपूर्ण जग दुसऱ्या महायुद्धाच्या आगीत होरपळून निघाले. भारतात बंगालच्या भयानक दुष्काळाने लाखोंचा जीव घेतला. जगाला गरज होती ती शांततेची. पण पोटातील आग शांत झाल्याशिवाय हे शक्य नव्हते. अमेरिकेचे राष्ट्रपती आयसेन हॉवर यांनी १९५४ मध्ये 'कृषि व्यापार विकास' व 'साहाय्य कायदा' मंजूर करून 'शांततेसाठी अन्न' हे धोरण अंमलात आणले. यालाच 'पीएल (पब्लीक लॉ)-४८०' असे म्हटले जाते. पीएल ४८० धोरणानुसार गरजू आणि गरीब देशांना सवलतीच्या दरात धान्य पुरवठा सुरू झाला. काही वर्षांतच भारताला चीन आणि नंतर पाकिस्तान विरूद्ध युद्धाला तोंड द्यावे लागले, परिणामी भारताची आर्थिक परिस्थिती खालावली, अन्नधान्य उत्पादन घटले.

१९६६ मध्ये ५० कोटी लोकसंख्येसाठी केवळ १०.४० दशलक्ष गव्हाचे उत्पादन झाले होते. सुमारे ३० कोटी जनतेच्या भुकेचा गंभीर प्रश्न निर्माण झाला, तत्कालीन पंतप्रधान श्रीमती इंदिरा गांधींना 'पीएल-४८०' अंतर्गत अमेरिकेशी करार करावा लागला. भारताचे अन्नधान्यावरील परावलंबित्व वाढले. साठीचे दशक संपत येताना तत्कालीन कृषिमंत्री सी. सुब्रमण्यम यांना विख्यात मेक्सिकन शास्त्रज्ञ नॉर्मन बोरलॉग यांनी गव्हाच्या अधिक उत्पादन देणाऱ्या वाणांचा शोध लावल्याची माहिती मिळाली. त्यांनी भारतात पहिल्यांदा सुमारे १८,००० टन गव्हाचे बियाणे आयात करण्याचा निर्णय घेतला.

भारताच्या उपासमारीचे संकट हळूहळू दूर होऊ लागले. या सर्व घटनांचे महाराष्ट्रातील एक साक्षीदार होते डॉ. अण्णासाहेब शिंदे! १९६२ मध्ये अण्णासाहेबांवर केंद्रीय कृषि खात्यात संसद सचिव म्हणून जबाबदारी सोपवण्यात आली. त्यानंतर केंद्रीय मंत्रिमंडळात

हरितक्रांती, तेलबियाक्रांती, दूधक्रांती, मृदा आणि जलव्यवस्थापन या क्षेत्रांमध्ये डॉ. अण्णासाहेब शिंदे यांचे कार्य अलौकिक असून त्यांचे राष्ट्र निर्माणातील योगदान आपणा सर्वांना ज्ञात आहे. ते एक द्रष्टे नेते व दूरदृष्टी असलेले व्यक्तिमत्त्व होते. भविष्यकाळाचा अचूक वेध घेण्याची त्यांच्याकडे दृष्टी होती. त्यांनी अतिशय अभ्यासपूर्वक भविष्यकाळातील घडणाऱ्या घटनांचा वेध घेतलेला होता. येणाऱ्या भविष्यकाळात बलाढ्य सोव्हिएत युनियनचे पतन होईल असे भाकीत त्यांनी वर्तविले होते. १९८० च्या दशकात भारतीय अर्थव्यवस्थेत उदारीकरणाचे तत्त्व स्वीकारावे लागेल, याचेही सूतोवाच त्यांनी केले होते.

प्रथमतः कृषि खात्याचे उपमंत्री व नंतर कृषि राज्यमंत्री म्हणून त्यांनी कृषिक्षेत्रात आपल्या कामगिरीचा ठसा उमटवला. अण्णासाहेबांना पंडित जवाहलाल नेहरू, लालबहादूर शास्त्री आणि इंदिराजी यांच्यासोबत केंद्रात काम करण्याचा योग आला. अन्नधान्य उत्पादन, जमीन-पाणी व्यवस्थापनाकडे त्यांनी विशेष लक्ष पुरविले. त्यांच्या या प्रदीर्घ अनुभवाचा लाभ देशाला झाला. सत्तरीचे दशक सुरू झाले, तसे हरितक्रांतीचे दृश्य परिणाम दिसू लागले आणि अन्नधान्य समस्येचे ग्रहण दूर होऊ लागले. पण पुन्हा बहात्तरच्या दुष्काळाने घेरले. त्यातूनही बाहेर पडताना अण्णासाहेबांच्या अनुभवाचा उपयोग झाला. हा सगळा रोमहर्षक प्रवास पुस्तकातील लेखांमध्ये वाचावयास मिळेल.

प्रस्तुत पुस्तकात डॉ. अण्णासाहेब शिंदे यांच्या कार्याची महती डॉ. एम. एस. स्वामीनाथन, डॉ. ए. बी. जोशी, डॉ. जे. एस. कंवर, डॉ. आर. एम. आचार्य, डॉ. रांगणेकर आदी ज्येष्ठ संशोधक, शास्त्रज्ञ तथा कृषि खात्यात वरिष्ठ जबाबदाऱ्या सांभाळणाऱ्या समकालीन मंडळींनी लेख लिहिले आहेत. सदर लेख वाचताना अण्णासाहेबांनी कृषिक्षेत्रात दिलेल्या बहुमोल योगदानाची माहिती होत असतानाच, भारताच्या तत्कालीन परिस्थितीचीदेखील ओळख होते. त्यामुळे पुस्तक अधिक वाचनीय ठरते. डॉ. अनिल शिंदे यांनी वडील अण्णासाहेब यांना सर्वांत जवळून अनुभवले. त्यांच्या अनुभवही अधिक वेधक आहेत. 'भुकेलेल्या देशाची कृषि महासत्तेकडे वाटचाल' हा संघर्ष प्रवास वाचताना आज भारत अन्नधान्याच्या बाबतीत केवळ स्वयंपूर्णच नव्हे; तर निर्यातदार झाल्याचे पाहून समाधान वाटते. भारतातील कोट्यवधी शेतकरी बांधव-भगिनी, शास्त्रज्ञ, अधिकारी, संस्था यांचा या यशोगाथेत मोठा वाटा आहे. यानिमित्ताने त्यांच्याविषयी कृतज्ञता प्रकट करतो आणि डॉ. अनिल शिंदे यांना पुस्तक प्रकाशनासाठी मनःपूर्वक शुभेच्छा देतो.

अनिल शिंदे संपादित 'हंग्री नेशन टु अ‍ॅग्रो पॉवर' या पुस्तकाचे प्रकाशन करताना शरद पवार,
डॉ. एम. एस. स्वामिनाथन, बाळासाहेब थोरात, उल्हास लाटकर, हिराबाई शिंदे आणि रावसाहेब शिंदे.

डॉ. अण्णासाहेब शिंदे सिम्पोजियम हॉलच्या उदघाटन प्रसंगी श्रीमती हिराबाई अण्णासाहेब शिंदे यांचा
शरद पवार सत्कार करताना.

शरद पवार आणि वेंकटरामण यांच्यासमवेत डॉ. अण्णासाहेब शिंदे.

दुसऱ्या महायुद्धाने जगात अनेक नवनवीन प्रश्न जन्माला घातले. त्यांपैकीच सर्वांत महत्त्वाचा प्रश्न म्हणजे अन्न टंचाईची समस्या. काही विकसित आणि विकसनशील देशांनाही या समस्येचा कमी-अधिक फटका बसला. अविकसित देश तर सातत्याने अन्न टंचाईच्या समस्येने अक्षरशः जर्जर झालेले होते. त्यातच आणखी एका संकटाची भर पडली. जागतिक पातळीवर क्रूडतेलाच्या किमती वाढू लागल्या. अविकसित आणि विकसनशील देशांच्या अर्थव्यवस्थांना त्याचा मोठा फटका बसला. भारताच्या अर्थव्यवस्थेवरही त्याचे विपरीत परिणाम झाले. त्यातच ज्या जमिनीवर अन्नधान्याचे उत्पादन घेतले जात होते, तेथे जैव डिझेल उत्पादनाला सुरुवात केल्याने अन्नधान्याच्या उत्पादनाखालील जमिनीचे क्षेत्र कमी होऊ लागले. त्यामुळे अन्न टंचाईची समस्या अधिकच तीव्र झाली. भारताचा विचार केला, तर भारतातील अन्न टंचाईची समस्या अधिकच तीव्र बनलेली होती.

या पाश्र्वभूमीवर गतकाळाचा मागोवा घेताना असे दिसते, की त्या काळात भारताच्या कृषिक्षेत्राला अनेक अरिष्टांमधून बाहेर काढले व कृषिक्षेत्रात खऱ्या अर्थाने आमूलाग्र परिवर्तन ज्यांनी मोठ्या महत्प्रयासाने घडविले त्या थोर व्यक्तिमत्त्वाचा — डॉ. अण्णासाहेब शिंदे यांच्या कार्य कर्तृत्वाचा मागोवा घेणे महत्त्वपूर्ण ठरणार आहे.

१९६० च्या दशकाच्या सुरुवातीला भारतातील अन्नधान्याचे उत्पादन ७२ दशलक्ष टन एवढे होते. भारताच्या त्यावेळच्या लोकसंखेच्या प्रमाणात ते नगण्य होते. उपासमार आणि कुपोषण ही समस्या तीव्र बनलेली होती. भारत हा अभूतपूर्व अशा अन्न टंचाईचा सामना करीत होता. भारत हा कृषिप्रधान देश असूनही मोठ्या प्रमाणात अमेरिकेकडून अन्न-धान्याची आयात करीत असे. पीएल ४८० (पब्लिक लॉ ४८०) योजने अंतर्गत भारताला अमिरेकेकडून अन्नधान्याची आयात करावी लागत असे. भारतातील दारिद्र्याचे प्रमाण त्यावेळी फार मोठे होते. त्यातच अन्नधान्याच्या तीव्र टंचाईमुळे अनेक समस्यांनी भारत ग्रस्त होता. शेतातील दर एकरी उत्पादकता खूप कमी होती; परंपरागत पद्धतीने शेती केली जात होती. नवीन तंत्रज्ञानाचा शेतीसह सर्वच क्षेत्रात अभाव होता. भारतातील शेती मोठ्या प्रमाणात निसर्गावर अवलंबून

होती. वारंवार पडणाऱ्या दुष्काळाचा शेतीक्षेत्रातील उत्पादनाला मोठ्या प्रमाणात फटका बसत असे. भारतातील अन्नधान्य टंचाईच्या पार्श्वभूमीवर त्यावेळचे जागतिक अर्थतज्ज्ञ पॅडॉक बंधूंनी असे भाकीत केले होते की, "तीव्र स्वरूपाच्या अन्नधान्य टंचाईच्या समस्येमुळे १९७० च्या दशकाच्या सुरुवातीला भारत एक राष्ट्र म्हणून अस्तित्वात नसेल." १९६३ ला भारताचे पंतप्रधान पंडित जवाहरलाल नेहरू यांनी अन्नधान्य उत्पादनाच्या आघाडीवर सरकारचे अपयश जाहीरपणे मान्य केले होते. नेमक्या याच पार्श्वभूमीवर १९६२ साली पंडित नेहरूंच्या मंत्रिमंडळात अन्न व कृषी खात्याचे राज्यमंत्री म्हणून डॉ. अण्णासाहेब शिंदे यांची निवड झाली. १९७७ सालापर्यंत म्हणजे सलग १५ वर्षे त्यांनी या खात्याचे मंत्री म्हणून काम केले आणि या कार्यकाळात त्यांनी भारतीय शेतीचे स्वरूप आमूलाग्र बदलून टाकले. या १५ वर्षांच्या काळात एकूण पाच कृषिमंत्री झाले. मात्र कृषी आणि अन्न खात्याचे राज्यमंत्री म्हणून डॉ. अण्णासाहेब शिंदे हेच सलग १५ वर्षे कायम राहिले. या पाचपैकी फखरुद्दीन अली अहमद व जगजीवन राम या दोन मात्तबर नेत्यांनी काही काळ कृषिमंत्रिपद भूषविले. कृषी खात्याचे मंत्रिपद भूषविताना या दोन्हीही मान्यवरांनी एक अट घातली होती की, "अण्णासाहेब शिंदे हेच कृषी व अन्न खात्याचे राज्यमंत्री म्हणून हवे आहेत. त्यांच्यामुळेच आम्हाला कृषी खात्याचे चांगले काम करणे शक्य होईल. आमच्याबरोबर डॉ. अण्णासाहेब शिंदे हे कृषी व अन्न खात्याचे राज्यमंत्री म्हणून नसतील, तर आम्ही कृषी व अन्न खात्याचे कॅबिनेट मंत्री म्हणून काम करू शकणार नाही." कारण त्यावेळची परिस्थितीच तशा प्रकारची होती. देशात अन्नधान्याची तीव्र टंचाई होती. उपासमार आणि कुपोषणाच्या समस्या गरिबांना भेडसावत होत्या. 'अन्नदंगली'सारखे प्रकार सुरू झाले होते. विरोधी पक्षाचे सदस्य संसदेत सर्वाधिक प्रश्न अन्नधान्य टंचाई संदर्भातच उपस्थित करीत होते. संसदेत विरोधी पक्ष सदस्यांनी उपस्थित केलेल्या प्रश्नांना योग्य उत्तरे देणे व एकूणच निर्माण झालेल्या परिस्थितीला सामोरे जाणे हे अजिबात सोपे काम नव्हते. म्हणून मान्यवर नेतेदेखील अन्न आणि कृषी खाते स्वीकारायला तयार नव्हते. या पार्श्वभूमीवर फखरुद्दीन अली अहमद व जगजीवन राम यांनी व्यक्त केलेली प्रतिक्रिया किती बोलकी होती याची प्रचिती येते. शेती आणि अन्नधान्याच्या संदर्भातील प्रश्नांना किंवा चर्चेला डॉ. अण्णासाहेबांनी अतिशय अभ्यासूपणे उत्तरे दिली. त्यांनी कृषिक्षेत्राच्या प्रश्नांचा अतिशय मूलगामी अभ्यास केला होता. ती प्रश्नोत्तरे म्हणजे संसदीय कामकाजाचा एक उत्कृष्ट नमुनाच म्हणावा लागेल. अण्णासाहेब हे उत्कृष्ट संसदपटू होते. शांतपणे पण अभ्यासूवृत्तीने ते सर्व मुद्द्यांचा परामर्ष घेत असत. त्यांच्या अभ्यासूपणाचा व कृषिक्षेत्रातील दूरदृष्टीचा

संसदीय कामकाजावर अमिट ठसा उमटलेला अगदी स्पष्टपणे दिसतो. त्यांनी कृषिक्षेत्राला विकासाची निश्चित अशी दिशा दिली. कृषि खात्यात दुर्दम्य असा विश्वास निर्माण केला. स्वतः प्रचंड मेहनत घेऊन व अभ्यास करून कृषि खात्यात आपल्या अलौकिक कार्याचा आदर्श निर्माण केला. त्यानंतर आलेल्या बहुतेक कृषि खात्याच्या मंत्र्यांना अण्णासाहेबांनी या खात्यात उभे केलेले कार्य मार्गदर्शक ठरले. अण्णासाहेब हे एक दूरदर्शी नेते होते. त्यांना भारत देशाच्या अन्नधान्य उत्पादनाला स्वयंपूर्ण करण्याचे शिल्पकार म्हणून गौरवावेच लागेल. त्यांचे १९६४ साली 'भारताची कृषि-अन्न समस्या' हे पुस्तक प्रकाशित झाले. भारताच्या अन्नधान्य समस्येचे स्वरूप त्यांनी त्यात अगदी समर्पकपणे मांडले आहे. कृषि उत्पन्नास चालना देण्यासाठी व त्यात सुधारणा करण्यासाठी आखावयाची मूलभूत धोरणे व त्यानुसार सुधारणा आणि शेतीमालाचे मूल्यसंवर्धन या संबंधीच्या उपाययोजना त्यांनी सुचविलेल्या आहेत. त्यांनी स्वीकारलेल्या अभ्यासपूर्ण शास्त्रीय दृष्टीकोनाची प्रचिती येते. शेतीच्या सुधारणांमध्ये शेतमालाला योग्य ते बाजारभाव दिले पाहिजेत, अशी आग्रही भूमिका त्यांनी घेतली. तसेच शेती क्षेत्रात अत्याधुनिक तंत्रज्ञानाचा आग्रह धरताना जगातील वेगवेगळ्या प्रगत देशातील अत्याधुनिक तंत्रज्ञानाचा त्यांनी दाखला दिलेला आहे. केवळ पारंपरिक पद्धतीने केल्या जाणाऱ्या शेती व्यवसायावर शेतकऱ्याची गुजराण होणे संपूर्णपणे अशक्य आहे. भारतातील शेतीचे मोठे क्षेत्र केवळ पावसावरच अवलंबून आहे. पाऊस लहरी स्वरूपाचा. लहरी स्वरूपाच्या पावसाच्या पाण्यावर केल्या जाणाऱ्या जिराईत शेतीत वर्षातून केवळ एकदाच पीक घेण्याची संधी. पावसाच्या लहरीपणामुळे तो कमी-अधिक झाला, तर त्या एकाही पिकाची शाश्वती नाही. त्यामुळे या बेभरवशाच्या शेतीतून शेतकऱ्याला सावरायचे असेल, तर त्याच्या शेतीला शेतीपूरक जोडधंदा उभा करून दिला पाहिजे, हा दृष्टीकोन डोळ्यासमोर ठेवून दुग्ध व्यवसाय, पशुपालन व कुक्कुटपालन हे व्यवसाय शेतकऱ्यांना उभे करून दिले पाहिजेत, अशी अतिशय अभ्यासू आग्रही भूमिका त्यांनी मांडली. त्यामुळे या क्षेत्रात संशोधन करणाऱ्या वैज्ञानिक संघटनांनी अधिक मूलगामी संशोधन करावे म्हणून सरकारने त्यांची पुनर्रचना करण्याचा निर्णय घेतला. कृषिक्षेत्रात सुधारणा करू पाहणाऱ्या संस्थांचे सबलीकरण केले गेले. शेतीपूरक व्यवसाय अधिक परिणामकारकपणे कार्यान्वित होण्याच्या हेतूने अनेक वेगवेगळ्या पातळ्यांवर खास प्रशिक्षण वर्गांचेही आयोजन करण्यात आले. अत्याधुनिक तंत्रज्ञानाचा वापर शेतीक्षेत्रात वाढण्यास सुरुवात झाली. ही सर्व प्रक्रिया केवळ डॉ. अण्णासाहेब शिंदे यांच्यामुळेच गतिमान झाली.

त्यावेळी भारतात एकतर अन्नधान्याचे उत्पादन अतिशय मर्यादित होते; शिवाय अन्नधान्य वितरणातही सूत्रबद्धता नव्हती. म्हणून त्यांनी गरिबांना अतिशय माफक दारात अन्नधान्य मिळावे यासाठी वितरण प्रक्रियेत सरकारची निर्णायक भूमिका असली पाहिजे, असे जोरदारपणे समर्थन केले. ज्या देशांनी प्रथम आपले शेतीक्षेत्र बळकट केले, तेच देश नंतर औद्योगिक क्षेत्रातही विकसित झाले, याकडे त्यांनी जगातील अनेक देशांच्या विकासाचा आढावा घेऊन, लक्ष वेधले. शेतीक्षेत्राचा आधी विकास केला, तरच औद्योगिक विकासासाठी पूरक परिस्थिती निर्माण होते, म्हणूनच त्यांनी कृषि-औद्योगिक विकासाची संकल्पना मांडली. त्यांनी लिहिलेल्या पुस्तकामुळे भारत सरकारच्या कृषिक्षेत्र विकासाच्या दृष्टीने निश्चितपणे धोरणात्मक बदल झाले आणि या धोरणांनीच १९६०-७० या दशकातील कृषि-औद्योगिक विकासाची पायाभरणी केली व पुढील विकासाच्या दिशेने ती धोरणे पथदर्शक ठरली.

भारतीय शेतीला विकासाभिमुख करण्याचा डॉ. अण्णासाहेब शिंदे यांचा सातत्याने विविध पातळ्यांवर प्रयत्न चालूच होता. त्यांच्या या प्रयत्नांचे सर्वत्र कौतुक होत होते. विकास प्रक्रियेत त्यांच्या प्रयत्नांचे पडसाद उमटू लागले होते. त्यांचे मंत्रिमंडळातील तत्कालीन सहकारी, पोलाद व खनिज खात्याचे मंत्री प्रकाशचंद्र सेठी यांनी १९६८ साली लिहिले, "डॉ. अण्णासाहेब शिंदे यांचे भारतीय कृषि विषयासंबंधीचे पुस्तक भारतीय कृषिक्षेत्राचे आजारपण दाखविणारे व समाजाच्या सर्वांगीण विकासासाठी निश्चित अशी कृती करण्यासाठी मार्गदर्शन करणारे आहे. त्यांनी आधुनिकतेचा ध्यास घेतला आहे, त्यासाठी हे पुस्तक आधारस्तंभ आहे. आज त्यांना आकार द्या." संसदेत त्यावेळी अभ्यासू सदस्य होते. विशेषतः विरोधी पक्षात अनेक मान्यवर सदस्य होते. त्यांनाही अण्णासाहेबांच्या विचारांवर व त्यानुसार त्यांनी हाती घेतलेल्या कार्यावर प्रचंड विश्वास होता. त्यांना निश्चितपणे खात्री होती की, 'डॉ. अण्णासाहेब शिंदे हे एकमेव असे व्यक्तिमत्त्व आहे जे भारतीय शेतीतील प्रश्नांची सोडवणूक करू शकतील.' स्वतंत्र पक्षाचे सदस्य मनुभाई आमरसे यांच्या मते, "शेतीक्षेत्रातील अशी कोणतीच गोष्ट नाही, जी अण्णासाहेबांना ज्ञात नाही." कम्युनिस्ट पक्षाचे अतिशय जागृत आणि अत्यंत अभ्यासू सदस्य ज्योतिर्मय बसू यांनी अण्णासाहेबांबद्दल म्हटले आहे, "भारतीय शेतीचा एक जिवंत व चालता बोलता विश्वकोश म्हणजे अण्णासाहेब." अशा विद्वानांनी गौरवोद्गार काढावे यावरून अण्णासाहेबांच्या कार्याची महानता लक्षात येते.

डॉ. अण्णासाहेबांचे समकालीन व सुप्रसिद्ध कृषि अर्थशास्त्रज्ञ डॉ. एम. एस. स्वामीनाथन यांनी, त्यांना 'भारतीय सिंचन जलसुरक्षेचे आर्किटेक्ट' म्हणून संबोधिले

आहे. त्यांच्याविषयीच्या एका लेखात ते म्हणतात, "भारतात अन्नसुरक्षा घडविण्यात दूरदर्शी, रचनाकार आणि सेवाभावी डॉ. अण्णासाहेब शिंदे यांनी अतिशय महत्त्वपूर्ण भूमिका बजावली आहे. भारताला अन्नधान्याच्या उत्पादनात स्वयंपूर्ण करण्यात अण्णासाहेबांची भूमिका ललामभूत ठरलेली आहे. या क्षेत्रातील त्यांचे कार्य अजोड आहे." अण्णासाहेबांनी दर्शविलेल्या पथदर्शकामुळे व त्यांनी रुजवून दिलेल्या वाटेमुळे भारत आज अन्नधान्याच्या उत्पादनात स्वयंपूर्ण झाला आहे. एवढेच नव्हे तर तो अन्नधान्याचा प्रमुख निर्यातदार बनला आहे. अन्नधान्याबरोबरच दूध, कडधान्ये, चहा यांचेही उत्पादन मोठ्या प्रमाणात वाढले आहे. साखर, गहू, तांदूळ, फळे आणि भाजीपाला उत्पादक देशांमध्ये जगातील पहिल्या तीन देशांमध्ये भारताचे स्थान आहे. भारत कापसाचीही मोठी निर्यात करीत असून खाद्यतेलाची आयात घटली आहे. १९६२ पासून तर आजपर्यंत देशाची लोकसंख्या सुमारे २५० टक्क्यांनी वाढली आहे. आज आपली लोकसंख्या १३५ कोटींपेक्षा अधिक आहे. एवढ्या मोठ्या लोकसंख्येची अन्नधान्याची गरज भागवून आपण अन्नधान्याची निर्यात करीत आहोत. ही अण्णासाहेबांच्या धोरणात्मक वैचारिकतेची व कार्यप्रणालीची फलश्रुती आहे, हे जगातील अनेक कृषि अर्थशास्त्रज्ञांनी मान्य केले आहे. अण्णासाहेबांच्या कृषि खात्याच्या मंत्रिपदाच्या कार्यकालानंतर राजीव गांधी यांच्या पंतप्रधान पदाच्या कार्यकालात कृषिक्षेत्राच्या विकासासाठी अधिक व्यापक स्वरूपाचा वैज्ञानिक आणि चिकीत्सक दृष्टीकोन स्वीकारण्यात आला. अटलबिहारी वाजपेयी यांच्या मंत्रिमंडळात सोमपाल शास्त्री हे अभ्यासू कृषिमंत्री होते; परंतु त्यांना फार मोठा कार्यकाल मिळाला नाही.

जगातील विकसित देशांबरोबरच भारतानेही कृषिक्षेत्रात भरीव प्रगती केलेली असली, तरी आज संपूर्ण जागतिक पातळीवर शेतीच्या विकासासंदर्भात अंतर्विरोध निर्माण झालेले दिसतात. हवामानातील बदल आणि ग्लोबल वॉर्मिंगमुळे शेती उत्पादनावर विपरीत परिणाम होत आहेत.

१९६० नंतर आज देशाची प्रगती झालेली आहे. जगातही अनेक देशांनी प्रगती केली आहे. अन्नधान्याच्या उत्पादनात मोठी प्रगती झालेली आहे. परंतु, आज अचानक अशी कोणती परिस्थिती निर्माण झाली आहे, की ज्यामुळे आजची परिस्थिती काही प्रमाणात १९६९ च्या दशकातील परिस्थितीसारखी झालेली दिसते. १९६० च्या दशकात अन्नधान्याची तीव्र टंचाई होती. आजही हवामानातील बदल आणि ग्लोबल वार्मिंगमुळे संपूर्ण जगातच शेती उत्पादनावर अतिशय प्रतिकूल परिणाम होत आहेत. खनिज तेलाच्या वाढत्या किंमतीमुळे रासायनिक खतांच्या

किमती वाढल्या आहेत. जैवइंधन आधारित पिके घेण्यासाठी मोठे प्रयत्न केले जात आहे. त्यामुळे पिकांखालील क्षेत्र वेगाने कमी होत असून अनेक देशात अन्नधान्याचे उत्पादन घटले आहे. रासायनिक खतांच्या अतिवापरामुळे सुपीक मृदेवर त्याचे गंभीर स्वरूपाचे दुष्परिणाम होत असल्यामुळेही शेतीची उत्पादनक्षमता घटली आहे. एका बाजूला वरील कारणांमुळे शेती उत्पादनात घट होत आहे, तर दुसऱ्या बाजूला विशेषतः विकसनशील व अविकसित देशांमध्ये लोकसंख्येची वेगाने वाढ होत आहे. त्या परिणामस्वरूप भविष्यात अन्नधान्याची टंचाई निर्माण होण्याची दाट शक्यता आहे. शेतीची उत्पादकता घटते आहे, याचे कृषि अर्थव्यवस्थेवर अनेक दुष्परिणाम होताना दिसतात. जी कुटुंबे आपल्या उदारनिर्वाहासाठी केवळ शेती व्यवसायावर अवलंबून आहेत, त्यांची अवस्था अतिशय अवघड आहे. नापिक जमीन व त्यातून उद्भवणाऱ्या कर्जबाजारीपणामुळे भारतात आत्तापर्यंत जवळपास तीन लाख शेतकऱ्यांनी आत्महत्या केलेल्या आहेत. शेतीसमोर आज अनंत अडचणी उभ्या आहेत.

डॉ. अण्णासाहेब शिंदे कृषि आणि अन्न खात्याचा कारभार पाहात असताना त्यांनी सर्वप्रथम शेतीक्षेत्रासमोरील अडचणींचा अतिशय सूक्ष्मपणे अभ्यास केला. त्यामुळे शेतीक्षेत्रासमोर भविष्यात येऊ पाहणाऱ्या अडचणींचाही त्यांना अंदाज आला होता. अण्णासाहेबांची भूमिका प्रामुख्याने या अडचणींचे निवारण करण्याची होती. त्यासाठी शेतीक्षेत्रातील अगदी बारीकसारिक पैलूंचाही त्यांनी अभ्यास करून निर्णय घेतले. अनंत अडचणींनी ग्रस्त झालेल्या भारतीय शेतीला स्वयंपूर्ण करण्याचा ध्यासच मुळी त्यांनी घेतला होता. त्या संदर्भात ज्येष्ठ कृषिशास्त्रज्ञ डॉ. एम. एस. स्वामीनाथन म्हणतात, "मला खात्री आहे की डॉ. अण्णासाहेब शिंदे यांचे जीवन आणि कार्य भारतीय शेतीशी संबंधित असलेल्या सर्वांना प्रेरणा देईल. जवाहरलाल नेहरूंना देशाच्या विकासाच्या संदर्भात जशा जाणीवा होत्या, तशाच कृषिक्षेत्राच्या विकासाच्या संदर्भात अण्णासाहेबांना होत्या. म्हणून कृषि व ग्रामीण विकासाच्या क्षेत्रात शतकानुशतके आमचा मार्ग उजळविणारा ते एक दीपस्तंभ होते."

मा. शरदराव पवार यांनी काही काळ शेती व अन्न खात्याचे मंत्री म्हणून काम केले. योगायोग म्हणजे अण्णासाहेबांनी 'भारतीय शेती व शेतीच्या समस्यांवर' भाष्य करणारे पुस्तक १९६५ साली प्रकाशित केले. या पुस्तकाचे प्रकाशक तेव्हा मा. शरदराव पवार हेच होते. कृषि खात्याचे मंत्री म्हणून काम करताना पवारसाहेबांनीही अनेक महत्त्वपूर्ण निर्णय शेतीच्या विकासाच्या संबंधाने घेतलेले आहेत. विविध क्षेत्रांमध्ये पवारसाहेबांनी अण्णासाहेबांसोबत काम केले. भारतातील शेतकऱ्यांचा

खऱ्या अर्थाने विकास करायचा असेल, तर केवळ पारंपरिक पद्धतीने शेती करून चालणार नाही. शेतीला आधुनिकतेची जोड दिली पाहिजे व दुसऱ्या बाजूला शेतीपूरक व्यवसाय वाढीस लागले पाहिजेत. फलोद्यानाचा विकास झाला पाहिजे असा आग्रह अण्णासाहेबांनी सातत्याने धरला. पवारसाहेबांनी या प्रश्नाचे मर्म ओळखून राज्याचे मुख्यमंत्री म्हणून काम करताना 'रोजगारहमी योजने'च्या माध्यमातून 'फळबाग योजना' राबविण्याचा अत्यंत महत्त्वाकांक्षी निर्णय १९८९-९० च्या दरम्यान घेतला. जागतिक बँकेनेही या निर्णयाची प्रशंसा करताना म्हटले की, 'तिसऱ्या जगातील कृषिविकासाच्या दृष्टीने ही योजना महत्त्वपूर्ण आहे. महाराष्ट्रातील वाईन उद्योग व कृषिप्रक्रिया उद्योग हे त्यांच्या कृषिधोरणाचीच फलप्राप्ती म्हणावी लागेल.'

देशातील कृषिच्या संदर्भातील प्रश्नांना संसदेत उत्तर देताना पवारसाहेबांनी 'पाणी व्यवस्थापन, माती व्यवस्थापन यांच्याबरोबर शेतीत वापरण्यात येणारे तंत्रज्ञान, खतांचे व्यवस्थापन, जमिनीचा वापर, कृषिक्षेत्राला होणारा वित्तपुरवठा व एकूणच कृषिक्षेत्रातील गुंतवणूक व परतावा या शेतीशी संबंधित असलेल्या मुद्दांचे अगदी सविस्तरपणे विश्लेषण केले. शेतमालाचे विपणन, कृषिप्रक्रिया, शेतमालाची शास्त्रीय पद्धतीने साठवणूक आदी महत्त्वाच्या विषयांवर त्यांनी भर दिला. थोडक्यात भारतीय शेतीक्षेत्रात सुधारणा करण्यासाठी व त्यातून शेतीचे आधुनिकीकरण करण्यासाठी अल्प, मध्यम व दीर्घकालीन धोरणे ठरविण्यात आली. त्यांनी आखून दिलेल्या धोरणांमुळे भारतीय शेतीला सुवर्णकाळ प्राप्त होईल व शेतकऱ्यांच्या आत्महत्यांचा शाप पुसला जाईल असे वाटते. गरिबांना वेळेवर आणि दर्जेदार अन्न मिळावे यासाठी वाजवी किमतीची हमी देणारी वितरण प्रणाली मजबूत करणे आवश्यक आहे. शेतीक्षेत्राच्या संबंधी जागतिक पातळीवर घडणाऱ्या घडामोडींची त्यांना इत्थंभूत माहिती आहे. ग्रामीण जीवनाच्या व शहरी जीवनाच्या प्रश्नांची त्यांना जाणीव आहे. प्रश्न सोडविण्याचा समजूतदारपणा व अभ्यासूपणा त्यांच्याजवळ आहे. तसेच निर्णय घेण्याचे व ते परिणामकारकपणे राबविण्याचे प्रशासकीय कौशल्यही आहे. त्यामुळेच अन्न व कृषिमंत्रालयाचे कामकाज त्यांनी अतिशय कार्यक्षमपणे सांभाळलेले होते. भारताचे अन्नधान्याचे उत्पादन आज २३० दशलक्ष मेट्रिक टनांपेक्षाही अधिक झालेले असून, समुद्री खाद्य निर्यातही अनेक पटींनी वाढलेली आहे. पवारसाहेबांनी घेतलेल्या चांगल्या निर्णयांची ही फलश्रुती म्हणावी लागेल.

१९६० ते १९७० च्या दशकात भारतीय शेतीसमोर खूप गंभीर स्वरूपाच्या समस्या होत्या. डॉ. अण्णासाहेब शिंदे यांनी या प्रश्नांचा अभ्यास करून त्या समस्या

सोडविण्याचा कशाप्रकारे प्रयत्न केला, हे पाहणे फार महत्त्वाचे आहे. १९६२ ते ६७ या काळात कृषिक्षेत्रातील विकासाच्या दृष्टीने धोरणे आखण्यात आली. १९६७ ते ७० या काळात शेतीविकासाच्या योजनांचा विस्तार करण्यात आला, तसेच विविध योजनांचे एकत्रीकरण करण्यात आले. १९७० ते १९७७ या काळात शेतीतील संशोधनांना गती देण्यात आली, त्यासाठीच्या शैक्षणिक पायाभूत सुविधांचा विस्तार करण्यात आला, त्यांचे सुसूत्रीकरण करण्यात आले. जगभरातील तंत्रज्ञानाची देवाणघेवाण करण्यावर भर देण्यात आला. या सर्व प्रक्रियेत डॉ. अण्णासाहेबांनी अतिशय दूरदृष्टीने निर्णय घेतले. भारताला सुपर अग्रोपॉवर बनविण्याची डॉ. अण्णासाहेबांची महत्त्वाकांक्षा होती, म्हणून त्यांनी घेतलेल्या निर्णायक भूमिका अतिशय महत्त्वपूर्ण ठरलेल्या आहेत.

डॉ. अण्णासाहेबांनी भारताच्या कृषिक्षेत्राच्या विकासात जे योगदान दिलेले आहे. यासंबंधी यापूर्वीच खरे म्हणजे विस्ताराने लिहायला हवे होते, सर्व पैलूंचा विश्लेषक अभ्यास व्हायला हवा होता. भविष्यवेधी कर्तबगार कृषिमंत्री म्हणून दिमाखदार कामगिरी केलेल्या अण्णासाहेबांचा मी पुत्र आहे, याचा मला सार्थ अभिमान आहे. त्या नात्यानेच त्यांच्या अत्यंत उच्चकोटीच्या कार्याचा संक्षिप्त आढावा घेण्याचा प्रयत्न करतो आहे. स्व. पंडित जवाहरलाल नेहरू, स्व. लालबहादूर शास्त्री व स्व. इंदिरा गांधी या तीन पंतप्रधानांसमवेत त्यांनी काम केले. स्व. डॉ. राधाकृष्णन, स्व. डॉ. झाकीर हुसेन, स्व. व्ही. व्ही. गिरी व स्व. डॉ. फखरुद्दीन अली अहमद या राष्ट्रपतींच्या काळात त्यांना केंद्र सरकारमध्ये काम करण्याची संधी मिळाली. या सर्व मान्यवरांचा अण्णासाहेबांच्या कार्याला पाठिंबा लाभला. १९६६-६९ मध्ये तत्कालीन पंतप्रधान इंदिरा गांधी यांनी त्यांना दोन वेळा पदोन्नती देण्याचा प्रयत्न केला. परंतु, तत्कालीन काही राजकीय समीकरणांमुळे त्यांना कॅबिनेट मंत्रिपद मिळू शकले नाही. १९७० च्या दरम्यान काही कारणास्तव तीन वेळा आपल्या मंत्रिपदाचा राजीनामा त्यांनी पंतप्रधान इंदिरा गांधींकडे पाठविला; परंतु त्यांनी अण्णासाहेबांच्या राजीनाम्याचा स्वीकार केला नाही. कारण इंदिरा गांधी यांना डॉ. अण्णासाहेबांच्या राष्ट्र उभारणीतील योगदानाची पूर्ण कल्पना होती आणि कदरही होती. देशाच्या कृषिविकासात अण्णासाहेबांची किती मोठी गरज आहे, हे त्या पूर्णपणाने ओळखून होत्या.

अण्णासाहेबांच्या कृषिक्षेत्रातील कार्याच्या स्मरणार्थ व हरितक्रांती आणि राष्ट्रनिर्माण या क्षेत्रातील त्यांच्या गौरवार्थ भारतीय कृषि संशोधन संस्थेच्या विज्ञान केंद्रातील एका सिम्पोजियम हॉलला अण्णासाहेबांचे नाव देण्यात आले. हा दिमाखदार

समारंभ दि. १ जुलै २००८ रोजी भारताच्या तत्कालीन राष्ट्रपती प्रतिभाताई पाटील यांच्या शुभहस्ते संपन्न झाला. या कार्यक्रमास भारत सरकारचे तत्कालीन गृहमंत्री मा. शिवराजजी पाटील, केंद्रसरकारचे तत्कालीन अर्थमंत्री मा. पी. चिदंबरमजी व देशाचे तत्कालीन कृषिमंत्री मा. शरद पवारसाहेब आदी मान्यवर उपस्थित होते. ही एक छोटीशी सुरुवात आहे. ज्यांनी भारतीय कृषिक्षेत्रात आमूलाग्र परिवर्तन घडवून भारताला जागतिक पातळीवर प्रतिष्ठा मिळवून दिली; त्यांचा सन्मान करण्यासाठी भारत सरकारने आणखी पुढचे पाऊल उचलले पाहिजे.

– अनिल अण्णासाहेब शिंदे

पत्ता : जी १०२, माहेश्वरीनगर, एमआयडीसी, अंधेरी (इस्ट), मुंबई - ४०००९३

इमेल : kavianil2002@gmail.com

संपर्क : ९९२०७८८९४७

अण्णासाहेबांच्या उत्तुंगतेची प्रचिती

- प्रा. अशोक सोनवणे -

'**Hungry Nation to** Agro-Power' या पुस्तकाचा मराठी अनुवाद तुम्ही करू शकाल काय ?, असे मला प्रा. डॉ. ज्योत्स्ना पवार मॅडम यांनी विचारले आणि मी 'हो' म्हणालो. 'हे पुस्तक माझे मावसभाऊ श्री. अनिल शिंदे यांनी लिहिलेले आहे. त्यांना मी तुमचे नाव सुचविते. त्यांचा तुम्हाला फोन येईल.' असे त्यांनी सांगितले. अपेक्षेप्रमाणे श्री अनिल शिंदे यांचा फोन आला. बराच वेळ बोलणे झाले. मी हे काम हाती घेतले.

मी शेतकरी कुटुंबातून आलेलो आहे. संगमनेर तालुक्यातील चिंचोली गुरव हे माझे गाव. दुष्काळी भाग. परंपरागत पद्धतीने केली जाणारी शेती. शेतीचे उत्पन्न अनिश्चित. कधी कधी संपूर्ण वर्षात एखादे पीक येणेही मुश्किल. अशा अडचणीच्या काळात शिक्षण पूर्ण झाले. शिक्षक झालो. 'कृषि अर्थव्यवस्था' व 'दुष्काळी भागातील शेतकऱ्याच अर्थकारण' या विषयाच्या अनुषंगाने अभ्यास करू लागलो. त्यातून शेतीच्या अनेक प्रश्नांची ओळख होऊ लागली. या अभ्यासाच्या प्रक्रियेतच डॉ. अण्णासाहेब शिंदे यांचे 'शेती आणि पाणी' हे पुस्तक वाचनात आले. 'यशवंतराव चव्हाण प्रतिष्ठान' यांनी महाराष्ट्रातील दुष्काळाच्या संदर्भात आयोजित केलेल्या शोधनिबंध स्पर्धेतही भाग घेतला. त्यात मला प्रथम क्रमांक मिळाला. तेथेच डॉ. अण्णासाहेब शिंदे यांनी संपादित केलेले एक पुस्तक मिळाले. पाणलोट क्षेत्र विकासाचा, धरणांचा, जलसिंचनाचे अभ्यास करू लागलो. अभ्यासातून काही माहिती मिळाली.

डॉ. अण्णासाहेब शिंदे हे लोकसभेचे सदस्य झाले. त्यांच्याच मतदारसंघात माझे

गाव, महाविद्यालयीन जीवनात डॉ. अण्णासाहेब शिंदे यांची भाषणे ऐकण्याचाही योग आला. आमच्या संगमनेर महाविद्यालयाचे त्या वेळचे प्राचार्य म. वि. कौंडिण्य सर हे डॉ. अण्णासाहेब शिंदे यांचे स्नेही, त्यामुळे डॉ. अण्णासाहेब शिंदे हे संगमनेर महाविद्यालयातही काही कार्यक्रमांच्या निमित्ताने आल्याचे आठवते. त्यांचे भाषण आवडले. जवळपास १५ वर्षे ते देशाच्या मंत्रिमंडळात त्यांनी काम केले. सुरुवातीला संसदीय सचिव नंतर उपमंत्री व शेवटी अन्न व कृषि खात्याचे राज्यमंत्री म्हणून त्यांनी अगदी यशस्वीपणे केंद्र सरकारमध्ये काम केले. महाराष्ट्रातून डॉक्टर पंजाबराव देशमुख डॉ. अण्णासाहेब शिंदे आणि शरदराव पवार साहेब यांनी केंद्रीय कृषिमंत्री म्हणून काम करून आपल्या कर्तृत्वाचा ठसा उमटविला. भारत हा शेतीप्रधान देश असूनही अन्नधान्याच्या बाबतीत स्वयंपूर्ण नव्हता. परदेशातून विशेषतः अमेरिकेकडून अन्नधान्याची आयात दरवर्षी करावी लागे. अन्नधान्याच्या टंचाईच्या परिस्थितीत शहरांमध्ये मोर्चे निघत. त्यात १९७१-७२ ला देशांमध्ये मोठा दुष्काळ पडला. 'पीएल ४८०' कराराच्या अंतर्गत अमेरिकेकडून अन्नधान्य घ्यावे लागले. त्यावेळी अमेरिकेबरोबरचे आपले संबंध ताणले गेले होते. अमेरिकेने भारताची कोंडी करण्याचा प्रयत्न केला. नाईलाजाने ज्वारी व लाल गहू हे एक प्रकारचे निकृष्ट अन्न घ्यावे लागले. कारण देशातील लोकांना जगविण्याचा फार मोठा प्रश्न आपल्या देशापुढे होता. या परिस्थितीत देशाला अन्नधान्याच्या उत्पादनात स्वयंपूर्ण करण्याचे फार मोठे आव्हान सरकार पुढे होते. भारतीय शेतीला आधुनिक आणि स्वयंपूर्ण बनविण्याचे श्रेय निःसंशयपणे अण्णासाहेबांनाच द्यावे लागेल. शेतीच्या विकासाचा आकृतीबंध डॉ. अण्णासाहेब शिंदे यांनी निश्चित केला. कृषि प्रक्रिया उद्योग, सहकारी तत्त्वावरील साखर कारखाने, संकरित बियाणे, रासायनिक खते व सेंद्रिय खते, नवीन वाणांचा शोध, कुक्कुटपालन, मत्स्यपालन, फलोद्यान, दुग्ध व्यवसाय आदी कृषिपूरक व्यवसायांना त्यांनी चालना दिली. माझ्या दुष्काळी गावात आज कुक्कुटपालन व दुग्ध व्यवसायाने मोठी भरारी घेतली आहे. सुमारे रोज १०,००० लिटरपर्यंत दुधाचे संकलन होत आहे. या सर्व वाटचालीचे सिंहावलोकन करताना असे दिसते की या परिवर्तनामागे डॉ. अण्णासाहेब शिंदे यांची दृष्टी होती. त्यांनी जाणीवपूर्वक केलेले प्रयत्न होते. आज किती लोकांना डॉ. अण्णासाहेब शिंदे यांनी शेतीच्या क्षेत्रात केलेल्या अलौकिक कार्याची माहिती आहे? अण्णासाहेबांच्या कार्य-कर्तृत्वाला उजाळा मिळावा, या हेतूने मी इंग्रजी पुस्तकाचा अनुवाद केलेला आहे. या पुस्तकाच्या वाचनातून आपणास अण्णासाहेबांच्या शेती क्षेत्रातील उत्तुंग कार्याची प्रचिती वाचनास येऊ शकेल याचा विश्वास वाटतो.

अण्णासाहेबांनी आपले संपूर्ण लक्ष कृषिखात्याच्या कामावर केंद्रित केलेले होते. एकेकाळी अन्नधान्याचे खूप टंचाई असलेला देशाला आज अन्नधान्याच्या उत्पादनात संपूर्ण बनवले. आज अन्नधान्याची साठवणूक करायला पुरेशी गोडाऊन नाहीत. अन्नधान्याची आपण निर्यात करीत आहोत. दुधाचे उत्पन्नही प्रचंड वाढलेले आहे. ही सर्व पुण्याई निर्विवादपणे डॉ. अण्णासाहेब शिंदे यांची आहे. भारतीय शेती स्वयंपूर्ण करण्यात अनेकांचे योगदान आहे. त्यात महत्त्वाचे योगदान डॉ. अण्णासाहेबांचे आहे हे मान्य करावे लागेल.

श्री अनिल भाऊ शिंदे यांनी ही संधी मला दिली त्यांना धन्यवाद!

डॉ. अण्णासाहेब शिंदे यांचे कनिष्ठ बंधू रयत शिक्षण संस्थेचे माजी चेअरमन कै. ॲड. रावसाहेब शिंदे यांनी माझ्यावर पुत्रवत प्रेम केले. त्यांचा मला लाभलेला त्यांचा स्नेह हा माझ्या दृष्टीने अभिमानाचा विषय आहे.

माझे मामा कै. मालोजीराव मोगल हे निफाड विधानसभा मतदारसंघाचे १९८०- ९५ पर्यंत आमदार होते. यांचे सहकारी चळवळीतले योगदान फार मोठे होते. ते 'निफाड सहकारी साखर कारखान्या'चे संस्थापक संचालक होते. सहकारातला त्यांचा गाढा अभ्यास होता. 'निफाड सहकारी साखर कारखाना' आणि 'नाशिक जिल्हा सहकारी बँक' यांचे तीन वेळा अध्यक्षपदही त्यांनी भूषवले होते. 'नाशिक जिल्हा मराठा विद्या प्रसारक' या शिक्षण संस्थेचेही त्यांनी दीर्घकाळ काम केले. त्यांच्या आणि डॉ. अण्णासाहेब शिंदे यांचा घनिष्ठ संबंध होता. त्यामुळे मला स्वतःला अण्णासाहेबांच्या या क्षेत्रातील कार्याबद्दल कुतूहल होते. त्यामुळे हे काम करण्यास फार आनंद वाटला.

प्रा. डॉ. ज्योत्स्नाताई पवार, डॉ. डी. एम. पवार, मित्रवर्ग आणि अवयवदान चळवळीचे प्रणेते डॉ. भाऊसाहेब मोरे, रयत शिक्षण संस्थेचे व्हा. चेअरमन ॲड. भगीरथ शिंदे, कृषि अर्थशास्त्राचे अभ्यासक व माझे मित्र प्रा. डॉ. सतीश श्रीवास्तव यांनी सहकार्य केले. त्यांचे आभार शेवटी माझी पत्नी सौ. शोभा मुळे, अक्षय आणि अजय व सूनबाई अनुपमा यांचीही मदत झाली. मी केलेला अनुवाद वाचकांना आवडेल, अशी अपेक्षा व्यक्त करतो.

- प्रा. अशोक सोनवणे

पत्ता : ४, दीप्ती अपार्टमेंट, हनुमानवाडी, मखमलाबाद रोड, पंचवटी, नाशिक

संपर्क : ९२७०९७३०८८

अनुक्रम

सुरुवात भारताच्या कृषि-आर्थिक विकासाची । अनिल अण्णासाहेब शिंदे । २३
विकासाभिमुख राजकारण । अनिल अण्णासाहेब शिंदे । ४५
उत्कृष्ट संसदपटू । अनिल अण्णासाहेब शिंदे । ६४
हरितक्रांती । अनिल अण्णासाहेब शिंदे । ७१
भारताच्या कृषि-ओद्योगिक क्रांतीचे पाईक । डॉ. एम. एस. स्वामीनाथन । ७७
कृषि संशोधन क्षेत्रातील एक महान द्रष्टा । डॉ. ए. बी. जोशी । ८८
दूरदृष्टी असलेला कृषिमंत्री । डॉ. जे. एस. कंवर । ९२
पशुसंवर्धन क्रांती - कृषिक्षेत्रातील एक झेप । अनिल अण्णासाहेब शिंदे । १०२
पशुसंवर्धन विकास । पी. एन. भट । १०५
काही आठवणी । डी. व्ही. रांगणेकर । ११३
दुग्ध व्यवसाय विकासाचे मार्गदर्शक । डॉ. के. के. अय्या । ११९
कृषिक्षेत्रातील महान दूरदर्शी व्यक्तिमत्त्व । डॉ. आर. एम. आचार्य । १२२
भारताच्या कृषि-औद्योगिक विकासातील योगदान । डॉ. किरण सिंह । १२५
तेलबिया क्रांती, पडीक जमिनीतील शेती
आणि इतर आर्थिक समस्यांचा आढावा । अनिल अण्णासाहेब शिंदे । १२७
पडीक जमीन विकास । डॉ. एन. जी. पी. राव । १३०
सहवास : मौलिक ज्ञानपर्वणी । डॉ. एम. व्ही. राव । १३३
मृदेच्या संवर्धनातून उत्पादन वाढ । जे. एस. पी. यादव । १३७
पीक वनस्पतींचे जैविक पुनर्निर्माण । एच. के. जैन । १३९
संवाद । डॉ. के. जी. तेजवानी । १४३
मागे वळून पाहताना । अनिल अण्णासाहेब शिंदे । १५१
पुढचे पाऊल । अनिल अण्णासाहेब शिंदे । १५१
मान्यवरांच्या दृष्टीकोनातून । १६१
ऋणनिर्देश । १६३
डॉ. अण्णासाहेब शिंदे - थोडक्यात जीवनपट । १६५
छायाचित्रे । १६९

डॉ. अण्णासाहेब शिंदे

सुरुवात भारताच्या कृषि-आर्थिक विकासाची

- अनिल अण्णासाहेब शिंदे -

डॉ. अनिल अण्णासाहेब शिंदे हे उद्योजक असून तरुणाईमध्ये उद्योजकता विकास व्हावा यासाठी 'इंडस्ट्रिज असोसिएशन ऑफ यंग आंत्रेप्रेन्युअर' ही संस्था स्थापन केली आहे. 'अर्थक्रांती प्रतिष्ठान' आणि 'इन्स्टिट्यूट फॉर इंटिग्रेटेड रुरल डेव्हलपमेंट' या संस्थांचे ते विश्वस्त आहेत. तसेच 'कन्सोरिटम ऑफ इंडियन फार्मर्स असोसिएशन' या संस्थेचे सल्लागार असून 'पाणी पंचायत'च्या माध्यमातून जलचळवळीत कार्यरत आहेत.

भारतीय शेती - १९६२ पूर्व

फेब्रुवारी १९६२ ला अण्णासाहेब सर्वप्रथम संसदसदस्य म्हणून निवडले गेले आणि मे महिन्यात कृषि मंत्रालयात संसदीय सचिव म्हणून त्यांची निवड झाली, तेव्हा भारतीय शेतीक्षेत्र पूर्णतः गोंधळलेल्या परिस्थितीत होते; कृषिक्षेत्राची अक्षरशः दैन्यावस्था झालेली होती. या विषयावरचे वास्तव स्वतः पंतप्रधान पंडित जवाहरलाल नेहरूंनीच नमूद केलेले आहे. "आम्ही उत्पादकता वाढविण्याबद्दल बोलतो आहोत. हा एक वेदनादायक विचार आहे, की स्वातंत्र्यप्राप्ती नंतरच्या १५ वर्षांनंतरही आपण उत्पादकता वाढविण्यासाठी फारसे काही करू शकलेलो नाही. ही आपणासार्वांच्या दृष्टीने त्रासदायक गोष्ट आहे. आम्ही काही सिद्धांत मांडले व विकासाविषयी दृष्टीकोनही स्पष्ट केले, मात्र हे सर्व फक्त कागदावरच राहिले. प्रत्यक्षात काहीही उतरले नाही, ही वस्तुस्थिती आहे. हे विचार प्रत्यक्ष कृतीत न आल्यामुळे भारतीय शेतीक्षेत्रात फारशी प्रगती होऊ शकली नाही."

१९६० च्या पूर्वी भारतीय शेती परंपरागत पद्धतीने केली जात होती व त्यामुळे जागतिक उत्पादनाच्या तुलनेत भारतीय शेतीची उत्पादनक्षमता अतिशय कमी होती. त्या वर्षात अन्नधान्याचे उत्पादन वर्षाला ७२ दशलक्ष मेट्रिक टन एवढे झालेले होते. ग्रामीण भागातील मोठी लोकसंख्या आपल्या उपजीविकेसाठी शेतीवर अवलंबून होती. शेतीच्या अत्यंत मर्यादित उत्पादनक्षमतेमुळे भारतातील लोकांना पुरेल एवढे अन्नधान्याचे उत्पादन होत नव्हते. त्यामुळे उपासमारीचे चटके बसत असत. देशांतर्गत अन्नधान्याची गरज भागविण्यासाठी अमेरिकेकडून पीएल ४८० कार्यक्रमांतर्गत

गव्हाची आयात करावी लागली. अमेरिकेत अन्नधान्याचे उत्पादन विपुल असले, तरी अमेरिका कनवाळूपणे गरीब देशांना मोफत अन्नधान्य देत नव्हता. उलट आंतरराष्ट्रीय राजकारणात हितसंबंध जोपासण्याच्या दृष्टीकोनातून अमेरिकेने भारतासारख्या गरीब देशांना दामदुप्पट किमतीने अन्नधान्याची निर्यात केली. त्यामुळे अन्नधान्याच्या आयातीवर भारताचे बहुमोल परकीय चलन खर्च होत असे. एक कृषिप्रधान देश असूनही भारतासारख्या देशाला अन्नधान्याच्या बाबतीत परकीय देशांवर अवलंबून राहावे लागणे हे अगदीच लाजिरवाणे होते. त्याकाळात या समस्येचा शास्त्रीय पद्धतीने अभ्यास करून तोडगा काढण्यात राजकीय व प्रशासकीय यंत्रणेला अपयश आले होते. तत्कालीन प्रशासकीयव्यवस्था देशांतर्गत शेतमालाच्या किमती वाढविण्यास सातत्याने विरोध करीत होती. कारण देशात आर्थिक पेचप्रसंग निर्माण होईल अशी त्यांना भीती होती. गरिबांच्या दृष्टीने अन्नधान्य महाग होईल व गरिबांना त्याचा त्रास सहन करावा लागेल असा युक्तिवाद ते करीत असत. परंतु, शेतकऱ्याच्या कृषिमालाचे भाव वाढवून दिल्याशिवाय शेतकऱ्यांच्या हातात दोन पैसे येणार नाहीत. म्हणून शेती उत्पादनात वाढ करण्यासाठी कृषिमालाचे भाव काही प्रमाणात वाढविल्याशिवाय शेतीची प्रगती होऊ शकणार नाही, या वास्तवतेकडे त्यावेळी डोळेझाक करण्यात आली. शेतीक्षेत्रात फार अल्प प्रमाणात भांडवल गुंतवले जात होते. शेतीक्षेत्रातील भांडवली गुंतवणूक वाढविण्याची वास्तविकता लक्षात घायला हवी होती.

तत्कालीन अर्थशास्त्रज्ञ आणि नियोजनकार भारतीय शेतीत नवीन आधुनिक तंत्रज्ञान लागू करण्याच्या बाबतीत फारसे अनुकूल नव्हते. कारण भारतात बहुसंख्य लोक शेतीवर अवलंबून आहेत. नवीन तंत्रज्ञान आत्मसात केल्यामुळे कृषिक्षेत्रातील रोजगार कमी होतील व ग्रामीण बेकारी वाढेल आणि ग्रामीण भागात रोजगाराअभावी अराजकतेची परिस्थिती निर्माण होण्याची त्यांना भीती वाटत होती. तर दुसऱ्या बाजूला १९७० च्या उत्तरार्धात अन्नधान्याच्या पुरेशा उत्पादनाअभावी भारतात निराशाजनक परिस्थिती निर्माण होईल व त्यातून हे राष्ट्र नामशेष होण्याची भीती या क्षेत्रातील काही जागतिक अर्थतज्ज्ञांनी व्यक्त केली होती. ज्यांना शेतीक्षेत्रातच रोजगार मिळतो; त्यांच्यासाठी इतरत्र रोजगार उपलब्ध नव्हते.

स्वातंत्र्यप्राप्तीनंतर कृषिक्षेत्राशी डॉ. राजेंद्रप्रसाद, के. एम. मुन्शी, रफी अहमद किडवाई, अजितप्रसाद जैन आणि स. का. पाटील अशा अनेक मान्यवरांचा संबंध आला. या सर्व नेत्यांचा त्यावेळी मोठा राजकीय दबदबा होता. ते अभ्यासू नेते होते; त्यांना दूरदृष्टीही होती; ते प्रशासकीयदृष्ट्याही कार्यकुशल होते. परंतु, त्यांच्या नेतृत्वाखाली भारतीय शेतीचे आधुनिकीकरण होऊ शकले नाही व परिणामी अन्नधान्याचे उत्पादन

फार मोठ्या प्रमाणात वाढू शकले नाही. हा भारतीय शेतीचा दैवदुर्विलासच म्हणावा लागेल. कारण हे सर्व शहरी नेतृत्व होते, त्यांना काही मर्यादा होत्या. यास अपवाद फक्त डॉ. पंजाबराव देशमुखांचाच म्हणावा लागेल. १९५२ पासून दशकभर कृषि खात्याचे राज्यमंत्रिपद भूषविणाऱ्या डॉ. पंजाबराव देशमुख यांनी शेतीक्षेत्रात परिवर्तन करण्याचा प्रयत्न केला; त्यांचा शेतीक्षेत्राशी प्रत्यक्ष संबंध आलेला होता. त्यामुळे त्यांना शेतीशी निगडीत असलेल्या प्रश्नांची जाणीव होती. त्यांनी शेतकऱ्यांची राष्ट्रीय पातळीवर संघटना बांधण्याचा प्रयत्न केला. 'अखिल भारतीय कृषक समाजाची' स्थापना केली. एकतर शेतकऱ्यांमध्ये व्यापक प्रमाणावरील शिक्षणाचा अभाव, दळणवळणाची अपुरी साधने, प्रसारमाध्यमांचा अभाव अशा प्रतिकूल परिस्थितीत शेतकऱ्यांची संघटना उभी करणे हे एक दिव्यच म्हणावे लागेल. शेतकऱ्यांच्या प्रश्नांना वाचा फोडण्यासाठी व भारतीय शेतकऱ्यांपुढे शेतीचा आधुनिक दृष्टीकोन मांडण्याच्या हेतूने त्यांनी जागतिक कृषिप्रदर्शनाचे आयोजन केलेले होते. या कृषिप्रदर्शनाला अमेरिकेचे तत्कालीन अध्यक्ष सर इवाइट आयसेन हॉवर, सोव्हिएत युनियनचे पंतप्रधान कोसिजिन, तसेच ब्रिटनच्या महाराणी एलिझाबेथ द्वितीय यासारख्या नेत्यांनी भेट देऊन सक्रिय सहभाग घेतला. डॉ. पंजाबराव देशमुखांनी शेतकऱ्यांचे प्रश्न सोडविण्यासाठी अगदी प्रामाणिकपणे प्रयत्न केले. डॉ. पंजाबराव देशमुख यांच्याजवळ दूरदृष्टी होती, प्रशासकीय व संघटनात्मक कौशल्य होते. शेतकऱ्यांच्या प्रश्नांची त्यांना सखोल माहिती होती. तरीही शेतीला आधुनिक बनविण्यात त्यांचे प्रामाणिक प्रयत्नदेखील अपुरे पडले.

भारतीय शेतीचा सामाजिक, आर्थिक, तांत्रिक, राजकीय आणि व्यावसायिक दृष्टीकोनातून अभ्यास होणे आवश्यक होते; जागतिक परिस्थितीशी तुलनात्मक अभ्यास होणे आवश्यक होते; शेतीच्या प्रश्नांचे यथायोग्य विश्लेषण करून, शेती प्रश्नांवरील उपाययोजनांचा अभ्यास करून शेतीच्या विकासाचे उपाय निश्चित करायला हवे होते; त्यांचा विकास करायला हवा होता आणि ही प्रक्रिया सातत्याने पुढे चालू राहायला हवी होती. या पार्श्वभूमीवर १९६२-७७ या कार्यकाळातील डॉ. अण्णासाहेबांनी शेती व अन्नमंत्री म्हणून केलेले कार्य अगदी ठळकपणे उठून दिसते. कारण त्यांनी भारताच्या कृषिक्षेत्राच्या विकासाला निश्चितपणे आकार दिला. डॉ. अण्णासाहेबांसारखे अभ्यासू व दूरदृष्टीचे व्यक्तिमत्त्व भारताला कृषिमंत्री म्हणून लाभावे हे भारताचे विधिलिखितच म्हणावे लागेल.

राजधानीच्या वेशीवर

नवी दिल्लीमध्ये येण्याचे असे काही अण्णासाहेबांनी ठरविलेले नव्हते किंवा ते

पूर्वनियोजितही नव्हते. परंतु ते घडले. त्या प्रवासाचाही मागोवा घेणे आवश्यक आहे.

नाशिक जिल्ह्यातील सिन्नर तालुक्यातील पाडळी या लहान गावात एका सर्वसाधारण शेतकरी कुटुंबात दि. २१ जानेवारी १९२२ रोजी अण्णासाहेबांचा जन्म झाला. ते जन्मतःच खूप हुशार होते. १९४६ साली त्यांनी मुंबई विद्यापीठाची कायद्याची पदवी संपादन केली. त्यांनी वकिलीचा व्यवसाय सुरू केला; परंतु त्यांनी अगदी बालपणापासून शेतात काम केलेले असल्यामुळे त्यांचे शेतीवर सर्वाधिक प्रेम होते. १९५० साली त्यांनी अहमदनगर जिल्ह्यातील श्रीरामपूर तालुक्यातील कोल्हार येथे शेती सुरू केली. त्या शेतीला आधुनिकतेची जोड दिली. दुग्धशाळेची स्थापना केली. आदर्श शेतीचे मूर्तिमंत वास्तव तेथे साकारले गेले. १९९३ ला त्यांचे निधन होईपर्यंत, अगदी शेवटच्या श्वासापर्यंत ते आपल्या शेतीत रमले. शेती हाच त्यांचा श्वास होता. त्यांनी शेतीवर अतोनात प्रेम केले. शेवटपर्यंत ते शेतीक्षेत्रात सक्रिय राहिले.

महाविद्यालयीन शिक्षण घेत असताना महात्मा गांधीजींच्या नेतृत्वाखाली स्वातंत्र्य चळवळीने अगदी जोर धरलेला होता. अण्णासाहेबही स्वातंत्र्य चळवळीकडे ओढले गेले. त्यांनी नाशिक आणि अहमदनगर जिल्ह्यात मोठे जनआंदोलन उभे केले. १९४२ च्या स्वातंत्र्य आंदोलनात भाग घेतल्याबद्दल त्यांना दोन वर्षे तुरुंगवासाची शिक्षाही झाली. काही काळ ते भूमिगत झाले होते. तुरुंगात असताना ते कम्युनिस्ट तत्त्वज्ञानाकडे आकृष्ट झाले. कम्युनिस्ट तत्त्वज्ञानाचा त्यांनी सखोल अभ्यास केला. तुरुंगातील आपल्या सहकाऱ्यांनाही त्यांनी कम्युनिस्ट तत्त्वज्ञानाची ओळख करून दिली. लेनिनच्या चरित्राचे मराठीत भाषांतर केले. १९४४ साली त्यांची तुरुंगातून सुटका झाली. त्यानंतर त्यांनी सक्रियपणे कम्युनिस्ट चळवळीत काम केले. त्यांनी विशेषतः अहमदनगर जिल्ह्यातील चळवळीमध्ये स्वतःला झोकून दिले. परिणामी अहमदनगर जिल्हा हा डाव्या चळवळींचा बाले किल्ला बनला. कायद्याची पदवी प्राप्त केल्यानंतर काही काळ त्यांनी अहमदनगर आणि नंतर संगमनेर येथे वकिलीचा व्यवसाय केला. वकिली करीत असतानाच १९४८ मध्ये त्यांनी शेतकऱ्यांना संघटीत करून त्यांच्या मागण्यांसाठी तहसील कार्यालयावर मोर्चा काढला. त्यांना अटक झाली व दोन वर्षे तुरुंगवासाची शिक्षा ठोठावण्यात आली. तुरुंगात असतानाच त्यांनी कम्युनिस्ट नेतृत्वाला एक पत्र लिहून आपल्या मनातील चळवळीविषयीचे विचार स्पष्टपणे मांडले. 'पक्षाचा जनाधार कमी कमी होत चालल्याची खंत त्यांनी व्यक्त केली. आपण करीत असलेल्या आंदोलनातून आपल्या उद्दिष्टांची पूर्तता होताना दिसत नाही. उलट आंदोलनामुळे सार्वजनिक संपत्तीचा नाश होत आहे. भारतीय कम्युनिस्ट चळवळ ही भारताभिमुख असायला हवी; या चळवळीला पुढे चालविण्यासाठी रशियाकडून आदेश घेण्याची

काही गरज नाही; या दिशेने या चळवळीचे पुनरुज्जीवन करणे आवश्यक आहे का?' अण्णासाहेबांनी वास्तव परिस्थितीचा अभ्यास करून आपले विचार मांडले; अर्थातच ते कम्युनिस्ट नेतृत्वाला मान्य झाले नाही. त्यांनी अण्णासाहेबांना पक्षातून काढून टाकले व पक्ष कार्यकर्त्यांना त्यांच्यावर बहिष्कार घालण्याचा आदेश दिला.

१९५० साली अण्णासाहेबांची तुरुंगातून मुक्तता झाली आणि श्रीरामपूर येथे त्यांनी वकिलीच्या व्यवसायाला सुरुवात केली. अण्णासाहेबांनी कम्युनिस्ट चळवळ आणि त्या अनुषंगाने सुरू केलेले आंदोलन या संदर्भात जे विचार पक्षनेतृत्वापुढे मांडले होते, ते काळाच्या कसोटीवर अक्षरशः खरे ठरले. एकूणच कम्युनिस्ट चळवळ वास्तवापासून दूर चालली होती. पक्षाचा जनाधारही कमी होऊ लागला होता. अण्णासाहेबांनी वकिलीचा व्यवसाय सुरू केला होता, तरी त्यांना दररोज पोलिसांना कळवावे लागे. तसेच कोठेही बाहेरगावी जायचे असेल, तर पोलिसांची परवानगी घ्यावी लागे. त्यांनी राज्यसरकारच्या या निर्णयाविरोधात उच्च न्यायालयात याचिका दाखल केली व उच्च न्यायालयाने त्यांची बाजू मान्य केली. राज्याचे तत्कालीन गृहमंत्री मोरारजी देसाई यांनी उच्च न्यायालयाच्या निर्णयाला सर्वोच्च न्यायालयात आव्हान दिले. मात्र तेथेही अण्णासाहेबांच्या बाजूनेच निर्णय लागला. योगायोग कसा असतो ते बघा. १९६७ साली मोरारजी देसाई आणि अण्णासाहेब हे इंदिरा गांधी यांच्या मंत्रिमंडळात एकत्र काम करीत होते, तेव्हा एकदा अण्णासाहेबांनी त्यांना अगदी सहजपणे विचारले की, "त्यावेळी तुम्ही माझ्यावर एवढी कारवाई का केली?" तेव्हा मोरारजी म्हणाले की, "वैयक्तिक आकस म्हणून ही कारवाई केली नाही, तर सर्वच कम्युनिस्टांवर अशी कारवाई केली होती. कारण त्यावेळी सरकार कम्युनिस्टांना देशविरोधी मानत होते." परंतु नंतरच्या काळात मात्र दोघांमधील स्नेह वृद्धिंगत झाला. मोरारजी भाईंच्या मनात अण्णासाहेबांबद्दल, त्यांच्या अभ्यासूपणाबद्दल, त्यांच्या ज्ञानाबद्दल आणि त्यांच्या कार्यपद्धतीबद्दल विशेष आदरभाव निर्माण झाला.

श्रीरामपूर येथील वास्तव्यात त्यांचे त्या परिसरातील अनेक सहकारी त्यांचे मित्रच बनले. त्यात शंकरराव तथा आबासाहेब धुमाळ, चंद्रभान पाटील घोगरे, यशवंतराव टेकावडे आणि पी. बी. कडूपाटील हे प्रमुख होते. त्यांचे सहकारी विठ्ठलराव विखे पाटील आणि त्यावेळचे थोर अर्थतज्ज्ञ डॉ. धनंजयराव गाडगीळ यांच्या नेतृत्वाखाली प्रवरानगर येथे देशातील पहिला सहकारीतत्त्वावरील साखर कारखाना सुरू करण्याचे ठरले. या कारखान्याच्या उभारणीत अण्णासाहेबांचाही सक्रिय सहभाग होता. वरील सर्वांनीच अण्णासाहेबांना या सहकारी साखर कारखान्याच्या उभारणीत सहभागी होण्यासाठी प्रेरित केले. डॉ. धनंजयराव गाडगीळ हे कारखान्याचे पहिले संस्थापक अध्यक्ष होते.

गाडगीळ यांना अण्णासाहेबांमध्ये शेतकरी समाजातील असा एक माणूस सापडला, जो की बुद्धिमान होता; कार्यतत्पर होता; शेतकऱ्यांची सुखदुःखे माहीत असलेला होता; सर्वच दृष्टीने पात्र, द्रष्टा आणि दूरदृष्टीचा होता. डॉ. धनंजयराव गाडगीळ आणि अण्णासाहेब चिकित्सक वृत्तीचे होते. अभ्यासू होते. त्यामुळे दोघेही एकमेकांचे अगदी विश्वासू सहकारी बनले. या दोघाही मान्यवरांच्या अभ्यासातून शेतकऱ्यांचा फायदा झाला; कारण दोघेही शेतकऱ्यांची आर्थिक परिस्थिती कशी सुधारेल व शेतकऱ्यांचा कशाप्रकारे विकास होईल याचेच चिंतन-मनन करीत होते.

याच काळात अण्णासाहेबांनी प्रसारमाध्यमातही प्रवेश केला. त्यांनी 'जनसत्ता' नावाचे साप्ताहिक सुरू केले. त्याचे मुद्रक, प्रकाशक, संपादक ते स्वतःच होते. त्यांचे साप्ताहिक दूरपर्यंत पोहोचले. त्याचा वाचकवर्ग वाढत होता. १९४९ साली त्यांना कम्युनिस्ट पक्षातून हद्दपार केल्यानंतर १९६१ पर्यंत ते कोणत्याही राजकीय पक्षात सामील झाले नाहीत. १९६१ साली त्यांनी काँग्रेस पक्षात प्रवेश केला. १९४९ ते ६१ पर्यंत अनेक क्षेत्रांत ते काम करीत राहिले. त्या दरम्यान त्यांची 'एकला चलो रे' याप्रमाणे वाटचाल सुरू होती. त्याकाळातही त्यांनी अत्यंत प्रभावी असे काम करून आपल्या कार्याचा प्रभाव निर्माण केला होता. 'वन मॅन आर्मी' या प्रकारचे ते काम करीत होते.

अण्णासाहेबांचे कार्य चौफेर वाढत चालले होते. 'जनासत्ता'च्या प्रकाशनाचाही व्याप ते सांभाळत होते. सहकारी साखर कारखान्याच्या उभारणीतही सक्रिय योगदान देत होते व वकिलीचा व्यवसायही सांभाळत होते. विश्वासाने लोक आपल्या अडचणी घेऊन अण्णासाहेबांकडे येत होते. त्यावेळी महाराष्ट्र सरकारने महाराष्ट्रातील सिंचनाचा आढावा घेण्यासाठी व राज्यातील सिंचन क्षेत्र वाढविण्याच्या दृष्टीने शिफारशी करण्यासाठी राज्याचे तत्कालीन मुख्य सचिव स. गो. बर्वे यांच्या अध्यक्षतेखाली पहिला सिंचन आयोग स्थापन केला. या आयोगाचे सदस्य म्हणून राज्य सरकारने अण्णासाहेबांची नियुक्ती केली होती. या आयोगाने केलेल्या कामात अण्णासाहेबांनी अभ्यासपूर्ण आपली भूमिका मांडलेली आहे. यावरून त्याकाळातील अण्णासाहेबांच्या कामाचा व्याप लक्षात येऊ शकतो. त्याकाळात एक प्रतिष्ठित व्यक्ती म्हणून त्यांचा लौकिक प्रस्थापित झाला होता.

१९६० साली महाराष्ट्र राज्याची स्थापना झाली. यशवंतराव चव्हाणसाहेब हे राज्याचे मुख्यमंत्री झाले. चव्हाणसाहेब सातारा जिल्ह्याच्या ग्रामीण भागातील सर्वसाधारण कुटुंबातून आले होते. चव्हाणसाहेबांनी राज्याच्या विकासाला दिशा दिली. ते राज्यातील सर्वश्रेष्ठ नेते होते. देशपातळीवर त्यांच्या कार्याचा प्रभाव पडला होता. राज्यातील ते सर्वात लोकप्रिय नेते होते. काँग्रेस पक्षातही एक शक्तिशाली

नेते म्हणून त्यांच्याकडे पाहिले जात होते. चव्हाणसाहेबांची नेतृत्वशैली अद्वितीय होती. महाराष्ट्राच्या सर्वांगीण विकासाला त्यांनी निश्चित स्वरूपाची दिशा दिली. राज्याच्या कृषि-औद्योगिक विकासाचा पाया त्यांनी घातला व विकासाची दिशा निश्चित केली. त्याचाच एक भाग म्हणून राज्यात सहकारी चळवळीला व त्यातून उभ्या राहणाऱ्या प्रकल्पांना त्यांनी चालना दिली. सहकार क्षेत्र मजबूत करण्याचे धोरण त्यांनी ठरविले. सत्तेच्या विकेंद्रीकरणासाठी 'पंचायत राज'चा प्रयोग त्यांनीच सुरू केला, सिंचनाच्या प्रकल्पांना त्यांनी गती दिली. शिक्षणाच्या सुविधा सामान्यांच्या दारापर्यंत पोहोचविण्यास त्यांनी प्राधान्य दिले. त्यांनी नवबौद्धांना आरक्षणाची सुविधा उपलब्ध करून दिली. सर्व जातीधर्माच्या आर्थिकदृष्ट्या मागासलेल्या विद्यार्थ्यांना शिक्षणासाठी फी सवलत देण्याचा क्रांतिकारक निर्णय चव्हाणसाहेबांनी घेतला. त्यावेळी महाराष्ट्राच्या राजकारणात विरोधी पक्षामध्ये अनेक मान्यवर असे अभ्यासू नेते होते. चव्हाणसाहेबांनी सर्वांचाच आदर केला. वेळप्रसंगी राजकारण विरहित दृष्टीकोनातून त्यांनाही मदत केली. त्यांनी राज्याच्या प्रश्नासंदर्भात आणि विकासाच्या संदर्भात केलेल्या सूचनांचा चव्हाणसाहेबांनी आदरच केला. बॅ. नाथ पै हे त्यावेळचे विरोधी पक्षातील एक आदरणीय नाव. त्यांनाही मदत केली. चव्हाणसाहेबांच्या मते लोकशाही शासनसंस्थेत अभ्यासू, जाणकार आणि समंजसपणे विरोध करणारे विरोधक हे लोकशाहीला अधिक वृद्धिंगत करण्यासाठी आवश्यक असतात. चव्हाणसाहेबांचा संसदीय लोकशाही परंपरांवर विश्वास होता. या परंपरा त्यांनी प्राणपणाने जोपासल्या व वृद्धिंगत केल्या.

याच काळात अण्णासाहेब वेगवेगळ्या क्षेत्रात काम करीत होते. वकिली व्यवसायातही त्यांचा चांगलाच जम बसला होता. सहकारी चळवळीतील एक मान्यवर नेते म्हणून त्यांना ओळखले जात असे. महाराष्ट्र राज्य सहकारी साखर कारखाना महासंघाचे अध्यक्षपदही डॉ. धनंजय गाडगीळ यांच्यानंतर अण्णासाहेबांनी भूषविले होते. चव्हाणसाहेबांच्या एकंदरीत कार्यशैलीकडे ते आकृष्ट झाले. चव्हाणसाहेब आयुष्यभर आपल्या ध्येय आणि तत्त्वांशी एकनिष्ठ राहिले. चव्हाणसाहेबांमुळेच पंचायत राज व सहकारी संस्थांच्या माध्यमातून ग्रामीण नेतृत्वाला उत्तेजन मिळाले. त्यांच्या नेतृत्वामुळे काँग्रेसच्या चळवळीला मोठा जनाधार प्राप्त झाला, काँग्रेस पक्ष अगदी खेड्या-पाड्यापर्यंत पोहोचला.

चव्हाणसाहेबांशी वैचारिक जवळीक निर्माण झाल्यामुळे व चव्हाणसाहेबांची ग्रामीण भागाच्या सर्वांगीण विकासाला महत्त्व देण्याची भूमिका पटल्यामुळे अण्णासाहेबांनी चव्हाणसाहेबांच्या विचारांना प्रतिसाद देण्याच्या हेतूने १९६१ साली

कॉंग्रेस पक्षात प्रवेश केला. अण्णासाहेबांच्या कॉंग्रेस प्रवेशामुळे राजकीय क्षेत्रात गदारोळ उठला. कम्युनिस्ट चळवळीत तयार झालेल्या अण्णासाहेबांनी तुरुंगातील आपल्या सहकाऱ्यांना कम्युनिझमची ओळख करून दिली. आपल्या एका सहकाऱ्याने आपल्या विचारांना सोडून कॉंग्रेसमध्ये प्रवेश केल्याबद्दल त्यांच्या जुन्या कम्युनिस्ट विचारांच्या व समाजवादी विचारांच्या सहकाऱ्यांना प्रचंड धक्का बसला. परंतु, त्या काळात डाव्या चळवळीतील अनेक मान्यवरांनी कॉंग्रेस पक्षात प्रवेश केला होता. अण्णासाहेबांचे कॉंग्रेस पक्षात प्रवेश करणे हे तत्कालीन काही कॉंग्रेस नेत्यांना रुचले नव्हते. अण्णासाहेब आपल्याला प्रतिस्पर्धी होतील व आपल्या राजकीय स्थानाला धोका निर्माण होईल अशी त्यांना भीती वाटत होती. त्यामुळे अण्णासाहेबांच्या राजकीय मार्गात अडथळे आणण्याचा त्यांनी बराच प्रयत्न केला. अण्णासाहेबांना राज्याच्या विधानसभेत या लोकांनी जाऊ दिले नाही. अण्णासाहेबांना संसदेत पाठविण्यात आले.

१९६२ च्या लोकसभेच्या सार्वत्रिक निवडणुकीत अण्णासाहेबांना कॉंग्रेस पक्षाच्या वतीने उमेदवारी देण्यात आली. अण्णासाहेब लोकसभेवर निवडून येताच, तत्कालीन कृषिमंत्री स. का. पाटील यांनी अण्णासाहेबांनी कृषि खात्याचे उपमंत्रिपद स्वीकारावे अशी सूचना केली. साहजिकच अण्णासाहेबांविरोधी लोकांनी एकच राजकीय गदारोळ उडविला. त्यांचा अण्णासाहेबांचा केंद्रीय मंत्रिमंडळात समावेश होण्यास विरोध होता. अण्णासाहेब कम्युनिस्ट पक्षात होते, भूतपूर्व कम्युनिस्ट असण्याचा मुद्दा त्यांनी जोरात मांडण्याचा प्रयत्न केला. तशा आशयाच्या शेकडो तारा व पत्रे पंतप्रधान पंडित जवाहरलाल नेहरू व गृहमंत्री लालबहादूर शास्त्री यांना पाठविण्यात आल्या. अण्णासाहेब कम्युनिस्ट चळवळीत काम करत असतानाची वृत्तपत्रातील कात्रणे दिल्लीला पाठविण्यात आली. विरोधकांनी अण्णासाहेबांचा मंत्रिमंडळात समावेश होण्याविरोधात जे काहूर उठविले, त्याचे पडसाद दिल्लीतही उमटले. अण्णासाहेबांच्या मंत्रिमंडळातील समावेशावरून राजकीय हवा अजून तापविली जाऊ नये असे लालबहादूर शास्त्रींचे मत पडले. पंडित जवाहरलाल नेहरूंची कोंडी झाली. इकडे यशवंतराव चव्हाणसाहेब आणि स. का. पाटील हे अण्णासाहेबांच्या मंत्रिमंडळातील सहभागाविषयी आग्रही होते. पंडित नेहरूंनी प्रवरानगर येथील देशातील पहिल्या सहकारी साखर कारखान्याला भेट दिली होती. सहकार क्षेत्रातील हा ग्रामीण भागात उभा राहिलेला प्रयोग पाहून स्वतः नेहरू अतिशय प्रभावित झाले होते. देशातील सहकारीतत्त्वावरील तो पहिलाच सहकारी साखर कारखाना होता. या कारखान्याच्या उभारणीत अण्णासाहेबांचा महत्त्वपूर्ण सहभाग होता. उत्तरप्रदेशातील 'फुलपूर' या त्यांच्या मतदारसंघात सहकारी साखर कारखाना सुरू करण्याच्या दृष्टीने तेथे अभ्यास करण्यासाठी व कारखाना सुरू करण्याच्या शक्यतेचे

मूल्यांकन करण्यासाठी नेहरूंनी अण्णासाहेबांची मदत घेतली होती. उमाशंकर दीक्षित, यशपाल कपूर, इंदिरा गांधी हे नेहरूंचे अगदी जवळचे सहकारी अण्णासाहेबांच्या कृषिक्षेत्रातील ज्ञानामुळे आणि त्यांच्यातील क्षमता पाहून खूपच प्रभावित झाले होते. लालबहादूर शास्त्रींच्या सल्ल्याने अण्णासाहेबांच्या मंत्रिमंडळातील समावेशाला एक वेगळाच राजकीय अर्थ प्राप्त झाला होता. त्यामुळे पंडित नेहरूंनी हा निर्णय लांबणीवर टाकून अण्णासाहेबांना अन्न व कृषि मंत्रालयात संसदीय सचिव म्हणून नियुक्त केले.

अण्णासाहेबांना सुरुवातीला अन्न व कृषि मंत्रालयाचे उपमंत्री म्हणून प्रस्तावित केले होते; परंतु प्रत्यक्षात त्यांना या खात्याचे संसदीय सचिव करण्यात आले. या निर्णयाने अण्णासाहेब दुखावले गेले. त्यांना एकप्रकारे अपमानीत करण्यात आले. त्यामुळे त्यांनी हे पद नाकारण्याचे ठरविले. दिल्लीला जाण्यापूर्वी चव्हाणसाहेबांनी त्यांना मुंबईला भेटीसाठी बोलावले. चव्हाणसाहेबांनी त्यांची समजूत काढली. "मी स्वतः माझ्या राजकीय कारकिर्दीची सुरुवात संसदीय सचिव म्हणूनच केली होती; मी आज राज्याचा मुखमंत्री आहे." चव्हाणसाहेबांनी जाहीर केले, की अण्णासाहेबांना मंत्रिपद मिळू नये म्हणून बरेच राजकारण झाले, तरी ते संसदीय सचिव पदाची जबाबदारी स्वीकारतील.

तत्कालीन कृषि व अन्न खात्याचे मंत्री स. का. पाटील हे मुंबईतील एक सामर्थ्यवान राजकीय नेते होते. त्यांची राजकीय महत्त्वाकांक्षा फार मोठी होती. त्यांना मुंबईतील व्यावसायिक आणि औद्योगिक लॉबीचे मोठे पाठबळ होते. काँग्रेस पक्षात त्यांचा मोठा दबदबा होता. १९६२ साली अमेरिकन लेखक वेल्स हँगेन यांनी लिहिलेल्या 'आफ्टर नेहरू, हू?' या अतिशय गाजलेल्या पुस्तकात, नेहरू यांच्यानंतर भारताच्या पंतप्रधानपदी विराजमान होऊ शकणाऱ्या पहिल्या आठ जणांमध्ये स. का. पाटील यांच्या नावाचा उल्लेख केला होता. आपल्याला पंतप्रधानपद मिळवायचे असेल, तर आपणांस महाराष्ट्रातील राजकीय पाया अतिशय बळकट करावा लागेल, याची स. का. पाटलांना पूर्ण जाणीव होती. आपली राजकीय महत्त्वाकांक्षा जोपासण्याच्या हेतूने त्यांना लोक संघटन मजबूत करण्याची आवश्यकता पटली होती; शिवाय आपल्याबरोबर विविध क्षेत्रातील तज्ज्ञ आणि अभ्यासू लोक असलेच पाहिजे यादृष्टीने ते विचार करीत होते. सहकार क्षेत्राचे अभ्यासक व शेती-ग्रामीण विकासाची अतिशय सूक्ष्म जाणीव असलेले एक अभ्यासू नेते म्हणून अण्णासाहेबांविषयी त्यांना मोठा आदर होता. अण्णासाहेब हे स. का. पाटील यांचे उत्तम मित्र होते. अण्णासाहेबांच्या विचारांबद्दल व कार्याबद्दल स. का. पाटील यांना विशेष ममत्व होते. शेवटी अण्णासाहेब हे अन्न व कृषि मंत्रालयात संसदीय सचिव म्हणून रुजू झाले. स. का. पाटील यांनी अण्णासाहेबांना स्वतःची कार्यपद्धती अवलंब करण्याची पूर्ण मुभा दिली. अण्णासाहेब अतिशय

अभ्यासूपणे व प्रचंड कार्यक्षमतेने कृषि मंत्रालयात काम करू लागले. आपल्या अजोड कामामुळे त्यांनी नेहरूंचे लक्ष वेधून घेतले होते. खरे म्हणजे कृषि मंत्रालयातील काम हे अण्णासाहेबांच्या अतिशय जिव्हाळ्याचे काम होते. सुरुवातीच्या नाराजीचे रूपांतर प्रचंड कार्यक्षमतेत झाले. प्रत्येक विषयाचा सखोल अभ्यास करण्याची उपजत प्रवृत्ती, प्रशासकीय कार्यकुशलता व सर्वांशी प्रेमाने आणि विश्वासाने वागणे या स्वभाव वैशिष्ट्यांमुळे कृषि मंत्रालयातील अधिकाऱ्यांशी त्यांचे स्नेहसंबंध जुळले. त्यांच्या पाठिंब्यामुळे अण्णासाहेबांच्या कार्याच्या कक्षा खूपच रुंदावल्या.

अण्णासाहेब संसदीय सचिव म्हणून रुजू झाल्यानंतर त्यांनी आपले कुटुंब श्रीरामपूरहून नवी दिल्लीत हलविले. सुरुवातीला दिल्लीतील वातावरणाशी जुळवून घेणे थोडेसे अवघड गेले. अण्णासाहेबांनी स्वतंत्र बंगला नाकारला व मौलाना आझाद रोडवरील मीना बाग कॉलनीमध्ये एका फ्लॅटची निवड केली. ही वसाहत विज्ञान भवनासमोर व उपराष्ट्रपतींच्या बंगल्याच्या शेजारी होती. या परिसरात सरकारी अधिकाऱ्यांचे वास्तव्य होते. त्यामुळे कौटुंबिक जिव्हाळा वाढीस लागण्याच्या हेतूने अण्णासाहेबांनी या जागेची निवड केली होती. तेथील वातारण फारच चांगले होते.

अण्णासाहेबांचे नवीन घर आर्मी मेसपासून पाच मिनिटांच्या अंतरावर होते. तेथे एक शॉपिंग सेंटर आणि सार्वजनिक शाळा होती. लष्करातील अधिकाऱ्यांच्या पत्नींनी ही शाळा चालविली होती. तेथील वातावरण ग्रामीण मुलांच्या दृष्टीने अतिशय चांगले होते. अण्णासाहेबांनी त्यांची मुले अनिल आणि दिलीप व मुलगी विजया यांना त्यांच्या पूर्वीच्या शाळेतील वर्गापिक्षा खालच्या वर्गात शिकविले. इंग्रजी माध्यमाच्या शिक्षणाशी जुळवून घेण्यासाठी त्यांना मुद्दामच खालच्या वर्गात टाकण्यात आले. मोठा मुलगा अशोक नाराज होईल असे वाटल्यामुळे त्यास त्यांनी 'नूतन मराठी शाळेत' दाखल केले. मेस आणि शॉपिंग सेंटर जवळच असल्यामुळे कुटुंबाच्या गरजांची सहज पूर्तता होत असे. अशाप्रकारे अण्णासाहेबांनी आपले कुटुंब दिल्लीत स्थायिक केले.

अण्णासाहेबांनी आपले सर्व लक्ष आता मंत्रालयातील कामावर केंद्रित केले. विधिमंडळाच्या कामकाजाचा त्यांना अनुभव नसतानाही त्यांनी आपल्या पहिल्याच संसदीय भाषणाच्या माध्यमातून चांगलाच ठसा उमटविला. त्यांची इंग्रजी भाषेवरील पकड, कठोर परिश्रम घेण्याची तयारी, प्रामाणिकपणा आणि शेतीबद्दलचे विपुल आणि सखोल ज्ञान यामुळेच ते प्रभावीपणे मांडणी करू शकले. संसदेतील बहुतेक सदस्य हे राजकारणी आणि व्यावसायिक असल्याचे त्यांच्या एव्हाना लक्षात आले होते. अण्णासाहेबांना कायद्याचे उत्तम ज्ञान होते. त्यांनी संपादक म्हणून माध्यम क्षेत्रातही काम केले होते. सहकाराचाही त्यांचा अत्यंत दांडगा अभ्यास होता. त्यामुळे त्यांना

निश्चित स्वरूपाची वैचारिक बैठक प्राप्त झाली होती. त्यावेळी संसदेत असलेले कम्युनिस्ट पक्षाचे अतिशय अभ्यासू व जागृत खासदार प्रा. हिरेन मुखर्जी यांनी लिहिले आहे की, "ट्रेझरी बेंचमध्ये दोनच नवीन उल्लेखनीय चेहरे होते. एक म्हणजे डॉ. अण्णासाहेब शिंदे व दुसरे म्हणजे के. सी. पंत होय." त्यावेळी १२ नवीन चेहरे मंत्रिमंडळात सामील झाले होते. कोणत्याही वादविवादात न पडता अण्णासाहेबांनी आपले सर्व लक्ष कृषि मंत्रालयाच्या कामकाजावर पूर्णपणे केंद्रित केले होते. सुरुवातीच्या सहा महिन्यांतच त्यांनी भारतीय शेतीसमोरील समस्या राष्ट्रीय दृष्टीकोनातून समजावून घेतल्या. शेतीसंबंधीच्या धोरणांवर सरकार, नोकरशाही, संसद, आर्थिक सल्लागार व नियोजनकार आणि प्रसारमाध्यमे यांचे अधिक बारीक लक्ष होते. देशात अनेक कृषि व वैज्ञानिक संस्था अस्तित्वात असल्या, तरी या संस्थांमधील वैज्ञानिक आणि नोकरशहा यांच्यात सुसंवाद नव्हता. वैज्ञानिकांनी केलेल्या कृषिच्या संदर्भातील सूचनांना नोकरशहा फारसे गांभीर्याने घेत नसत. अण्णासाहेबांनी स्वतः अनेक कृषि विज्ञान केंद्रांना भेटी दिल्या. त्यांचे कार्य, उपलब्ध असलेल्या पायाभूत सुविधा तसेच वैज्ञानिक मनुष्यबळ यांचा त्यांनी अभ्यास केला. त्यांनी शास्त्रज्ञांशी संवाद साधला. त्यांचे कार्य समजावून घेतले. त्यांच्या अडचणीही जाणून घेतल्या. त्यांना पूर्णपणे सहकार्य करण्याची भूमिका घेतली. अण्णासाहेबांनी वैद्यानिकांच्या कार्याला संपूर्ण पाठबळ दिले.

संसदीय चर्चेत सहभागी होताना अण्णासाहेबांनी कृषिसंबंधी देशभरात चाललेल्या संशोधनाविषयी संसदेला माहिती दिली. जेथे नवीन तंत्रज्ञानाचा अवलंब केला गेला, नवीन बियाणांचा अवलंब केला गेला, तेथील वाढलेल्या उत्पादनाविषयी सभागृहाला माहिती दिली. नवीन तंत्रज्ञानाच्या वापरामुळे शेती उत्पादन वाढू शकते, हे त्यांनी राष्ट्रीय व आंतराष्ट्रीय उदाहरणांच्या साहाय्याने आकडेवारीसह तांत्रिकदृष्ट्या पटवून देऊन संसदेतही शेतीविकासाच्या दृष्टीने नवीन काही गोष्टी स्वीकारण्यासंबंधी आपली भूमिका मांडली.

जागतिक पातळीवरील मान्यवर कृषि अर्थशास्त्रज्ञ डॉ. एम. एस. स्वामीनाथन यांनी म्हटले आहे की, "प्रयोग समजून घेण्यासाठी व त्यातील प्रगती लक्षात घेण्यासाठी अण्णासाहेब आठवड्यातून कितीतरी वेळा 'पुसा' येथील संशोधन केंद्राच्या प्रयोगशाळांना भेटी देत असत. कृषि विज्ञान केंद्रांतील होणारे प्रयोग व प्रत्यक्ष शेती या दोन्हींमध्ये अण्णासाहेबांनी आपला बहुमूल्य वेळ खर्च केला." १९६२ ला भारत-चीन युद्ध झाले. भारतावर तो मोठा आघात होता. भारताचा मोठा भूभाग चीनने बळकावला. हा राष्ट्राला मोठा धक्का होता. राष्ट्रपती डॉ. राधाकृष्णन यांनी त्यासंदर्भात टिपणणी केली. काँग्रेस पक्षातही खूपच चर्चा झाली. शेवटी संरक्षणमंत्री कृष्ण मेनन

यांना आपल्या पदाचा राजीनामा द्यावा लागला. त्यांच्याजागी यशवंतराव चव्हाण यांची संरक्षणमंत्रिपदी नियुक्ती झाली. यशवंतरावांचा दिल्लीच्या राजकारणातील प्रवेश हा अण्णासाहेबांच्या दृष्टीने अतिशय महत्त्वाचा ठरला.

त्याच दरम्यान अण्णासाहेबांनी १९६३ ला 'भारतीय कृषि संशोधन परिषदे'च्या पुनर्रचनेबद्दल अतिशय सखोल अभ्यास करण्यासाठी पार्कर समितीची स्थापना केली. १९६४ मध्ये समितीने आपला अहवाल सादर केला. मात्र हा अहवाल १६६६ मध्ये संसदेने संमत केला. या समितीने केलेल्या शिफारशींची अंमलबजावणी म्हणजेच हरितक्रांतीची सुरुवात म्हणावी लागेल. हरितक्रांतीच्या वाटचालीत ह्या अहवालाला अतिशय महत्त्वाचे स्थान आहे. १९६२ ते ६७ या काळात शेतीविकासाच्या दृष्टीने काही महत्त्वाचे निर्णय घेण्यात आले. या काळात कृषि खात्याचे कॅबिनेट मंत्रिपद वेगवेगळ्या तीन मंत्र्यांनी भूषविले.

सुरुवातीच्या काळात स. का. पाटील हे कृषिमंत्री होते. १९६३-६४ या काळात सरदार स्वर्णसिंग हे कृषिमंत्री होते, १९६४-६७ या काळात सी. सुब्रमण्यम हे कृषि खात्याचे कॅबिनेट मंत्री होते. पाटील यांच्या कार्यकाळातच अण्णासाहेबांनी कृषि मंत्रालयाचा अतिशय सखोल अभ्यास केला. त्यामुळे कृषि मंत्रालयाच्या कारभारावर त्यांनी आपली मजबूत पकड प्रस्थापित केली. आयुष्यात प्रथमच स. का. पाटील हे अण्णासाहेबांबरोबर ग्रामीण भागात गेले. अण्णासाहेबांना राष्ट्रीय राजकारणात आणण्यासाठी त्यांनी आग्रह धरला होता. अण्णासाहेबांबद्दल त्यांना विश्वास होता. त्यांनी अण्णासाहेबांविषयी एक उमेद बाळगली होती, कारण अण्णासाहेबांनी त्यांना ग्रामीण भारताबद्दलचे विशेषतः शेतीक्षेत्रासंबंधी वास्तविक व प्रत्यक्षदर्शी धडे दिले होते. त्यासंबंधी त्यांनी अगदी प्रांजळपणे कबुली दिली होती.

काळ मोठी परीक्षा पाहतो. काँग्रेसच्या भुवनेश्वर येथील अधिवेशनात नेहरूंना हृदय विकाराचा झटका आला. त्यानंतर 'कामराज योजना' आखण्यात आली. त्यानंतर झालेल्या राजकीय फेरबदलांमुळे सरदार स्वर्णसिंग हे देशाचे कृषिमंत्री झाले. ते एक अनुभवी राजकारणी होते. त्यांना कृषि मंत्रालयात फारसा रस नव्हता. त्यामुळे कृषि मंत्रालयाच्या कारभारावर खऱ्या अर्थाने अण्णासाहेबांचाच अधिक प्रभाव होता.

अण्णासाहेबांनी आत्तापर्यंत कृषिक्षेत्राचा अतिशय बारकाईने अभ्यास केला. त्यावर आधारित त्यांनी 'भारताची कृषि समस्या-अन्न समस्या' हे पुस्तक लिहिले. भारताच्या अन्न प्रश्नावर त्यांनी अतिशय स्पष्टपणे आणि पारदर्शकपणे आपले विचार मांडले. या पुस्तकाची तत्कालीन पोलाद आणि खाणमंत्री प्रकाशचंद्र सेठी यांनी अगदी मनमोकळेपणे प्रशंसा केली. हे पुस्तक देशाच्या कृषि-औद्योगिक विकासासाठी

ललामभूत ठरले. १९६५ ला महाराष्ट्र प्रदेश काँग्रेसने या पुस्तकाचे प्रकाशन केले. मा. शरदराव पवारसाहेब हे त्यावेळी महाराष्ट्र प्रदेश काँग्रेसचे सरचिटणीस होते. भारताच्या कृषि विकासाची ब्लू प्रिंट म्हणूनच या पुस्तकाकडे पाहिले जाते.

अण्णासाहेबांनी या पुस्तकात उपस्थित केलेले ठळक मुद्दे –

■ किंमत धोरण :

पारतंत्र्याच्या काळात अगदी स्वस्तात शेतीमालाची कच्च्या मालाच्या स्वरूपात उपलब्धता व्हावी, या उद्देशाने ब्रिटिश सरकारने शेतीमालाचे दर मुद्दामहून कमी ठेवले होते. स्वातंत्र्यानंतरही १९६४ पर्यंत हेच धोरण कायम राहिल्याचे दिसते. कृषि उत्पादनांचे बाजारभाव ठरविण्याची पद्धतही अगदी सदोष स्वरूपाची होती. कारण धोरणकर्त्यांना कृषिमालाला जास्त किंमत दिल्यामुळे अर्थव्यवस्था उद्ध्वस्त होण्याची भीती वाटत होती. परंतु, या किंमत धोरणामुळे भारतीय शेती व्यवहार्य होऊ शकली नाही.

■ तंत्रज्ञान :

कृषिक्षेत्रात जर आधुनिक तंत्रज्ञानाचा वापर केला, तर शेतीक्षेत्रात मोठ्या प्रमाणात बेरोजगारीची परिस्थिती निर्माण होईल. ज्यामुळे गृहयुद्ध वाढण्याची व परिणामी अराजकतेची परिस्थिती निर्माण होईल, अशी अर्थतज्ज्ञांना व नोकरशहांना भीती वाटत होती. शेती पिकांचे नवीन वाण विकसित करण्यासाठी व त्याचे परिणाम अजमावण्याच्या दृष्टीने पुरेशी संशोधन केंद्रे आणि तांत्रिक कर्मचारी उपलब्ध नव्हते. वैज्ञानिक शास्त्रज्ञ हे नोकरशहांच्या नियंत्रणाखाली होते. त्यांच्यात सुसंवाद नव्हता. कर्मचाऱ्यांना व संशोधकांना प्रशिक्षण देण्यासाठी पुरेशी तांत्रिक यंत्रणा उपलब्ध नव्हती; कृषि उपकरणांच्या हाताळणीचे तांत्रिक ज्ञान उपलब्ध नव्हते; शिवाय मोठ्या प्रमाणात व योग्यप्रकारे तांत्रिक ज्ञानाचा वापर करण्याच्या दृष्टीने योग्यप्रकारचे पाठबळही उपलब्ध नव्हते.

■ कृषिपूरक उपक्रम :

पारंपरिक शेतीला अधिक उत्पादनाची जोड देण्याच्या दृष्टीने शेतीपूरक व्यवसाय सुरू करणे आवश्यक आहे. दुध व्यवसाय, शेळी-मेंढी पालन, मत्स्य-उत्पादन, फलोत्पादन तसेच कृषिप्रक्रिया उद्योग आदी शेतीपूरक उपक्रम अस्तित्वात नव्हते. शेतीपूरक उद्योग अधिक प्रमाणात सुरू करण्यावर अण्णासाहेबांनी भर दिला.

■ कृषि-पायाभूत सुविधा :

शेतीची उत्पादने व उपकरणे तसेच खते व कीटकनाशके यांची खरेदी, साठवणूक,

वितरण आणि त्यांच्या बाजारपेठेच्या विकासासाठी कोणत्याही प्रकारची पायाभूत सुविधा उपलब्ध नव्हती.

- **वित्त :**
भारतीय शेतीला पुरेसे अर्थसाहाय्य उपलब्ध नव्हते. शेती उत्पादन वाढविण्यासाठी शेतीक्षेत्रात अधिक गुंतवणूक होणे आवश्यक असल्याचे त्यांनी प्रतिपादन केले.

- **केंद्रीय वितरण प्रणाली :**
देशभरात अन्नधान्याचे प्रभावीपणे वितरण करण्यासाठी कोणतीही वितरणव्यवस्था उपलब्ध नव्हती. गरीब लोक अन्नधान्यासाठी व्यापाऱ्यांच्या केवळ दयेवर अवलंबून होते. सार्वजनिक वितरणव्यवस्था बळकट करण्यावर त्यांनी भर दिला.

- **राष्ट्रीय नियोजन :**
कृषि विकासविषयक मूलभूत बाबी, नियोजन आयोगाने समजून घेतल्या नाहीत. नियोजन आयोगाने शेतीसंबंधीची धोरणे ठरविताना मूलभूत बाबी समजून घेतल्या नाहीत व त्यामुळे त्यांची चुकीच्या पद्धतीने अंमलबजावणी झाली. शेतीक्षेत्राच्या सर्वांगीण विकासासाठी फार व्यापक धोरण ठरविणे आवश्यक आहे.

- **शेतमजूर :**
शेतमजूर आणि अल्पभूधारक शेतकऱ्यांची आर्थिक परिस्थिती अतिशय हलाखीची होती. एका अनिश्चित परिस्थितीत ते वावरत होते. शेतीक्षेत्रातील गुंतवणूक वाढविली, तर शेतीक्षेत्रात मोठ्या प्रमाणात रोजगार उपलब्ध होईल.

डॉ. अण्णासाहेब शिंदे यांनी मांडलेले द्रष्टे विचार -

- औद्योगिकदृष्ट्या सर्वच प्रगत राष्ट्रांनी सर्वप्रथम शेतीच्या विकासाला प्राधान्य दिले, शेतीला आर्थिकदृष्ट्या स्थैर्य दिले, म्हणूनच ते औद्योगिक प्रगती करू शकले.

- शेतीक्षेत्रात नवीन तंत्रज्ञानाचा अवलंब केल्यानंतर तेथे बेरोजगारीची समस्या निर्माण होणार नाही. उलट शेती उत्पादनात वाढ होईल व त्यामुळे शेतकऱ्यांना त्यांच्या शेतमालाला रास्त भाव मिळेल, ग्राहकालाही वाजवी किमतीत जीवनावश्यक वस्तू मिळू शकतील.

- संशोधनासंबंधीच्या धोरणात सुधारणा करावी लागेल; त्याबरोबरच कृषि वैज्ञानिकांचे सबलीकरण करावे लागेल. जमीन, माती, पाणी आणि शेती उत्पादन वाढीसाठी अद्ययावत तंत्रज्ञान यांचे आदर्श व्यवस्थापन करणारी अनेक केंद्रे स्थापन करावी लागतील.

- कृषि उत्पादन वाढविण्यासाठी कृषिक्षेत्रात अनेक संशोधन केंद्रे स्थापन करावी

लागतील. तंत्रज्ञानाशी जुळवून घेण्यासाठी आणि विस्तारीकरण करण्यासाठी कर्मचाऱ्यांना शिक्षण आणि प्रशिक्षण देण्यासाठी संस्था स्थापन करणे आवश्यक आहे.

■ ट्रॅक्टर, खते, कीटकनाशके, बी-बियाणे आणि जैवशास्त्र उत्पादनांसाठी आणि विस्तारीकरणासाठी उद्योग व सेवा केंद्रे स्थापन करावी लागतील.

■ शेतीची उत्पादनक्षमता वाढविण्यासाठी शेतमालाला व्यवहार्य दर देणे आवश्यक आहे. त्यात ग्राहकांनाही वाजवी दराने अन्नधान्य खरेदी करता यावे, अशा पद्धतीने शेतमालाच्या दरांचे निर्धारण करावे लागेल.

■ दुग्ध व्यवसाय, कुक्कुटपालन, पशुसंवर्धन आणि मत्स्यपालन यांसारखे शेतीशी संबंधित असलेल्या कृषिपूरक उद्योगांचे जाळे निर्माण करावे लागेल.

■ कृषिसंबंधित उत्पादकतेसाठी तांत्रिक-व्यापारी दृष्टीकोन प्रस्थापित करावा लागेल. आणि आदर्श शेती व्यवस्थापनाची संकल्पना शेतकऱ्यांपर्यंत पोहोचवावी लागेल.

■ समाज विकास आणि ग्रामीण विकासाची संकल्पना यशस्वीपणे राबविण्यासाठी सहकार क्षेत्राची फार मोठी आवश्यकता आहे. त्यासाठी सहकार क्षेत्र मजबूत करावे लागेल.

अण्णासाहेबांना असा विश्वास होता, की त्यांच्या शिफारशीमुळे भारतीय शेती जागतिक स्तरापर्यंत जाऊन पोहोचेल. त्यांनी आपल्या पुस्तकात तेलबियांच्या उत्पादन वाढीवर भर दिला असून हिरव्या, पांढऱ्या रंगाच्या तेलबियांच्या अधिक उत्पादनासाठी व त्यावरील प्रक्रियेसाठी सहकार क्षेत्राच्या माध्यमातून प्रयत्न होणे आवश्यक असल्याचे म्हटले आहे. त्यासाठी त्यांनी एक ब्लू प्रिंट तयार केली. लोकांना वाजवीदरात अन्नधान्य उपलब्ध करून देण्यासाठी अन्नधान्याची खरेदी करण्याचे धोरण निश्चित करण्याच्या गरजेवर त्यांनी भर दिला. त्याकाळात घडलेल्या राजकीय घटनांनी बरीच उलथापालथ झाली.

■ १९६४ साली पंडित नेहरूंचे निधन झाले. त्यांनी भारताच्या संसदीय लोकशाहीची पायाभरणी केली. जागतिक स्तरावरील नेते म्हणून त्यांना अधिमान्यता प्राप्त झाली होती. त्यांनी भारताच्या विकासासाठी रस्ते, पाणी, वीज व उद्योग या पायाभूत सुविधा निर्माण करण्यावर भर दिला. त्यांच्या निधनाने भारताने आपला निर्माता गमावला.

■ पंडित नेहरूंच्या नंतर लालबहादूर शास्त्री देशाचे पंतप्रधान झाले. मात्र ही निवड होताना मोरारजी देसाईंच्या मनात असंतोष निर्माण झाला. भाषेच्या मुद्द्यावरून देशभरात दंगली सुरू झाल्या. परंतु १९६५ च्या युद्धात भारताने पाकिस्तानवर

विजय मिळवला, ही शास्त्रींच्या दृष्टीने जमेची बाजू होती. त्यांनी या निमित्त दिलेली, 'जय जवान जय किसान' ही घोषणा लोकप्रिय झाली.

■ कृषि खात्याचे कॅबिनेट मंत्री म्हणून सी. सुब्रमण्यम यांची निवड झाली. शास्त्री यांना देशाच्या अन्नधान्याच्या टंचाईबद्दल मनापासून चिंता वाटत होती. अन्नधान्याचा वापर काटकसरीने करण्यासाठी त्यांनी आठवड्यातून एकवेळ उपवास करण्याची सूचना देशातील सर्व नागरिकांना केली होती. देशाचे अन्नधान्य उत्पादन वाढविण्यासाठी योग्य ती पावले उचलण्याची सूचना कृषि मंत्रालयाला केली.

■ सी. सुब्रमण्यम यांना कृषि खात्याचे मंत्री करण्यात आले. त्यांना खरे म्हणजे उद्योग किंवा पोलाद खात्याचे मंत्रिपद हवे होते. परंतु, राजकीय समायोजनात त्यांना कृषि खाते देण्यात आले. दिल्लीला केंद्र सरकारमध्ये सहभागी होण्यापूर्वी त्यांनी तामिळनाडू सरकारमध्ये यशस्वी उद्योगमंत्री म्हणून आपला ठसा उमटविला होता. ते वैज्ञानिक दृष्टीचे होते. एक उत्तम प्रशासक म्हणून त्यांनी नाव कमावले होते. ते स्वतः शेतकरी कुटुंबातून आले असले, तरी शेतीविषयाची त्यांना फारशी माहिती नसल्याचे त्यांनीच स्पष्ट केले. त्यामुळे ते शेती खाते सांभाळण्यास फारसे उत्सुक नव्हते. 'सी. सुब्रमण्यम यांच्याबरोबर आपण कशाप्रकारे काम करावे' असा प्रश्न अण्णासाहेबांना पडला. त्यांनी यासंबंधी चव्हाणसाहेबांबरोबर चर्चा केली. चव्हाणसाहेबांनी त्यांना पूर्वीप्रमाणेच काम करण्याची सूचना केली. काही दिवसातच दोघांचीही गट्टी चांगलीच जमली. तेथून पुढे हरितक्रांती राबविण्याची प्रक्रिया सुरू झाली.

सी. सुब्रमण्यम आणि डॉ. अण्णासाहेब हे दोघेही एकमेकांपासून प्रभावित झाले. सुब्रमण्यम यांना सी. राजगोपालचारी यांच्याकडून आदर्श प्रशासनाचा वारसा मिळाला होता. तो त्यांनी अण्णासाहेबांना दिला. तर अण्णासाहेबांनी त्यांना शेती व कृषि-आर्थिक-औद्योगिक विकासाबद्दल माहिती दिली. ही वैचारिक देवाणघेवाण खूपच फलदायी ठरली.

■ १९६४ साली अण्णासाहेबांनी पंतप्रधान लालबहादूर शास्त्रींना पुसा येथील 'कृषि विकास केंद्रा'ला भेट देण्याची विनंती केली व मेक्सिकन गव्हाचे बियाणे वापरून उत्पादनात केलेल्या प्रगतीची त्यांना खात्री पटवून दिली. अण्णासाहेब व सुब्रमण्यम यांनी शास्त्रींकडे मोठ्या प्रमाणात संकरित गहू बियाणे आयात करण्याची गरज व्यक्त केली. शास्त्रींनी त्यास संमती दर्शविली व त्यासाठी आवश्यक असणारे परकीय चलन उपलब्ध करून दिले.

■ शास्त्रींच्या मंत्रिमंडळात इंदिरा गांधी या माहिती आणि प्रसारण खात्यांच्या मंत्री होत्या. अण्णासाहेबांनी पंडित नेहरूंच्या मतदार संघात फुलपूर येथील सहकारी साखर कारखान्याच्या उभारणीसंदर्भातील शक्यतांचा अभ्यास केला होता. त्यामुळे अण्णासाहेबांचे नेहरूंशी अतिशय चांगले संबंध प्रस्थापित झाले होते; शिवाय अण्णासाहेब संसदेतील कामकाजात अतिशय अभ्यासूपणे निवेदन करीत असत. विरोधी पक्षांना हाताळण्याच्या अण्णासाहेबांच्या क्षमतेचे, त्यांच्या ज्ञानाचे व प्रशासकीय कौशल्याचे इंदिरा गांधींनी कौतुकच केले. त्यांच्या मनात अण्णासाहेबांबद्दल कमालीचा आदर होता.

■ सी. सुब्रमण्यम यांनी अण्णासाहेबांचे कार्य यापूर्वीही पाहिले होते; शिवाय चव्हाणसाहेबांनी त्यांना अण्णासाहेबांनी लिहिलेल्या पुस्तकाबद्दल व भारतीय शेतीचे पुनरुज्जीवन करण्याच्या अण्णासाहेबांच्या विचारांची माहितीही दिली होती. त्यामुळे सुब्रमण्यम यांना हे पक्के माहीत होते, की अण्णासाहेबांच्या शेतीविषयक संकल्पना ही राष्ट्राची अन्नाची समस्या सोडविण्याची गुरुकिल्ली आहे. म्हणून त्यांनी अण्णासाहेबांना कृषि खात्यातील कार्यासाठी मनापासून पाठिंबा दिला.

■ १९६५ च्या मध्यात अण्णासाहेबांनी सी. सुब्रमण्यम यांना कृषि अनुसंधान परिषदेच्या (आय.सी.ए.आरच्या) पुनर्रचनेसंदर्भातील पार्कर समितीच्या अहवालासंदर्भात माहिती दिली. त्यानंतर हा अहवाल १९६६ साली संसदेने मंजूर केला. त्यानुसार त्यांनी आयसीएआरची पुनर्रचना केली. या कामी त्यांना या संस्थेचे तत्कालीन महासंचालक बी. पी. पॉल, प्रसिद्ध कृषिशास्त्रज्ञ डॉ. एम. एस. स्वामीनाथन व ए. बी. जोशी यांचे मोलाचे सहकार्य लाभले. जे. एस. कंवर, के. के. आय्या, सी. एम. सिंग आणि ओ. पी. गौतम या शास्त्रज्ञांचा एक सामूहिक वैज्ञानिक गट स्थापन करण्यात आला.

■ या पुनर्रचनेमुळे संस्थेच्या कामाला गती आली. संशोधनाची जाहिरात करणे व प्रयोगशाळेतील संशोधनातून निर्माण झालेल्या ज्ञानाचा विस्तार करणे सोपे झाले. त्यामुळे कृषि वैज्ञानिकांनी व कृषि मंत्रालयातील नोकरशहांनी अण्णासाहेबांच्या समवेत कृषि संशोधनाला चालना देण्याचे आणि प्रयोगशाळेतील ज्ञान शेतकऱ्यांपर्यंत पोहोचविण्याचे धोरण आखले. हा कार्यक्रम यशस्वी झाला. अण्णासाहेबांनी अनेक शेतकऱ्यांच्या शेतीला भेट दिली व तेथे अनेक चाचण्याही घेतल्या.

■ अण्णासाहेबांच्या प्रत्यक्ष सहभागामुळे नोकरशहा, कृषिक्षेत्रातील वैज्ञानिक, कामगार आणि शेतकरी चकित झाले व ते प्रोत्साहित झाले. 'प्रयोगशाळा ते प्रत्यक्ष शेती' हा दृष्टीकोन अण्णासाहेबांनी स्वीकारला होता. अण्णासाहेबांच्या या दृष्टीकोनाला मोठे

यश प्राप्त झाले. १९६५ मध्ये पाकिस्तानशी झालेल्या युद्धामुळे सर्वच लोकांचे व नेत्यांचेही लक्ष युद्धाकडे केंद्रित झाले. अभूतपूर्व अशा विजयामुळे देशाला सार्वत्रिक आनंद झाला होता. शास्त्रींनाही नेहरूंइतकीच लोकप्रियता लाभली व ते राष्ट्रनायक बनले.

■ जानेवारी १९६६ मध्ये पंतप्रधान लालबहादूर शास्त्रींचे ताश्कंद येथे दु:खद निधन झाले. दीड वर्षे ते या पदावर होते. त्यांनी पाकिस्तानवरील विजयासह, हरितक्रांतीची पायाभरणी केली आणि प्रामाणिकपणाची आणि नम्रतेची छाप पाडली. त्यांनी कर्ज काढून एक अँबेसेडर कार घेतली होती. काही हजार रुपयांच्या कर्जाची परतफेड करण्याची जबाबदारी त्यांच्या निधनानंतर त्यांच्या कुटुंबियांना पार पाडावी लागली. स्वातंत्र्यानंतर मंत्री व नंतर पंतप्रधान राहिलेल्या एका प्रामाणिक नेत्याचा मृत्यू झाला. त्यांच्या साध्या राहाणीमानाचा भारतीय जनतेवर विशेष प्रभाव पडला.

■ शास्त्री यांच्या निधनानंतर मोरारजी देसाई यांनी तत्काळ पंतप्रधान होण्याची महत्त्वाकांक्षा व्यक्त केली. १९६५ च्या पाकिस्तानवर विजय मिळविण्याच्या पार्श्वभूमीवर संरक्षणमंत्री यशवंतराव चव्हाण यांनाही पंतप्रधानपदाचे दावेदार म्हणून पाहिले गेले. इंदिरा गांधी याही दावेदार होत्या. चव्हाणसाहेबांनी इंदिरा गांधी यांची भेट घेऊन त्यांना सांगितले की, "जर तुम्ही पंतप्रधानपदासाठी इच्छुक असाल, तर मी तुम्हाला पाठिंबा देईन."

■ यशवंतराव चव्हाणसाहेबांच्या सूचनेवर विचार करण्यासाठी इंदिराजींनी दोन दिवसांचा अवधी मागितला. सुरुवातीला त्या नाखूश होत्या. परंतु त्यांचे एक स्नेही रोमेश थापर यांनी त्यांना राजी केले. इंदिराजींना त्यांनी प्रश्न विचारला की, "तुला मणीबेन व्हायचे आहे का?" 'मणीबेन' या सरदार वल्लभभाई पटेल यांची कन्या. सरदार पटेल यांच्या निधनानंतर मणीबेन यांनी सत्तेची जागा स्वीकारण्यास नकार दिला. त्यानंतर त्या राजकीय विस्मृतीत गेल्या. त्यानंतर इंदिरा गांधी यांनी यशवंतराव चव्हाण यांना बोलावले व सांगितले की, "मी पंतप्रधानपद स्वीकारण्यास तयार आहे. तुम्ही मला पाठिंबा द्या."

■ चव्हाणसाहेबांनी इंदिरा गांधींना संपूर्ण समर्थन दिले. इंदिरा गांधींची पंतप्रधान म्हणून निवड झाल्यानंतर त्यांनी अण्णासाहेबांची कृषि मंत्रालयात उपमंत्री म्हणून निवड केली. देशातील अन्नधान्याची परिस्थिती खालावलेली होती आणि विरोधी पक्ष अन्नधान्याच्या टंचाईच्या परिस्थितीवरून सरकारवर हल्ला चढवीत होता. सी. सुब्रमण्यम बऱ्याचवेळी विरोधी पक्षांनी केलेल्या टीकेमुळे संताप व्यक्त करीत होते. अशावेळी अण्णासाहेब हस्तक्षेप करून निवेदन करायचे व त्यामुळे वातावरण

निवळत असे.

- इतर वेळीही निर्माण झालेल्या पेचप्रसंगातून मार्ग काढण्यासाठी अण्णासाहेबांची मोठीच मदत होत असे. १९६६ च्या शेवटच्या तिमाहीत जवळपास दहा लाखांहून अधिक त्रिशूलधारी साधूंनी गोहत्याबंदीसाठी संसदेवर मोर्चा काढला. मोर्चाला हिंसक वळण लागले. परिणामी पोलिसांनी मोर्चावर गोळीबार केला. परिस्थिती खूपच तणावग्रस्त झाली होती. सरकारवर टीका झाली. परिणामी परिस्थिती चुकीच्या पद्धतीने हाताळल्याबद्दल गृहमंत्री गुलझारीलाल नंदा यांना गृहमंत्रिपदाचा राजीनामा द्यावा लागला. यशवंतराव चव्हाणसाहेबांकडे गृहखाते सोपविण्यात आले.

- 'गोहत्याबंदीच्या मागणीसाठी त्रिशूलधारी साधूंचा मोर्चा व त्यावरील गोळीबार' या विषयावर संसदेत प्रदीर्घ चर्चा झाली. कृषिमंत्री या नात्याने अण्णासाहेबांनी निवेदन करताना म्हटले की, "हिंदू धर्मात गोहत्या बंदी नाही. प्राचिन काळातही गायींची कत्तल केली जात असे. हिंदूंनी ब्राह्मण आणि पाहुण्यांना खायला देण्यासाठी गायींची कत्तल केल्याचे अनेक दाखले आपल्या अतिप्राचीन इतिहासात आहेत. हिंदूंनी गायीला गोमाता म्हटले असले, तरीसुद्धा त्या गायींना खायला पुरेसा चारा उपलब्ध नसल्यामुळे अनेक गायींना सोडून देण्यात आले आहे. समाजाकडून अशा बेवारस गायींना अतिशय निष्ठुरपणे वागविले जाते, तिला सर्रासपणे मारहाण केली जाते. अशा अनुत्पादक जनावरांची संख्या भारतात फार मोठी आहे. भारतात दारिद्र्याचे प्रमाण खूप मोठे आहे. मुळातच गरीब असलेले शेतकरी अशा भाकड गायींना कसे सांभाळणार?"

- "गोहत्याबंदी केली तर शेतीची प्रगती रोखली जाईल व अन्नसंकटात आणखी भर पडेल. गोमांस हे गरीब लोकांसाठी उपयुक्त आहे. कारण त्यातून गरिबांना प्रोटीन मिळतात. गरिबांना मटन आणि कोंबडी खाणे परवडत नाही; त्यांच्या दृष्टीने गोमांस हाच महत्त्वाचा पर्याय आहे. प्रथिनांच्या स्रोतांपासून गरिबांना वंचित ठेवायचे का?" असा प्रश्न त्यांनी विरोधकांना विचारला. या प्रश्नावर संसदेत अनेक तास चर्चा चालली. अण्णासाहेबांनी, विरोधकांनी उपस्थित केलेल्या प्रत्येक मुद्याला अगदी समर्पक, अभ्यासूपणे उत्तरे दिली. त्यामुळे हे विधेयक प्रचंड बहुमताने नाकारण्यात आले. अण्णासाहेबांनी सभागृह अक्षरश: जिंकले व सरकारही वाचले.

- देशातील अन्नधान्याच्या उपलब्धतेची परिस्थिती ढासळत गेली, तेव्हा पंतप्रधान इंदिरा गांधी यांनी भारताला अधिक अन्नधान्य पुरवठा करण्यासंदर्भात अमेरिकन सरकारशी चर्चा केली. भारतीय राजदूताने आयोजित केलेल्या एका मेजवानीला

अमेरिकेचे उपपरराष्ट्रमंत्री हर्बट हम्फ्रे व अमेरिकन अध्यक्ष लिंडन जॉन्सन हेही उपस्थित होते. अध्यक्ष जॉन्सन यांनी या प्रसंगी भारताला अन्नपुरवठा व आर्थिक मदतीसंदर्भात पूर्ण सहकार्य करण्याचे आश्वासन दिले.

■ परंतु, त्याचदरम्यान अमेरिकेने व्हिएतनामवर आक्रमण करून त्या देशाच्या अंतर्गत कारभारात प्रचंड ढवळाढवळ केली. भारताने अलिप्त राष्ट्र चळवळीचा घटक असलेल्या व्हिएतनामला पाठिंबा दिला व अमेरिकेचा या हल्ल्याबद्दल निषेध केला. अमेरिकेने दिलेल्या आश्वासनाप्रमाणे वेळेवर अन्नधान्याचा पुरवठा केला नाही. त्यामुळे इंदिरा गांधी अपमानित झाल्या व प्रचंड दुखावल्या गेल्या. १९६७ च्या सार्वत्रिक निवडणुकीत काँग्रेसला पुन्हा सत्ता मिळाली; मात्र काँग्रेसचा जनाधार काहीसा कमी झाला होता. सत्ताग्रहण केल्यानंतर भारताला अन्नधान्य उत्पादनाच्या बाबतीत स्वयंपूर्ण करण्याची घोषणा केली. तामिळनाडूमधून सी. सुब्रमण्यम यांचा लोकसभा निवडणुकीत पराभव झाला. इंदिरा गांधींनी अण्णासाहेबांना मंत्रालयात राज्यमंत्री म्हणून पदोन्नती दिली. ही त्यांची दुसरी पदोन्नती होती.

■ १९६४ ते ६७ या काळात सी. सुब्रमण्यम हे केंद्र सरकारमध्ये कृषि खात्याचे कॅबिनेट मंत्री होते. त्याकाळात लालबहादूर शास्त्री व इंदिरा गांधी दोन द्रष्टे नेते पंतप्रधानपदी होते. दोघांनीही कृषि स्वावलंबनास सर्वतोपरी पाठिंबा दर्शविला होता. भारतासमोर अन्नधान्याच्या टंचाईचे मोठे संकट होते. लोकांची उपासमार होऊ लागली होती. उपासमारीमुळे भूकबळी झाले. सुब्रमण्यम हे खरोखरच भाग्यवान होते. कारण त्यांना कृषि मंत्रालयात अण्णासाहेबांसारखे अतिशय अभ्यासू असे सहकारी लाभले. अण्णासाहेबांनी भारताच्या कृषि विकासाची जी ब्लू प्रिंट तयार केली होती तिचा कृषिच्या विकासाच्या दृष्टीने खूपच उपयोग झाला. त्यामुळेच भारत कृषिक्षेत्राच्या बाबतीत आत्मनिर्भरतेकडे वाटचाल करू शकला. सुब्रमण्यम हे वैज्ञानिक दृष्टीचे होते. त्यांनी ही ब्लू प्रिंट राबविण्याचा निर्णय घेतला त्यामुळेच भारताची आर्थिक परिस्थिती बदलण्यास मदत झाली. हरितक्रांती यशस्वी होण्यात अण्णासाहेबांनी तयार केलेल्या ब्लू प्रिंटचे योगदान हे फार महत्त्वाचे आहे.

■ जेव्हा इंद्रकुमार गुजराल यांच्या सरकारने हरितक्रांतीच्या नायकांचा सन्मान केला, तेव्हा अण्णासाहेब हयात नव्हते. हरितक्रांतीतील योगदानाबद्दल सरकारने सी. सुब्रमण्यम यांना भारताचा सर्वोच्च नागरी सन्मान 'भारतरत्न' देऊन सन्मानित केले.

৵৵৶

विकासाभिमुख राजकारण

- अनिल अण्णासाहेब शिंदे -

१९६७ च्या सार्वत्रिक निवडणुकीत काँग्रेसला जरी अगदी काठावरचे बहुमत प्राप्त झाले, तरी पंतप्रधान इंदिरा गांधींचे हात बळकट झाले होते. पक्षातील त्यांना अडथळा ठरणारे नेते स. का. पाटील, अतुल्य घोष आणि के. कामराज हे मान्यवर निवडणुकीत पराभूत झाले होते. मोरारजीभाई देसाई यांना उपपंतप्रधानपद व अर्थ खाते देण्यात आले होते. जगजीवनराम यांना कृषिमंत्री करण्यात आले. जगजीवनराम हे अनुभवी राजकारणी होते. इंग्रजीवर चांगले प्रभुत्व असलेले ते विद्वान गृहस्थ होते. कोलकाता येथील नावाजलेल्या 'प्रेसिडेन्सी कॉलेज'चे ते अव्वल विद्यार्थी होते.

इंदिरा गांधींना देशातील कृषिक्षेत्र बळकट करून देशाला अन्नधान्याच्या उत्पादनात स्वयंपूर्ण करायचे होते. त्यादृष्टीनेच त्यांनी अण्णासाहेबांना पदोन्नती देऊन राज्यमंत्रिपद दिले होते. अण्णासाहेबांचे कृषिक्षेत्रातील प्रचंड ज्ञान पाहून जगजीवनराम यांनी अन्नधान्याच्या टंचाईच्या दबावापासून स्वतःची सोडवणूक करून घेतली. आवश्यक असल्यासच त्यांनी कारभारात हस्तक्षेप केला. सत्ताधारी काँग्रेस पक्षासह विरोधी पक्ष, कृषिक्षेत्रातील वैज्ञानिक आणि नोकरशहा या सर्वांचा अण्णासाहेबांना पाठिंबा मिळाला. त्यामुळे अण्णासाहेब कृषि मंत्रालयात अगदी भरीव स्वरूपाचे काम करू शकले. १९६६ ते १९७५ पर्यंत अण्णासाहेब हेच खऱ्या अर्थाने कृषि मंत्रालयाचा कारभार पाहात होते. अण्णासाहेबांच्या दृष्टीने ही निश्चितपणे उल्लेखनीय बाब होती. या कामात अण्णासाहेबांचा खरोखरच अगदी कस लागला. त्यांचे संसदीय कौशल्य, विषयाचे सखोल ज्ञान, आपल्या कार्याशी असलेला प्रामाणिकपणा आणि सदैव सकारात्मक दृष्टीकोन या गुणांमुळे राष्ट्रपती

डॉ. झाकीर हुसेन आणि उपराष्ट्रपती व्ही. व्ही. गिरी यांना अण्णासाहेबांविषयी आदर वाटत होता.

१९६० च्या दशकात अन्नधान्याची आणि दुधाची कमतरता होती. दुधाची एखादी अतिरिक्त बाटली दूध केंद्रातून मिळावी म्हणून लोकांना आमदार-खासदारांकडे संपर्क साधावा लागे. उन्हाळ्यात दूध आणि साखर कमी प्रमाणात उपलब्ध होत असल्याने मिठाईच्या उत्पादनावर आणि विक्रीवर बंदी होती. संसदेत याविषयावर सखोल चर्चा होत असे. या प्रश्नावर प्रसारमाध्यमेही सरकारवर तुटून पडत होती. अण्णासाहेबांनी एकट्याने संसदेला खात्री दिली, की सरकार हे संकट दूर करण्यासाठी प्रामाणिकपणे प्रयत्न करीत आहे. त्याकाळात सरकारची धोरणे समाजवादाकडे झुकत असतानाही -

■ ट्रॅक्टर उद्योगांना परवाना देणे.

■ परदेशी सहकार्याद्वारे भारतात अधिकाधिक ट्रॅक्टर तयार करणे.

■ रासायनिक खते व कीटकनाशके उद्योगांना प्रोत्साहन देणे.

■ बियाणांचे स्वदेशी उत्पादन करण्यास प्रोत्साहन देणे.

■ अधिकाधिक शेतजमीन लागवडीखाली आणणे.

■ कृषि विद्यापीठे स्थापन करणे व कृषि संशोधन केंद्रांचा विस्तार करणे.

आदी महत्त्वाचे निर्णय घेतले.

याचवेळी महाराष्ट्रातील औरंगाबाद जिल्ह्यातील बद्रीनारायण बारवले आणि जालना जिल्ह्यातील दादासाहेब अन्वीकर या दोन ग्रामीण उद्योजकांना बियाणे उत्पादनासाठी अण्णासाहेबांनी पुढाकार घेऊन उद्युक्त केले. काही काळानंतर हा उद्योग 'महाराष्ट्र हायब्रीड बियाणे लि.' म्हणजेच 'महिको'च्या रूपाने अस्तित्वात आला. कृषिक्षेत्राच्या विकासासाठी विशेषतः अन्नधान्याचे उत्पादन वाढविण्याच्या दृष्टीने महत्त्वपूर्ण भूमिका बजावणाऱ्या बियाणे उद्योगास चालना देणे आवश्यक होते. अण्णासाहेब त्यादृष्टीने अगदी जागृत होते.

अशाप्रकारे कृषिक्षेत्रातील विकासप्रक्रियेत एक एक परिवर्तन आकाराला येत होते. भारताचे पहिले उपपंतप्रधान सरदार वल्लभभाई पटेल यांनी 'अमूल'ची सहकारी तत्त्वावर स्थापना केली. या संस्थेमार्फत शेतकऱ्यांकडून दुधाचे संकलन सुरू झाले. संकलित झालेल्या दुधावर प्रक्रिया करून त्याचे अगदी सुरळीतपणे वितरण केले जाऊ लागले. त्यामुळे अनेक अल्पभूधारक आणि भूमिहीन शेतकऱ्यांना एक किंवा दोन म्हशी पाळून आपल्या रोजीरोटीचा प्रश्न सोडविता आला. दुग्ध व्यवसायाबरोबरच कुक्कुटपालन व्यवसायालाही चालना दिली गेली. संकरित

गायींची व कोंबड्यांची पैदास करण्यात आली. शेती व शेतीपूरक उद्योगात वेगवेगळे प्रयोग होऊ लागले. अधिक चांगल्याप्रकारे पशुसंवर्धनाच्या दृष्टीने ठिकठिकाणी पशुवैद्यकीय केंद्रांची स्थापना करण्यात आली. सुप्रसिद्ध गांधीवादी नेते मणिभाई देसाई यांनी याकामी पुढाकार घेतला. 'बाएफ'च्या व्यवस्थापकीय संचालक पदाची सूत्रे त्यांनी स्वीकारली, तर दुसऱ्या बाजूला दूधक्रांतीचे जनक डॉ. वर्गिस कुरियन यांनी अमूल प्रकल्पाचे अतिशय मोठ्या प्रमाणावरील यशस्वी स्वरूपाच्या व्यवसायात रूपांतर करण्यास अगदी सिंहाचा वाटा उचलला. अण्णासाहेबांनी अतिशय दूरदृष्टीने 'अमूल' आणि 'बाएफ' या दोन्ही संस्थांच्या विकासासाठी सर्वतोपरी शासकीय मदत उपलब्ध करून दिली. विशेषतः दुग्ध व्यवसायाचे अधिक विस्तारित जाळे निर्माण करण्यासाठी आणि या क्षेत्रातील संशोधनाच्या दृष्टीने अण्णासाहेबांनी अतिशय महत्त्वपूर्ण मदत केली. दुग्ध विकासाच्या वृद्धीसाठी आधुनिक तंत्रज्ञान विकसित देशांकडून मिळवून देण्यासाठी मदत केली. या संस्थांच्या विकासासाठी राष्ट्रीय-आंतरराष्ट्रीय पातळीवर सतत विचारविनिमय चालला होता. डॉ. कुरियन आणि मणिभाई देसाई यांनी 'अमूल' आणि 'बाएफ' संस्थांच्या माध्यमातून फार मोठे रचनात्मक काम उभे केले; या संस्थांच्या कार्याला राष्ट्रीय-आंतरराष्ट्रीय पातळीवर प्रतिष्ठा प्राप्त झाली. त्यात अण्णासाहेबांचे योगदान महत्त्वपूर्ण होते.

दुग्ध विकासाच्या संदर्भात सरकारी पातळीवर चर्चा सुरू झाली. हा व्यवसाय कशाप्रकारे विकसित करावा यावर विचारमंथन चाललेले होते. दुग्ध व्यवसायासाठी गाय पाळावी की म्हैस पाळावी? संकरित गायींच्या कोणत्या जाती दुग्धोत्पादनासाठी अधिक उपयुक्त ठरतील अशी चर्चा होत असताना डॉ. वर्गिस कुरियन यांनी म्हशीच्या दुग्ध व्यवसायाला प्राधान्य दिले. अण्णासाहेबांनी मात्र गायीच्या दुग्ध व्यवसायाला प्राधान्य दिले. त्या संदर्भातही त्यांनी सखोल अभ्यास केला होता. म्हैस प्रामुख्याने आशिया खंडातच असल्यामुळे म्हशीवर मोठ्या प्रमाणात अनुवांशिक संशोधन झालेले नाही. उलट गायींवर विविध देशांमध्ये व विविध हवामानाच्या प्रदेशांमध्ये व्यापक संशोधन झालेले असून त्यांपैकी केलेले बरेच प्रयोग यशस्वी झाले आहेत. या संशोधनाचा वापर करून भारतातील दुग्ध व्यवसायाची निश्चितपणे वाढ करता येईल असा विश्वास अण्णासाहेबांनी व्यक्त केला. अण्णासाहेबांचा विश्वास आज सार्थ ठरला आहे. त्यांनी दाखविलेल्या दूरदृष्टीमुळेच आज भारतातील दुग्ध व्यवसायाची प्रचंड प्रगती झालेली आहे. एकेकाळी शेतकऱ्याच्या घरात कपभर दूध नसायचे. आज देशात दुधाचा अक्षरशः महापूर आलेला आहे. आज भारत हा जगातील सर्वात मोठा दूध उत्पादक देश ठरला आहे. ही धवलक्रांती डॉ. वर्गिस कुरियन, मणिभाई

देसाई यांना सर्वतोपरी मदत व संशोधन उपलब्ध करून देणाऱ्या अण्णासाहेबांमुळेच केवळ शक्य झालेली आहे. बदलत्या काळाची पावले ओळखण्याची दूरदृष्टी अण्णासाहेबांजवळ होती. संकरित गायींची अधिकाधिक पैदास करून हा व्यवसाय वाढविता येईल, यावर अण्णासाहेबांनी भर दिला. १९६० च्या दशकात देशातील एकूण दुग्ध उत्पादनात केवळ ५ टक्के वाटा गायींच्या दुधाचा होता. आज तो ५० टक्क्यांपेक्षाही अधिक आहे. डॉ. कुरियन, मणिभाई देसाई आणि महत्त्वाचे म्हणजे अण्णासाहेबांमुळेच आज देशातील लक्षावधी अल्पभूधारक शेतकऱ्यांना व भूमिहीन शेतकऱ्यांना दुग्ध व्यवसाय सुरू केल्यामुळेच आर्थिक स्थैर्य प्राप्त झाले आहे.

अन्नधान्याचे उत्पादन वाढविण्याच्या तुलनेत पशुपालन वाढविणे अतिशय कठीण होते. परंतु, दुग्ध व्यवसायासाठी पशुपालन वाढविणे आवश्यक होते. अण्णासाहेबांनी स्वतः पंजाब व हरियाणातील दुग्ध व्यवसायाला व पशुबाजाराला भेट दिली आणि शेतकऱ्यांनाही तेथे भेटी देण्यासाठी प्रवृत्त केले. दुग्ध व्यवसायाच्या बरोबरच कुक्कुटपालन व्यवसाय वाढीवरही अण्णासाहेबांनी लक्ष केंद्रित केले. संकरित जातीच्या कोंबडीची पैदास करण्यासाठी संशोधनाला त्यांनी महत्त्व दिले. आज गावोगावी दूध संकलन केंद्रे आहेत व खेडोपाडी पोल्ट्री व्यवसाय वाढलेला दिसतो; ही अण्णासाहेबांनी दूरदृष्टीने व अत्यंत अभ्यासूपणे कृषिमंत्री या नात्याने केलेल्या कामाची पुण्याई आहे. कृषिक्रांतीच्या दिशेने अण्णासाहेबांनी टाकलेले एकेक पाऊल कमालीचे यशस्वी ठरले. अन्नधान्याच्या उत्पादनात देश स्वयंपूर्ण झाला. त्याचा स्मरणोत्सव म्हणून खास टपाल तिकीट काढण्यात आले.

शेतीपूरक उद्योगांच्या विकासप्रक्रियेतील १९६६ ते ७० ही वर्षे 'संस्मरणीय वर्षे' म्हणून संबोधावी लागतील. याच काळात पंतप्रधान इंदिरा गांधी यांनी व यशवंतराव चव्हाणसाहेबांनी त्यावेळच्या राजकीय परिस्थितीवर वर्चस्व गाजविले. दोघांच्याही कार्यकर्तृत्वाची छाप त्यावेळच्या राजकीय परिस्थितीवर पडली होती. अण्णासाहेब हे या दोघांचेही निकटवर्ती होते. त्यामुळे अण्णासाहेबांना कृषि मंत्रालयात मनासारखे काम करण्यास खूपच वाव मिळाला. त्यामुळेच अण्णासाहेबांनी कृषिक्षेत्रातील कारकीर्दीवर आपल्या कर्तृत्वाचा अमिट ठसा उमटविला. एकदा चव्हाणसाहेबांच्या वाढदिवसाच्या कार्यक्रमचे आयोजन अण्णासाहेबांच्या बंगल्यावर करण्यात आले होते, तेव्हा इंदिरा गांधी स्वतः या कार्यक्रमाला उपस्थित होत्या. त्यावेळी इंदिरा गांधींनी अण्णासाहेबांच्या पत्नी सौ. हिराबाईंबरोबर मनमोकळ्या गप्पा मारल्या. १९६८ मध्ये इंदिरा गांधींचे सुपुत्र राजीव गांधी आणि सोनिया यांचा विवाह अतिशय साध्या पद्धतीने आणि मोजक्या लोकांच्या उपस्थितीत संपन्न झाला. याचे

अण्णासाहेबांना मोठे कौतुक वाटले. इंदिराजींची उदारमतवादी विचारसरणी आणि तत्त्वतः अंगीकारलेला साधेपणा यामुळे अण्णासाहेब खूपच प्रभावित झाले.

राजकारण हे कधीही सरळ मार्गाने जात नसते. त्याच्या मार्गात अनेक वळणे व खाचखळगे असतात, चढउतारही येत असतात. अण्णासाहेबांनी त्याकडे फारसे लक्ष दिले नाही. त्यांनी आपले लक्ष कृषि खात्याच्या कारभारावर केंद्रित केले. अनेक अडचणींचे प्रसंग आले; पण ते कधी विचलित झाले नाही. त्यांनी एकदा रशियाला भेट दिली. तेथील शेती आणि शेतीपूरक प्रकल्पांना आवर्जून भेट दिली. तेथे सुरू असलेल्या संधोधनांची माहिती घेतली. तेथील सूर्यफुलाच्या उत्पादनाने ते विशेष प्रभावित झाले. भारतात त्यावेळी खाद्यतेलाची मोठ्या प्रमाणात आयात केली जात होती. भारतात टंचाईमुळे खाद्यतेलात भेसळही मोठ्या प्रमाणात होत असे. त्यावर संसदेतही चर्चा झाली. प्रसारमाध्यमांनीही खाद्यतेलामध्ये होणाऱ्या भेसळीविरुद्ध आवाज उठविला होता. अण्णासाहेबांनी खाद्यतेलाच्या उत्पादनावर भर दिला. त्यासाठी तेलबियांच्या उत्पादनाला चालना दिली. रशियाकडून अधिक उत्पादन देणाऱ्या सूर्यफुलाचे बियाणे मागविण्यात आले. भारतातही तेलबियांच्या संशोधनाला प्राधान्य दिले. त्यामुळे तेलबियांचे उत्पादन मोठ्या प्रमाणात वाढले. तेलबियांबरोबरच डाळींच्या उत्पादन वाढीवर त्यांनी भर दिला. त्यांनी अधिक उत्पादन देणाऱ्या बियाणांच्या संशोधनाकडे अधिक बारकाईने लक्ष दिले.

१९६९ हे वर्ष भारतीय राजकारणात फार मोठी राजकीय उलथापालथ करणारे ठरले. भारताचे राष्ट्रपती डॉ. झाकीर हुसेन यांचे दुःखद निधन झाले. त्यावेळी अशा काही घटना घडत होत्या, की ज्यामुळे भारतात राजकीय अस्थिरता निर्माण होऊ लागली होती. अशा परिस्थितीत पक्षाची प्रतिमा सांभाळणे फार महत्त्वाचे होते. चव्हाणसाहेब आणि इंदिरा गांधी आतापर्यंत एका विचाराने काम करीत होते. 'पक्षाची प्रतिमा सुधारण्यासाठी काय करणे आवश्यक आहे?' या विषयावर विचार करण्यासाठी 'थिंक टँक' तयार करण्यात आला. त्याचे प्रमुख चव्हाणसाहेब होते. या 'थिंक टँक'ने देशातील संस्थानिकांचे तनखे रद्द करण्याचा व देशातील प्रमुख खासगी बँकांचे राष्ट्रीयीकरण करण्याचा आग्रह धरला. जनतेच्या कल्याणाच्या दृष्टीने हा निर्णय लवकरात लवकर अमलात आणावा यासाठी चव्हाणसाहेबांनी आग्रही भूमिका घेतली होती. चव्हाणसाहेबांची आग्रही भूमिका पाहून इंदिरा गांधींना वाटले, की चव्हाणसाहेब याविषयी विनाकारण घाई करत असून अशी धोरणे घाईगर्दीत राबविण्यासाठी राजकीय वातावरण अनुकूल असावे लागते, जे त्यावेळी नव्हते. असे मत इंदिरा गांधींनी व्यक्त केले होते. त्यांना ही धोरणे सावकाशपणे आणावयाची

होती. या घटनेमुळे यशवंतराव चव्हाणसाहेब आणि इंदिरा गांधी यांच्यात मतभेद व्हायला सुरुवात झाली.

दुसऱ्या बाजूला इंदिरा गांधींचे पक्षांतर्गत विरोधक स. का. पाटील, निजीलिंगाप्पा आणि कामराज हे सक्रिय झाले. मोरारजी देसाई यांच्या बरोबरही इंदिरा गांधींचे संबंध बिघडू लागले होते. एकंदरीतच राजकीय परिस्थिती अधिक ताणतणावाची निर्माण झाली. डॉ. झाकीर हुसेन यांच्या दुःखद निधनामुळे निर्माण झालेल्या परिस्थितीमुळे काँग्रेसमधील संघर्ष आणखीनच तीव्र झाले. डॉ. हुसेन यांचे उत्तराधिकारी कोण? यासंबंधीचा प्रश्न इंदिरा गांधींनी यशवंतराव चव्हाणसाहेबांना विचारला, तेव्हा चव्हाणसाहेबांनी, उपराष्ट्रपती व्ही. व्ही. गिरी यांना राष्ट्रपतीपदाची संधी देऊन परंपरा कायम ठेवण्याचा सल्ला दिला. या निर्णयाने पक्षात वादविवाद निर्माण होणार नाहीत असे चव्हाणसाहेबांना वाटत होते. इंदिरा गांधींना वाटले, की गिरी हे खूपच वयस्कर आहेत म्हणून सुरुवातीला त्या गिरी यांना राष्ट्रपती करण्यास फारशा अनुकूल नव्हत्या.

काँग्रेसमध्ये इंडिकेट व सिंडिकेट असे दोन गट निर्माण झाले होते. सिंडिकेट गटाने आपल्याच गटाचा राष्ट्रपती व्हावा यासाठी मोठी प्रचार मोहीम सुरू केली. वयोवृद्ध नेत्यांनी यासाठी जोरदार प्रचार करायला सुरुवात केली. इंदिरा गांधींपुढे आव्हाने उभी करण्याचा त्यांचा प्रयत्न होता. त्याच दरम्यान काँग्रेस पक्षाचे बंगळुरू येथे अधिवेशन संपन्न झाले. इंदिरा गांधींनी जगजीवनराम बाबू यांचे नाव राष्ट्रपतीपदासाठी प्रस्तावित केले आणि त्यासाठी त्यांनी यशवंतराव चव्हाणसाहेबांकडे पाठिंबा मागितला. चव्हाणसाहेबांनी इंदिराजींना सांगितले, की सध्याच्या परिस्थितीत पक्षात खूपच कटुता निर्माण झाली असल्यामुळे मी पुढील अप्रियता टाळण्यासाठी बहुमताबरोबर जाण्याचा निर्णय घेतला आहे. पक्षाच्या वर्किंग कमिटीमध्ये राष्ट्रपतीपदाच्या उमेदवारासंबंधी चर्चा झाली. पक्षातील इंदिराजींच्या विरोधातील बुजुर्ग नेत्यांनी राष्ट्रपतीपदासाठी नीलम संजीव रेड्डी यांच्या नावाची सूचना केली. इंदिराजींनी जगजीवनराम बाबूंच्या नावाची सूचना केली. तडजोड झाली नाही. शेवटी मतदान घेण्यात आले. वर्किंग कमिटीने बहुमताने नीलम संजीव रेड्डी यांच्या नावाची घोषणा केली. नीलम संजीव रेड्डी यांना जगजीवनराम बाबू यांच्यापेक्षा दोन मते जास्त पडली. चव्हाणसाहेबांनी आधीच जाहीर केल्याप्रमाणे बहुमताची म्हणजेच नीलम संजीव रेड्डींची बाजू घेतली. त्यामुळे इंदिराजी आणि चव्हाणसाहेबांमधील दरी अधिकच वाढत गेली. या निर्णयाने इंदिराजी खूपच नाराज झाल्या. त्यावेळी काँग्रेस पक्षात अनेक वेगवेगळे गट होते. त्यात इंदिराजींचा स्वतःचा एक गट होता, मोरारजी देसाईंचा गट होता, चव्हाणसाहेबांचा गट होता, सिंडिकेटचा गट होता. सर्वांत लहान

गट देसाईंचा, तर प्रबळ गट चव्हाणसाहेबांचा होता. पक्षात इंदिराजींना विरोध वाढू लागला होता. बंगळुरू येथील अधिवेशनानंतर इंदिराजींनी नवी दिल्लीत आल्यानंतर मोरारजी देसाईंचे अर्थखाते काढून घेतले व त्यांचे उपपंतप्रधान पद कायम ठेवले. अर्थमंत्रिपद इंदिराजींनी स्वतःकडे घेतले. आपले अर्थखाते काढून घेणे हा मोरारजी यांना अपमान वाटला व त्यांनी आपल्या मंत्रिपदाचा राजीनामा दिला. मोरारजींच्या समर्थनार्थ सुभकसिंह व जयसुखलाल हाथी या दोन मंत्र्यांनी राजीनामे दिले. त्या रात्री इंदिराजींनी देशातील १४ खासगी मोठ्या बँकांच्या राष्ट्रीयीकरणाचा निर्णय जाहीर केला. मोरारजीभाईंवरील कारवाई चव्हाणसाहेबांनाही आवडली नाही. ते आणि त्यांचे काही सहकारीही मोरारजीभाईंच्या समर्थनार्थ राजीनामा देण्याच्या तयारीत होते; परंतु बँकांच्या राष्ट्रीयीकरणाची मूळ सूचना चव्हाणसाहेबांचीच होती. आपण आत्ताच राजीनामा दिला, तर आपणास बँकांच्या राष्ट्रीयीकरणाच्या विरोधात असल्याचे ठरविले जाईल व चव्हाणांचा बँकांच्या राष्ट्रीयीकरणाला विरोध होता म्हणून त्यांनी राजीनामा दिला, असा आपल्यावर आरोप येईल. म्हणून चव्हाणसाहेबांनी मंत्रिपदाचा राजीनामा न देण्याचा निर्णय घेतला. इंदिराजी आपल्या पक्षांतर्गत विरोधकांवर बँक राष्ट्रीयीकरण करण्याच्या या निर्णयातून एक प्रकारचे वर्चस्व निर्माण करण्यात पूर्णपणे यशस्वी झाल्या. बंगळुरू येथील अधिवेशनात घडलेल्या घटनांमुळे व राष्ट्रपतीपदासाठी नीलम संजीव रेड्डींच्या जाहीर झालेल्या उमेदवारीमुळे इंदिराजी प्रचंड दुखावल्या होत्या. त्यांना रेड्डींची उमेदवारी मान्य नव्हती. बँक राष्ट्रीयीकरणाच्या निर्णयानंतर उपराष्ट्रपती व्ही. व्ही. गिरी यांना राष्ट्रपतीपदासाठी अपक्ष म्हणून उमेदवारी करण्यास उद्युक्त केले. इंदिराजींनी काँग्रेस पक्षाच्या सर्व मतदारांना सद्सद्विवेकबुद्धीने मतदान करण्याचे आवाहन केले. काँग्रेसमध्ये सरळ सरळ दोन गट पडले. एक गट नीलम संजीव रेड्डींचा प्रचार करीत होता, तर इंदिरा निष्ठांनी व्ही. व्ही. गिरींचा प्रचार केला. संजीव रेड्डींबरोबर असलेल्या काँग्रेसच्या ज्येष्ठ नेत्यांना पंतप्रधान इंदिराजींना थेट विरोध करायचा नव्हता. त्यामुळे रेड्डींच्या प्रचाराचे समन्वयक म्हणून अण्णासाहेबांवर जबाबदारी देण्यात आली. जगजीवनराम बाबू व्ही. व्ही. गिरींसमवेत म्हणजेच इंदिराजींच्या गटात होते. महाराष्ट्रातील एक थोर अर्थतज्ज्ञ चिंतामणराव देशमुख हे राष्ट्रपतीपदासाठी तिसरे उमेदवार होते. मतमोजणीच्या अनेक फेऱ्यांनंतर व्ही. व्ही. गिरी हे विजयी झाले. निवडणूक अतिशय चुरशीची झाली. इंदिरा गांधींनी पक्षांतर्गत विरोधकांवर मोठ्या चुरशीने मात केली व पक्षात आपले प्रभुत्व प्रस्थापित केले.

काँग्रेसमधील सिंडिकेट गट व मोरारजी देसाईंच्या गटाने काँग्रेसला सोडून

ओरिजिनल काँग्रेस (काँग्रेस ओ.) या नावाचा स्वतंत्र पक्ष स्थापन करण्याचा निर्णय घेतला. देशात या राजकीय घडामोडी घडत असताना तिकडे पूर्व पाकिस्तानातील परिस्थिती अतिशय बिघडली होती. पूर्व पाकिस्तानवर अन्याय होत होता. त्यामुळे तेथे स्वातंत्र्य मिळविण्याची चळवळ सुरू झाली. ही चळवळ दडपण्याचा पाकिस्तानने खूप प्रयत्न केला. पूर्व पाकिस्तानमधील लोकांवर अनन्वित अत्याचार सुरू झाले. भीतीमुळे तेथील लोकांनी भारताचा आश्रय घ्यायला सुरुवात केली. १० लाखांहून अधिक लोकांनी भारताचा आश्रय घेतला. ही संख्याही पुढे वाढत गेली. या निर्वासितांचा अतिरिक्त भार भारतीय अर्थव्यवस्थेवर पडला. हरितक्रांती यशस्वी होऊ लागली होती. अन्नधान्याच्या उत्पादनात वाढ होऊ लागली होती. त्यामुळे अन्नधान्य टंचाईच्या समस्येवर काही प्रमाणात मात करता आली. पूर्व पाकिस्तानमधील बिघडलेल्या राजकीय परिस्थितीचा दबाव असूनही इंदिराजींनी वर्षभर आधीच लोकसभेची मुदतपूर्व निवडणूक जाहीर केली. इंदिराजींनी 'गरिबी हटाव' ही घोषणा दिली. 'गरिबी हटाव'च्या घोषणेचा मतदारांवर मोठाच प्रभाव पडला. त्यामुळे प्रचंड बहुमताने इंदिराजींनी विजय मिळविला. काँग्रेस ओ, मोरारजी देसाई व सिंडिकेटचा काही निभाव लागला नाही.

इंदिराजींची संपूर्ण देशावर एक हाती सत्ता प्रस्थापित झाली. त्यावेळी त्यांनी यशवंतराव चव्हाणसाहेबांचे पंख छाटण्याचा निर्णय घेतला. चव्हाणसाहेबांना वगळून महाराष्ट्राचे मुख्यमंत्री वसंतराव नाईक यांना गृहमंत्रिपद देण्याचा प्रस्ताव त्यांनी नाईक यांच्यापुढे ठेवला. वसंतराव नाईक यांनी इंदिराजींचा प्रस्ताव अगदी नम्रपणाने नाकारला. चव्हाणसाहेब व अण्णासाहेबांशिवाय आपण महाराष्ट्र राज्य सरकार आणि एकूणच कारभार चालवू शकणार नाही, असे त्यांनी इंदिराजींना अगदी निक्षून सांगितले. चव्हाणसाहेबांवरील निष्ठेचा त्यांनी पुनरुच्चार केला. इंदिराजींनी अण्णासाहेबांनाही चव्हाणसाहेबांना सोडून आपल्या गटात येण्यासाठी कॅबिनेट मंत्रिपदाचे प्रलोभन दाखविले होते. इंदिराजींनी दिलेला प्रस्ताव अण्णासाहेबांनी स्वीकारला नाही, तर त्यांना मंत्रिमंडळात राहता येणार नाही असेही सांगण्यात आले होते, तेव्हा अण्णासाहेबांनी आपल्या मंत्रिपदाचा राजीनामा इंदिराजींकडे पाठविला. इंदिराजींनी अर्थातच अण्णासाहेबांचा राजीनामा स्वीकारला नाही; पण चव्हाणसाहेबांचे समर्थक म्हणून अण्णासाहेबांना कॅबिनेट मंत्रिपद दिले नाही. तरीही अण्णासाहेब कृषि मंत्रालयाचे काम अगदी प्रामाणिकपणे आणि सचोटीने करीत राहिले. त्यांच्या कृषिक्षेत्रातील ज्ञानाबद्दल व अनुभवाबद्दल आणि त्यांनी राबविलेल्या कृषि विकासाच्या कार्यक्रमाबद्दल इंदिराजींना पूर्ण जाणीव होती.

शिवाय त्यांच्या ज्ञानाची व अनुभवाचीदेखील देशाला गरज असल्याची इंदिराजींना जाण होती; म्हणून अण्णासाहेबांच्या कार्यावर त्यांचा विश्वास होता.

देशातील सार्वत्रिक निवडणुकीनंतर इंदिराजींनी सरकार स्थापन केले. त्यांनी सरकारचा चेहरा मोहरा बदलवला. चव्हाणसाहेबांकडे गृहमंत्रिपदाची जबादारी दिली. जगजीवनराम बाबू यांना संरक्षणमंत्री करण्यात आले. फकरुद्दीन अली अहमद यांच्याकडे कृषि खाते सोपविण्यात आले. अण्णासाहेबांना कृषि व अन्न खात्याचे राज्यमंत्री म्हणून कायम ठेवण्यात आले. फखरुद्दीन अली अहमद हे एक अनुभवी राजकारणी तसेच नेहरू कुटुंबाशी निष्ठावंत होते. त्यांना अण्णासाहेबांच्या कृषिक्षेत्रातील ज्ञानाचा आणि अनुभवाचा आवाका माहिती असल्याने त्यांनी, अण्णासाहेबांनी या खात्यात आत्तापर्यंत केलेल्या भरीव स्वरूपाच्या कामाचा नेहमीच आदर केला. त्यांनी कायम अण्णासाहेबांना कृषि खात्यातील कामासंदर्भात मोकळीक दिली होती.

१९७१-७२ हे वर्ष इंदिराजींच्या नेतृत्वाची व कर्तृत्वाची कसोटी पाहणारे होते. त्यामुळे हे एका अर्थाने ऐतिहासिक वर्ष म्हणावे लागेल. पूर्व पाकिस्तानातील नागरी जीवन पूर्णतः विस्कळीत झाले होते. तेथील नागरिकांचा अनन्वित छळ सुरू होता. त्यामुळे पूर्व पाकिस्तानातून रोज लक्षावधी निर्वासित भारतात येत होते. त्यामुळे भारताच्या अर्थव्यवस्थेवर अधिकच ताण पडू लागला होता. इंदिराजींनी या निर्माण झालेल्या परिस्थितीविषयी जगातील अनेक देशांना व संयुक्त राष्ट्र संघटनेलाही अवगत केले होते. पाकिस्तानचा आक्रमकपणा व पूर्व पाकिस्तानमधील लोकांवरील अत्याचार वाढतच होते. पाकिस्तानच्या आक्रमकपणामुळे शेवटी भारत-पाकिस्तान यांच्यात युद्ध सुरू झाले. अमेरिकेने पाकिस्तानला सर्वतोपरी मदत केली. पाकिस्तानच्या मदतीसाठी अगदी सातवे आरमार बंगालच्या उपसागरात पाठविण्यात आले. पाकिस्तान-अमेरिका-चीन हे त्रिकुट भारताच्या विरोधात एकत्र आले होते. या पार्श्वभूमीवर भारत-सोविएत युनियन यांच्यात मैत्री करार झाला. अशाप्रकारे निर्माण झालेल्या अडचणीच्या परिस्थितीमध्ये एकच आशेचा किरण होता, तो म्हणजे भारतात अन्नधान्याच्या उत्पादनात चांगल्याप्रकारे वाढ होऊन ते ११६ दशलक्ष मेट्रिक टनांपर्यंत पोहोचले होते. गेल्या ७-८ वर्षांपासून कृषि खात्याने शेतीमध्ये जे जे नवे प्रयोग करून ते पुढे राबविले, त्याच्या फलश्रुतीमुळेच अन्नधान्याचे उत्पादन वाढले. ७० दशलक्ष टनांवरून ११६ दशलक्ष टनांपर्यंत उत्पादनाची वाढ हे खरोखरच लक्षणीय स्वरूपाचे यश होते. म्हणूनच आपला देश या युद्धाच्या परिस्थितीत अमेरिकेच्या पुढे ताठ मानेने उभा राहिला. अमेरिकेचे तत्कालीन अध्यक्ष

रिचर्ड निक्सन आणि त्यांचे परराष्ट्रमंत्री हेन्री किसिंजर यांनी भारताला त्रास देण्याचा व नामोहरण करण्याचा सर्वप्रकारे प्रयत्न केला, त्याचाच एक भाग म्हणून त्यांनी पाकिस्तानला मोठी लष्करी व आर्थिक मदत केली. इंदिराजींनी अतिशय धारोदात्तपणे या परिस्थितीला तोंड दिले. त्यामुळे अन्नधान्याच्या उत्पादनातील स्वयंपूर्णता ही त्या बिकट परिस्थितीत अतिशय महत्त्वाची बाब होती. या युद्धात पाकिस्तानचा दारुण परभव झाला व पूर्व पाकिस्तान स्वतंत्र होऊन बांगलादेश हे सार्वभौम राष्ट्र अस्तित्वात आले. बांगलादेशाची निर्मिती हा इंदिरा गांधीजींच्या अजोड नेतृत्वाचा निर्णायक विजय होता. आंतरराष्ट्रीय पातळीवरही इंदिराजींचे नेतृत्व उजळून निघाले. सातत्याने सरकारवर टीका करणारे विरोधी पक्षाचे नेते व संसद सदस्य हेसुद्धा इंदिराजींची स्तुती करू लागले. जनसंघाचे नेते अटल बिहारी वाजपेयी यांनी इंदिराजींची तुलना साक्षात दुर्गामातेशी केली. यावरून इंदिराजींच्या तेजस्वी नेतृत्वाला कशाप्रकारे अतिशय दिव्यत्वाची झळाळी प्राप्त झाली होती, याची कल्पना येऊ शकेल. आंतरराष्ट्रीय राजकारणात भारताची प्रतिमा उंचावली होती. भारताबद्दलचा आदर वाढला होता. याचे सर्वात महत्त्वाचे कारण म्हणजे भारताने पूर्व पाकिस्तानातून आलेल्या सुमारे एक कोटीहून अधिक निर्वासितांचे वर्षभर पोषण केले. भारत हे करू शकला कारण भारतातले अन्नधान्याचे उत्पादन वाढले होते. अर्थात अन्नधान्याच्या वाढलेल्या उत्पादनासाठी कृषि मंत्रालयाने विशेषतः अण्णासाहेबांनी घेतलेली मेहनत फार महत्त्वाची होती. १९७२ साली भारतातील अमेरिकेच्या राजदूताने घोषित केले, की भारताकडे संपूर्ण जगाला पोसण्याची क्षमता आहे. 'स्पॅन' मासिकाने तर भारतीय शेतीच्या यशाचे श्रेय अण्णासाहेबांच्या कर्तृत्वाला दिले. पूर्वी पॅडॉक बंधूनी 'भारत हा अन्नधान्याच्या भीषण टंचाईमुळे नामशेष होईल' अशी दर्पोक्ती केली होती. अण्णासाहेबांनी शेतीक्षेत्रात केलेल्या अलौकिक कर्तृत्वाने पॅडॉक बंधूंचे भाकीत अक्षरशः खोटे ठरले. १९७० च्या दशकात जगात खनिजतेलाचे भाव वाढविण्यात आले. त्याचा गरीब देशांच्या अर्थव्यवस्थांवर फारच विपरीत परिणाम झाला. या निर्णयाचा भारताच्या अर्थव्यवस्थेला फार मोठा फटका बसला नाही. कारण अन्नधान्याच्या वाढलेल्या उत्पादनामुळे भारतीय अर्थव्यवस्थेला मोठाच आधार मिळाला. त्यामुळे महागाई निर्देशांकात मोठी वाढ झाली नाही. महत्त्वाचे म्हणजे संपूर्ण जगात तेल संकटामुळे महागाई अधिक प्रमाणात वाढत होती.

१९६० च्या उतरार्धात कृषि अनुसंधान परिषदेतील (आय.सी.ए.आर) वैज्ञानिकांमध्ये गटबाजीचे राजकारण चालू झाले. त्यांचे आपसातील मतभेद तीव्र झाले. त्यांच्यातील अत्यंत टोकाच्या राजकारणामुळे काही वैज्ञानिकांनी आत्महत्या

केली. या अनपेक्षित घटनेमुळे मोठाच गदारोळ झाला. प्रसार माध्यमांनी टीकेची झोड उठविली. या प्रश्नांवर संसदेतही अगदी गरमागरम चर्चा झाली. विरोधी पक्षाने आक्रमकपणे टीका केली. 'आयसीएआर'च्या कामाचा आढावा घेण्यासाठी आणि संस्थेची पुनर्रचना करण्यासाठी सेवानिवृत्त न्यायमूर्ती गजेंद्रगडकर यांच्या अध्यक्षतेखाली एक समिती स्थापन करण्यात आली. न्या. गजेंद्रगडकर यांच्या समितीने केलेल्या शिफारसीनुसार 'आयसीएआर'ची स्वायत्तता नष्ट होण्याची शक्यता होती. अण्णासाहेबांना या शिफारशी पूर्णतः मान्य नव्हत्या. त्यांचे मूलभूत मतभेद होते. शेवटी 'आयसीएआर'च्या कामात सुधारणा करण्यासाठी अण्णासाहेबांच्या अध्यक्षतेखाली एका 'मंत्री समिती'ची स्थापना करण्यात आली. या समितीने केलेल्या शिफारशींनुसार 'आयसीएआर'चे पुनर्गठन करण्यात आले. संस्थेची स्वायत्तता जपण्यात आली. या संस्थेच्या कामकाजात सुधारणा करण्यात आल्या. त्याचबरोबर या संस्थेला अधिक संशोधनाभिमुख करण्यात आले. त्यानंतर संस्थेच्या कामकाजात खूपच सुधारणा झाली. आज संपूर्ण जगात ही संस्था संशोधन क्षेत्रातील एक प्रतिष्ठित संस्था म्हणून ओळखली जाते.

'आयसीएआर'ची पुनर्रचना करताना या संस्थेत संशोधनासाठी वेगवेगळे विभाग निर्माण करण्यात आले आणि परस्परांमध्ये समन्वय प्रस्थापित करण्यात आला. कृषि संशोधन व शिक्षण विभाग (डी.ए.आर.ई), कृषि संशोधन सेवा विभाग (ए.आर.एस), कृषि विद्यापीठे व पशु वैद्यकीय विद्यापीठांची स्वतंत्र जीसी प्रणाली, कृषिशास्त्रज्ञांची भरती करणारे स्वायत्त मंडळ (ए.एस.आर.बी) या सर्व विभागांची स्थापना करण्यात आली. त्यामुळे देशात वेगवेगळ्या कृषि संशोधन संस्थांची स्थापना झाली. तसेच कृषि विद्यापीठे व पशु वैद्यकीय विद्यापीठे स्थापन झाली आणि या संस्थांमधून भारताच्या कृषि व्यवस्थेला बळ देण्यासाठी कृषिक्षेत्रातील तज्ज्ञांचे व पदवीधरांचे फार मोठे मनुष्यबळ उपलब्ध झाले. त्यामुळे कृषि शिक्षणाचा व कृषि संशोधनाचा देशभर मोठाच विस्तार झाला. कृषिक्षेत्रातील संधोधन अधिक गतिमान करण्यासाठी नेमके काय केले पाहिजे याची सखोल माहिती अण्णासाहेबांना होती.

१९७० नंतर इंदिराजींचे सल्लागार आणि मंत्री यांच्यावर कम्युनिस्ट विचारांच्या लोकांचा पगडा वाढू लागला. त्यामुळे समाजवादाकडे झुकणारे अनेक निर्णय घेतले गेले. शेतीक्षेत्रात सुधारणा करताना अण्णासाहेबांनी शेतीची उत्पादकता वाढविण्यावर भर दिला. त्यासाठी अण्णासाहेबांनी जमीन सुधारणेला सर्वोच्च प्राधान्य दिले. सामाजिक न्याय प्रस्थापित करण्यासाठी जो प्रत्यक्ष जमीन कसतो, त्याला त्या जमिनीचा मालकी हक्क देऊन शेतीच्या उत्पादन वाढीवर त्यांनी भर

दिला. कुटुंबाच्या विभक्तीकरणानंतर जमिनीचे तुकड्या-तुकड्यांमध्ये वाटप होते. तुकडे करण्यामुळे शेतीच्या उत्पादकतेवर परिणाम होतो. भविष्यात तुकडे करण्यामुळे अल्प-भूधारकांची, अत्यल्प-भूधारकांची तसेच भूमिहिनांची सख्या वाढेल अशी भीती त्यांनी व्यक्त केली होती. अशा परिस्थितीत भविष्यात शेतीची उत्पादकता वाढविण्यासाठी व शेती सक्षम करण्याच्या हेतूने त्यांनी शेतीक्षेत्राच्या कमाल धारणा मर्यादेची शिफारस केली.

काँग्रेसमधील डाव्या विचारांच्या लोकांना व कम्युनिस्टांना जमिनीची कमाल मर्यादा 'आठ एकर' एवढी असावी असे वाटत होते. अण्णासाहेबांना आठ एकराची कमाल मर्यादा मान्य नव्हती; कारण भविष्यातील कुटुंबांच्या विभक्तीकरणामुळे जमिनीच्या तुकडेकरणाच्या प्रकारामुळे आठ एकराची कमाल मर्यादा फारच कमी वाटत होती. आठ एकराची मर्यादा कोणत्याच अर्थाने व्यवहार्य नव्हती, या विषयावर बरेच चर्चा चर्वण झाले. आरोप-प्रत्यारोप झाले. अण्णासाहेब मात्र आपल्या दाव्यावर ठाम राहिले. आठ एकराची कमाल मर्यादा स्वीकारली, तर भविष्यात कृषि-अर्थव्यवस्था नष्ट होईल अशी साधार भीती अण्णासाहेबांना वाटत होती. अण्णासाहेबांनी आपला दावा अतिशय अभ्यासूपणे मांडला. शेवटी यासंदर्भात निर्णय होण्यापूर्वी त्याच्या अभ्यासासाठी सरकारने एक समिती गठित करण्याचा सल्ला अण्णासाहेबांना दिला. त्यानुसार एका समितीची स्थापना करण्यात आली. तज्ज्ञ समितीने बागायत क्षेत्राची कमाल मर्यादा १८ एकर, अर्ध बागायत किंवा हंगामी बागायत क्षेत्राची कमाल मर्यादा २७ एकर, संपूर्ण जिरायत क्षेत्राची कमाल मर्यादा ५४ एकर असावी अशी शिफारस केली व ही शिफारस सरकारने स्वीकारली.

डाव्या विचारांच्या लोकांचा प्रभाव सरकारच्या आणखी एका निर्णयावर पडला होता. किंबहुना त्यांच्या प्रभावामुळे सरकारने गहू व तांदळाचा व्यापार ताब्यात घेण्याचा निर्णय घेतला. अण्णासाहेबांच्या मते सरकारी यंत्रणा हा व्यापार ताब्यात घेण्यास सक्षम नव्हती. परंतु, डाव्यांच्या प्रभावामुळे सरकारने तो निर्णय घेतला. शेवटी अण्णासाहेबांनी जे म्हटले होते तेच खरे ठरले. अगदी पुढच्याच वर्षी सरकारला या निर्णयापासून मागे फिरावे लागले. या वादग्रस्त निर्णयामुळे सरकारची अक्षरशः फजिती झाली. त्या निर्णयाचा पार फज्जा उडाला. सरकारच्या फसलेल्या या निर्णयावर विरोधी पक्षांनी व प्रसार माध्यमांनी खूप टीका केली. फखरुद्दीन अली अहमद हे जरी कृषि खात्याचे कॅबिनेट मंत्री होते, तरी या फसलेल्या निर्णयासंबंधी संसदेत झालेल्या चर्चेला उत्तरे अण्णासाहेबांनीच दिली. देशभर होत असलेल्या टीकेमुळे अण्णासाहेब हताश झाले व शेवटी त्यांनी आपल्या मंत्रिपदाचा राजीनामा

देण्याचा निर्णय घेतला. परंतु, इंदिराजींनी अण्णासाहेब यांचा राजीनामा स्वीकारला नाही. त्यांनी अण्णासाहेबांना दुसरे मंत्रालय देऊ केले; पण अण्णासाहेब हेच जर कृषि खात्याचे राज्यमंत्री म्हणून काम पाहणार नसतील, तर मीदेखील कृषि खात्याचे कॅबिनेट मंत्री म्हणून काम करण्यास तयार नाही, अशी निग्रहाची भूमिका फखरुद्दीन अली अहमद यांनी घेतली. अहमद यांनी अण्णासाहेबांना कृषि खात्यातच काम करण्याची विनंती केली व या मंत्रालयात काम करण्यासाठी त्यांना पूर्ण पाठिंबा देण्याची ग्वाही दिली. पंतप्रधान इंदिरा गांधी व फखरुद्दीन अली अहमद यांची विनंती नम्रपणे स्वीकारून अण्णासाहेबांनी कृषि राज्यमंत्री म्हणून काम करण्याची तयारी दाखविली.

अण्णासाहेबांनी मंत्री म्हणून काम करताना कृषि प्रक्रिया उद्योगांच्या उभारणीवर लक्ष केंद्रित केले. त्यांनी साखर कारखान्यांच्या उभारणीला व दूध प्रक्रिया उद्योग उभारणीला प्राधान्य दिले. त्यातूनच त्या काळात महाराष्ट्रात मोठ्या प्रमाणात सहकारी साखर कारखान्यांची उभारणी झाली. तसेच दुधाचे संकलन वाढविण्यावर भर दिला व दूध प्रक्रिया उद्योगही अनेक ठिकाणी सुरू झाले. सहकार क्षेत्रात उद्योगांची वाढ होण्याच्या हेतूने राष्ट्रीय पातळीवर नॅशनल हेवी इंजिनिअरिंग व डेक्कन शुगर इन्स्टिट्यूट या संस्थांची स्थापना झाली. कृषि प्रक्रिया उद्योग, सहकार क्षेत्रातील उद्योग, वस्त्रोद्योग, विजेचे उत्पादन व वितरण या सर्व घटकांच्या विस्तारीकरणास अण्णासाहेबांनी प्रोत्साहन दिले. वस्त्रोद्योग हा कापूस उत्पादनाशी संबंधित असल्यामुळे त्यास चालना देणे हे कापूस उत्पादक शेतकऱ्यांना सक्षम करण्याच्या दृष्टीने महत्त्वाचे आहे. दुधोत्पादनाला चालना दिल्यामुळे दूध प्रक्रिया केंद्रांची गरज प्रकर्षाने भासू लागली. म्हणून अशा प्रक्रिया उद्योगांना त्यांनी जाणीवपूर्वक प्रोत्साहन दिले. दूध वितरण व दूध प्रक्रिया या दोन्हींच्या सक्षमीकरणाच्या हेतूने 'दुधाचा महापूर' ही योजना आखण्यात आली. अमूलच्या धर्तीवर अनेक दूध प्रकल्पांची सुरुवात झाली.

शेतीचा विकास करण्यासाठी व त्यातून शेतीची उत्पादकता वाढविण्यासाठी शेतीच्या अधिकाधिक क्षेत्राला सिंचनाची सुविधा उपलब्ध करण्याच्या आवश्यकतेवर त्यांनी भर दिला. पारंपरिक अन्नधान्याच्या उत्पादनाबरोबर शेतकऱ्यांची आर्थिक सक्षमता वाढविण्यासाठी फलोत्पादनाला चालना देण्याची गरज त्यांनी वेळोवेळी स्पष्ट केली. फादर स्टोक्स या अमेरिकन मिशनरीने हिमाचल प्रदेशात सफरचंदाच्या बागा लावण्यास प्रोत्साहन दिले. हिमाचल प्रदेश आणि जम्मू-काश्मीरमध्ये फादर स्टोक्स यांच्या फळबागा लागवडीच्या कार्याचा विस्तार करण्यास अण्णासाहेबांनी

त्यांना सरकारी पातळीवर सर्वतोपरी मदत केली. त्यामुळे स्टोक्स कुटुंब हे अण्णासाहेबांचे अतिशय जवळचे मित्र झाले. फादर स्टोक्स यांच्या स्नुषा विद्यातार्इ यांनी फादर स्टोक्स यांच्या कार्याचा विस्तार केला. त्यांनी काही काळ हिमाचल प्रदेश सरकारमध्ये मंत्रिपदही भूषविले.

याच दरम्यान फलोद्यान आणि भाजीपाला उत्पादन किफायतशीर व्हावे या हेतूने त्यांनी काम केले. त्यासाठी आवश्यक त्या पायाभूत सुविधा उपलब्ध करण्यावर भर दिला. उत्पादनाची साठवणूक व त्यासाठी बाजारपेठेची उपलब्धता यांना महत्त्व दिले. फळे आणि भाजीपाला यांची योग्य पद्धतीने साठवणूक केली, तर त्यांची टिकवण क्षमता वाढेल असा त्यांना विश्वास होता. शेतीच्या यांत्रिकीकरणावर त्यांनी भर दिला. शेतीमध्ये ट्रॅक्टरचा वापर वाढविण्यावर त्यांनी भर दिला. ट्रॅक्टरसाठी त्यांनी स्वतंत्र परवाने दिले. सर्वच पायाभूत सुविधा सरकार उपलब्ध करू शकणार नाही, याची त्यांना जाणीव होती. म्हणून दुग्धशाळा, पशुवैद्यकीय औषधे, खते आणि कीटकनाशके यांच्या निर्मितीमध्ये खासगी क्षेत्राला प्रोत्साहन देण्यासाठी त्यांनी आग्रह धरला. त्यासाठी सरकारपुढेही त्यांनी आपली बाजू मांडली. खासगी क्षेत्राला वाव दिल्यामुळे कृषि तंत्रज्ञानाच्या विकासामध्ये अनेक घटकांचे सहकार्य लाभले. कृषि उत्पादनांच्या साठवणुकीसाठी गोदामांची संख्या वाढली व खासगी गुंतवणुकीमुळे इतर पायाभूत सुविधांमध्येही वाढ झाली. त्या काळात भारत सरकारची बहुतेक ध्येयधोरणे समाजवादी विचारसरणीला अनुसरून ठरविली जात होती. सरकारनेही जाणीवपूर्वक समाजवादी धोरणांचाच आग्रह धरला होता; परंतु बदलत्या काळाची पावले ओळखून समाजवादाच्याही पलीकडे जाऊन कृषि विकासासाठी खासगी क्षेत्राच्या गुंतवणुकीचा आग्रह अण्णासाहेबांनी धरलेला होता. आज केंद्र सरकार आणि बहुतेक राज्य सरकारे विकासप्रक्रिया अधिक गतिमान करण्यासाठी संवेदनशील अशा संरक्षण क्षेत्रासह सर्वच क्षेत्रांत खासगी क्षेत्राच्या गुंतवणुकीला प्राधान्य देत आहे. म्हणून त्यावेळी अण्णासाहेबांच्या खासगी क्षेत्राच्या गुंतवणुकीला प्राधान्य देण्याच्या निर्णयाचे द्रष्टेपण लक्षात येते. अण्णासाहेबांनी भविष्याचा अगदी अचूकपणे वेध घेतला होता, यावरून त्यांच्या दूरदृष्टीची कल्पना येते. विकासाच्या संदर्भातील सर्वच गोष्टी केवळ सरकार करू शकणार नाही, सरकारच्या मर्यादांची जाणीव अण्णासाहेबांना झाली होती. या पार्श्वभूमीवर विकासप्रक्रिया गतिमान करण्यासाठी खासगी क्षेत्राची मदत घेणे आवश्यक असल्याचे त्यांनी पंतप्रधान इंदिराजींना व सरकारमधील इतरांनाही पटवून दिले होते. आज आपण उदारीकरण, खासगीकरण, जागतिकीकरणाची भाषा बोलतो, अण्णासाहेबांनी त्यावेळेस यांचा

आग्रह धरला होता. अण्णासाहेबांचा कृषिक्षेत्राचा जसा सखोल अभ्यास होता तसाच अभ्यास त्यांनी आपल्या अर्थव्यवस्थेचाही केला होता. त्यामुळेच ते अचूकपणे विकासाचे गणित मांडू शकले व इतरांनाही सप्रमाण पटवून देऊ शकले.

१९६० ते ७० या दशकात कृषिक्षेत्राच्या व पर्यायाने ग्रामीण अर्थव्यवस्थेच्या विकासासाठी सार्वजनिक आणि खासगी क्षेत्र यांची संयुक्तपणे मोठी गुंतवणूक झाली, त्यामुळे विकासाला अधिक वेग आला. कारण आता हा प्रश्न जसा अन्नधान्याचे उत्पादन वाढविण्याचा होता; तसाच तो जमीन, माती, पाणी, जंगल यांच्या व्यवस्थापनाचाही होता. माती, पाणी संवर्धनासह शास्त्रीय पद्धतीने शेती उत्पादन वाढीवर अण्णासाहेबांनी आपले लक्ष केंद्रित केले. आतापर्यंत माती-पाणी यांच्या संवर्धनाचा विचार कोणीही केला नव्हता. कृषिक्षेत्राशी संबंधित सर्वच विषयांचा अण्णासाहेबांचा अभ्यास किती सूक्ष्म होता याची प्रचिती येते. म्हणून शेतीक्षेत्राच्या विकासात माती-पाणी व्यवस्थापनाला त्यांनी सर्वोच्च प्राधान्य दिले. कृषिशास्त्रज्ञ आणि पर्यावरण शास्त्रज्ञांनीही यावर भर दिला होता. अण्णासाहेबांनी पन्नास वर्षांपूर्वी माती-पाणी व्यवस्थापनाचे महत्त्व विशद केले होते. अण्णासाहेबांनी माती-पाणी व्यवस्थापनाच्या कामाचा देशभर विस्तार केला. जिरायत शेतीच्या क्षेत्रात विविध प्रयोग करून तेथील मृदेची उत्पादकता कशी वाढविता येईल यादृष्टीने विविध कार्यक्रम हाती घेण्यात आले. त्यादृष्टीने आंतरराष्ट्रीय पिके संशोधन संस्था (इक्रिसॅट) ही संस्था स्थापन करण्यात आली. या संस्थेने कोरडवाहू शेतीच्या विकासाकडे तेलबिया आणि डाळींच्या पिकांच्या संवर्धनाकडे लक्ष दिले. शेतीची उत्पादकता वाढविल्यामुळेच शेतीतून शेतकऱ्याला अधिकाधिक परतावा मिळू शकेल म्हणून शेतकऱ्यांना अधिक उत्पन्न मिळण्यासाठी माती-पाणी व्यवस्थापन आवश्यक असल्याचे त्यांनी स्पष्ट केले.

१९७४ साली पुन्हा राजकीय घडामोडी गतिमान झाल्या. कृषिमंत्री असलेल्या फखरुद्दीन अली अहमद यांची भारताचे राष्ट्रपती म्हणून निवड झाली. जगजीवनराम बाबू यांचे संरक्षण खाते काढून घेण्यात आले व त्यांना कृषि खाते देण्यात आले. मात्र त्यांचे मंत्रिमंडळातील क्रमांक दोनचे स्थान कायम ठेवण्यात आले. जगजीवनराम बाबू यांनी कृषि खाते स्वीकारताना दोन अटी घातल्या. पहिली अट म्हणजे त्यांच्या खात्यात त्यांना कुणाचाही हस्तक्षेप नको होता व दुसरी अट म्हणजे अण्णासाहेब हेच त्यांना कृषि खात्याचे राज्यमंत्री म्हणून हवे होते. १९६२ पासून पुढे कृषि खात्याचे कॅबिनेट मंत्री म्हणून ज्या ज्या मान्यवर नेत्यांनी काम पाहिले, त्यांना आपल्या खात्यात अण्णासाहेब हेच राज्यमंत्री म्हणून हवे होते. त्यांना अण्णासाहेबांना सोबत

घेऊन त्यांच्या मदतीनेच कृषि खात्याचे काम करायचे होते. अण्णासाहेबांच्या कार्यावर व ज्ञानावर या सर्वांचा किती विश्वास होता हे यावरून अगदी ठळकपणे स्पष्ट होते.

या काळात संजय गांधी यांचे राजकीय महत्त्व वाढल्याने, त्यांचा राजकीय हस्तक्षेपही वाढू लागला होता. काही सल्लागारांमुळे इंदिराजींचे काही निर्णय वादग्रस्त ठरले व काही प्रकल्पांना परवाने देण्याची प्रकरणे ही वादग्रस्त ठरली होती. सरकारवर वेगवेगळ्या प्रकारचे आरोप होऊ लागले होते. भ्रष्टाचाराच्या प्रकारांचेही आरोप झाले. याच दरम्यान स्वातंत्र्य चळवळीतील थोर समाजवादी नेते जयप्रकाश नारायण यांनी सरकार विरोधात विद्यार्थ्यांचे आंदोलन उभे केले. गुजरात आणि बिहारमध्ये या आंदोलनाने मोठा जोर धरला होता. इतरत्रही आंदोलन पसरले. आंदोलनाची तीव्रता दिवसेंदिवस वाढू लागली होती. तशातच अलाहाबाद उच्च न्यायालयाने इंदिराजींची रायबरेली मतदारसंघातून लोकसभेवर झालेली निवड अवैध ठरवली. राजकीय अस्थैर्याकडे वाटचाल सुरू झाली. काँग्रेस पक्षातही प्रचंड गोंधळ उडाला. यशवंतराव चव्हाणसाहेबांनी उद्भवलेल्या परिस्थितीत मार्ग काढण्याचा प्रयत्न केला; परंतु त्यांना यश आले नाही. या गोंधळलेल्या परिस्थितीत संजय गांधी आणि त्यांच्या राजकीय सल्लागारांचा हस्तक्षेप मोठ्या प्रमाणात वाढला. परिस्थिती नियंत्रणात आणण्यासाठी देशात आणीबाणी लागू करण्यासाठी त्यांनी इंदिराजींना प्रवृत्त केले आणि २५ जून १९७५ रोजी देशात आणीबाणी लागू करण्याची घोषणा करण्यात आली.

सरकारने आणीबाणी लागू करण्याच्या आदल्या दिवशी विरोधी पक्षातील प्रमुख नेत्यांना आणि अनेक कार्यकर्त्यांना तुरुंगात टाकले. आणीबाणीच्या निर्णयाला किंवा सरकारच्या कोणत्याही निर्णयाला विरोध होऊ नये असा सरकारचा प्रयत्न होता. स्वातंत्र्यानंतर आपल्या देशात लोकशाही शासनसंस्था स्वीकारली. लोकशाहीच्या इतिहासात असा प्रकार यापूर्वी कधीही झाला नव्हता. प्रसार माध्यमांचीही मुस्कटदाबी करण्यात आली. संजय गांधी यांच्या आग्रहास्तव नसबंदीचा कार्यक्रम देशभर जबरदस्तीने राबविण्यात आला. अधिकाधिक उत्पादन वाढविण्यासाठी संपकरण्यावर बंदी घालण्यात आली. अर्थात हे पाऊल भारताची उत्पादन प्रक्रिया वाढविण्यासाठी आवश्यक होते. पंडित जवाहरलाल नेहरू व त्यांच्यानंतरच्या मान्यवरांनी देशाची उदारमतवादी लोकशाही शासनव्यवस्थेची चौकट उभी केली होती. विरोधी पक्षाच्या नेत्यांमध्ये असुरक्षिततेची भावना निर्माण झाली. विरोधी पक्ष हा सरकारच्या अशा प्रकारच्या कारभारावर टीका करू लागला.

संजय गांधी या नावाचे एक सत्ताकेंद्र त्यावेळी निर्माण झाले होते. त्यांच्या अमेठी या मतदारसंघात उभारलेल्या दुग्धशाळेच्या प्रकल्पासाठी परदेशातून काही साहित्य आयात करण्यात आले. त्या साहित्याची वाहतूक करणाऱ्या रेल्वेला अपघात झाला. त्यावेळी असे दिसून आले, की आयात केलेल्या दुग्ध उपकरणांच्या कपड्यात काही अवैध सामुग्री आयात करण्यात आली होती. संजय गांधी यांनी चौकशी करून त्यासंदर्भातील फायली नियमित करण्याचा प्रयत्न केला. त्या फायली नियमित करण्यासाठी अण्णासाहेबांकडे पाठविण्यात आल्या. सदर फायली नियमित करण्यास अण्णासाहेबांनी नकार दिला. लगेचच अन्न व कृषि मंत्रालयाशी संलग्न असलेले साखर व दुग्धोत्पादन हे विभाग त्यांच्याकडून काढून घेण्यात आले. सरकारच्या नैतिक ऱ्हासाला सुरुवात झाल्याचेच हे लक्षण म्हणावे लागेल.

दरम्यानच्या काळात महाराष्ट्राच्या राजकारणातही अनपेक्षित बदल होऊ लागले होते. दीर्घकाळ महाराष्ट्र राज्याची धुरा समर्थपणे सांभाळणाऱ्या वसंतराव नाईक यांना मुख्यमंत्री पदावरून हटवून शंकरराव चव्हाण यांना महाराष्ट्राचे मुख्यमंत्री करण्यात आले. अशा प्रकारच्या धक्कातंत्राच्या राजकारणामुळे काँग्रेस पक्षातील अनेकांच्या मनात नाराजी होती. यशवंतराव चव्हाणसाहेब मनोमन दुखावले गेले होते. यशवंतराव चव्हाणसाहेब आणि काँग्रेस नेते यांच्यात कोणतेही मतभेद नसल्याचे शंकरराव चव्हाण यांनी अनेक ठिकाणी सांगितले, त्यासाठी त्यांनी राज्यभर 'सद्भावना दौरा' केला. मुख्यमंत्री विमानातून सांगलीचा दौरा करीत असताना, त्यांना पंतप्रधान कार्यालयाकडून अण्णासाहेबांच्या मंत्रिपदाच्या राजीनाम्याची वार्ता कळविण्यात आली. यशवंतराव चव्हाणसाहेबांना या बातमीने धक्का बसला. कारण त्यांना खात्री होती, की अण्णासाहेब आपल्याशी सल्लामसलत केल्याशिवाय असा कोणताही निर्णय तडकाफडकी घेणार नाहीत. असे मोठे पाऊल उचलणार नाहीत. पंतप्रधान कार्यालयाकडून अण्णासाहेबांनी इंदिराजींची भेट घेण्यासाठी दिल्लीला यावे अशी विनंती केली जात होती.

पंतप्रधान कार्यालयाच्या विनंतीला मान देऊन अण्णासाहेबांनी इंदिराजींची भेट घेतली. त्यांनी अण्णासाहेबांना मंत्रिपदाचा राजीनामा न देण्याविषयी विनंती केली. देशात लागू करण्यात आलेल्या आणीबाणी संदर्भात दोघांमध्ये चर्चा झाली. एव्हाना आणीबाणीने सामान्य माणसांवर जे परिणाम झाले होते, त्याची कल्पना मलाही आली असल्याचे इंदिराजींनी अण्णासाहेबांना सांगितले. त्यांनी येत्या सहा महिन्यांत आणीबाणी मागे घेतली जाईल व देशात निःपक्षपाती वातावरणात निवडणुका घेतल्या जातील असे आश्वासन अण्णासाहेबांना देऊन अण्णासाहेबांनी

दिलेला मंत्रिपदाचा राजीनामा स्वीकारण्यास नकार दिला. इंदिराजींनी दिलेल्या आश्वासनामुळे अण्णासाहेब आपल्या पदावर कायम राहिले, तर दुसऱ्या बाजूला इंदिराजींना विरोध करणाऱ्या उमाशंकर दीक्षित, सरदार स्वर्णसिंग, हेमवतीनंदन बहुगुणा आणि इंद्रकुमार गुजराल या मंत्र्यांना मात्र त्यांनी मंत्रिमंडळातून काढून टाकले. इंदिराजींच्या मनात अण्णासाहेबांच्या कार्याबद्दल-ज्ञानाबद्दल-सचोटीबद्दल आदर होता, म्हणून त्यांनी अण्णासाहेबांना मंत्रिपद न सोडण्याची विनंती केली.

इंदिराजींनी अण्णासाहेबांना दिलेल्या आश्वासनानुसार आणीबाणी हटविण्यात आली आणि देशात सार्वत्रिक निवडणुका १९७७ साली घेण्यात आल्या. या निवडणुकीत काँग्रेस पक्षाला बहुमत मिळाले नाही. स्वतः इंदिरा गांधी आणि संजय गांधी यांचा पराभव झाला. अण्णासाहेब पुन्हा खासदार झाले. पराभव झाल्यानंतर इंदिराजींना सरकारी निवासस्थान सोडावे लागले. त्यांनी सरकारकडे खासदारांसाठी देण्यात येणारा बंगला सरकारकडे मागितला; पण सरकारने त्यांना प्रति महिना ६०,००० भाडे आकारले जाईल असे सांगितले. शेवटी इंदिराजी '१२ विलिंग्डन क्रिसेंट रोड' येथे राहायला गेल्या. जनता सरकारने अण्णासाहेबांना '१ मोतीलाल नेहरू' मार्गावरील खासदार कोट्यातील बंगला दिला. अण्णासाहेबांनी तो बंगला नाकारला व संसद भवनाजवळील एका लहान बंगल्याची निवड केली. अण्णासाहेबांनी त्यांना संसदेत किंवा एखाद्या मंत्रालयात पायी जाता येईल हे पाहिले. अण्णासाहेबांची राहणी अतिशय साधी होती. मंत्री होते तरीही त्यांच्या राहणीत कोणताही बडेजाव नव्हता. त्यांच्या राहणीतील हा साधेपणा त्यांच्या व्यक्तिमत्त्वाला साजेसाच होता. तोच त्यांना खूप भावला व त्यांच्या उत्कर्षास कारणीभूत ठरला.

१९७७ च्या निवडणुकीत जनता पक्षाला लोकसभेत बहुमत प्राप्त झाले होते. मोरारजी देसाई यांच्या नेतृत्वाखाली केंद्रात सरकार स्थापन झाले; मात्र अंतर्गत विरोधामुळे हे सरकार फार काळ टिकले नाही. त्यानंतर यशवंतराव चव्हाणसाहेबांना जनसंघाने प्रस्ताव दिला, की ते जर संयुक्त मंत्रिमंडळ स्थापन करण्यास तयार असतील, तर १५० हून अधिक खासदार त्यांना पाठिंबा देण्यासाठी त्यांच्या मागे उभे करण्यात येतील. परंतु, जनसंघाच्या मदतीने सरकार स्थापन करण्यास चव्हाणसाहेब फारसे उत्सुक नव्हते. चव्हाणसाहेबांची विचारप्रणाली व जनसंघाची विचारप्रणाली अगदी भिन्न स्वरूपाची होती. त्या कारणास्तव त्यांनी पंतप्रधानपद स्वीकारण्यास नकार दिला. केवळ नैतिक आणि विचारप्रणालीच्या मुद्द्यावर चव्हाणसाहेबांनी पंतप्रधानपद नाकारले हे आजच्या राजकीय परिस्थितीत मुद्दाम सांगावे लागेल. नैतिकता पाळणारे राजकीय नेते त्यावेळी राजकारणात होते. त्यावेळच्या

राजकारणाला वैचारिक अधिष्ठान होते.

नंतरच्या काळात काँग्रेस पक्षात पुन्हा फूट पडली. इंदिरा गांधींनी त्यावेळच्या काँग्रेसमधून बाहेर पडून 'इंदिरा काँग्रेस' हा आपला स्वतंत्र राजकीय पक्ष स्थापन केला. अण्णासाहेब हे मुळच्या काँग्रेस पक्षातच राहिले. त्यावेळी निर्माण झालेल्या एकूणच राजकीय अस्थिरतेच्या परिस्थितीत देशात १९८० साली मुदतपूर्व लोकसभेच्या निवडणुकांची घोषणा झाली. इंदिरा काँग्रेस पक्षाला लोकसभेत बहुमत मिळाले व इंदिराजींची पुन्हा देशाच्या पंतप्रधान म्हणून निवड झाली. अण्णासाहेबांना या निवडणुकीत पराभव पत्करावा लागला. त्यानंतर त्यांनी सक्रिय राजकारणातून निवृत्ती घेतली. १९६२ ते १९७७ या काळात त्यांनी शेती मंत्रालयात अगदी दैदिप्यमान स्वरूपाची कामगिरी पार पाडली. त्या काळात अनेक राष्ट्रीय-आंतरराष्ट्रीय घडामोडी घडल्या. अण्णासाहेब त्यांचे साक्षीदार राहिले. अण्णासाहेबांनी अतिशय शांतपणे आपल्या मंत्रालयाचा कारभार केला. मंत्री म्हणून कसे काम करावे याचा आदर्श वस्तुपाठच त्यांनी घालून दिला. म्हणूनच ते सर्वांच्याच आदराला पात्र ठरले. अतिशय अभ्यासूपणे आणि दूरदृष्टीने लोकांच्या विकासाचे अनेक निर्णय त्यांनी घेतले. आज त्यांची फलश्रुती आपण पाहतो आहोत. आपला पराभवही त्यांनी खुल्या मनाने स्वीकारला आणि दिल्लीचा निरोप घेतला!

उत्कृष्ट संसदपटू

- अनिल अण्णासाहेब शिंदे -

अण्णासाहेब सर्वप्रथम १९६२ साली लोकसभेचे सदस्य म्हणून निवडले गेले. यापूर्वी त्यांना कोणत्याही प्रकारे संसदीय कामकाजाची माहिती नव्हती; अनुभव नव्हता. साधेपणा, प्रचंड मेहनत घेण्याची तयारी, प्रामाणिकपणा, सकारात्मक दृष्टीकोन आणि इंग्रजी भाषेवरील प्रभुत्व या गुणांची शिदोरी अण्णासाहेबांकडे होती. त्या जोरावर अण्णासाहेबांनी आपल्या व्यक्तिमत्त्वाचा कधीही न मिटणारा ठसा उमटविला. त्यांचे सहकारी सदस्यही या त्यांच्या गुणवैशिष्ट्यांमुळे खूपच प्रभावित झाले होते. प्रसिद्धी माध्यमांनाही अण्णासाहेबांच्या गुणवैशिष्ट्यांची ओळख झाली होती. अण्णासाहेबांनी सुमारे १५ वर्षे सलगपणे कृषि मंत्रालयातच काम केले. मंत्रिमंडळात अनेक वेळा मंत्र्यांचे खाते बदल झाले. पण अण्णासाहेबांनी सलग १५ वर्षे कृषि आणि अन्न मंत्रालयात राज्यमंत्री म्हणून काम केले. त्यामुळे त्यांना त्या मंत्रालयात खूपच भरीव स्वरूपाचे काम करता आले. सलग एकाच खात्याचे १५ वर्षे मंत्री म्हणून काम करायला मिळणे हा एक विक्रमच म्हणावा लागेल. त्या काळातील परिस्थिती अतिशय आव्हानात्मक होती. त्या काळात देश कृषिप्रधान असूनही अन्नधान्याच्या अभूतपूर्व टंचाईचा सामना करीत होता. उपासमार, भूकबळी या कारणांमुळे लोकांमध्ये मोठा असंतोष होता. अन्नधान्याच्या मागणीसाठी हजारोंच्या संख्येने मोर्चे निघत होते. उपासमार, अन्नधान्याची टंचाई, दूध-साखर यांची टंचाई, तसेच रासायनिक खते व कीटकनाशकांच्या प्रश्नावर संसदेत नेहमीच जोरदार चर्चा होत असे. विरोधी पक्ष आक्रमकपणे सरकारवर तुटून पडत होते. अण्णासाहेब अत्यंत शांत व धीरोदात्तपणे संसदेतील चर्चेला सामोरे गेले. अतिशय अभ्यासूपणे सरकार या प्रश्नावर करीत असलेल्या कामाची माहिती त्यांनी संसदेला

दिली. अण्णासाहेब या देशाला अन्नधान्याच्या उत्पादनात स्वयंपूर्ण करून अन्नधान्याचे उत्पादन व शेतीपूरक उत्पन्नही वाढविण्याच्या उदात्त हेतूने प्रेरित झाले होते. अतिशय तळमळीने आणि प्रामाणिकपणे ते काम करीत होते. त्यांनी कुठल्याही प्रकारे आपले लक्ष अजिबात विचलित होऊ दिले नाही.

अन्नधान्याचे वितरण, कृषि उत्पादनाच्या खरेदीतील भ्रष्टाचार, अन्नभेसळ, दूषित बियाणे, जमीन सुधारणा, कृषि कामगारांच्या समस्या, कृषि वैज्ञानिकांच्या आत्महत्या, 'आयसीएआर'ची पुनर्रचना आदी प्रश्नांच्या संदर्भात सरकारवर सतत टीका होत असे. वृत्तपत्रांचे मथळेही याच विषयांनी भरलेले असत. या सर्व प्रश्नांचा सरकारवर प्रचंड दबाव होता. प्रश्न कितीही व कसेही असले तरी त्यांचा परिपूर्ण अभ्यास करूनच त्यांना सामोरे जाण्याची भूमिका अगदी प्रथमपासूनच अण्णासाहेबांनी स्वीकारली होती. त्यांनी प्रत्येक प्रश्नाचा अतिशय बारकाईने अभ्यास केला. सूक्ष्म अभ्यास करून आणि परिश्रम घेऊन प्रत्येक प्रश्नाचे उत्तर शोधण्याचा प्रयत्न केला. १९६६ ते १९७५ या काळात त्यांनी अन्न आणि कृषि मंत्रालयाशी संबंधित प्रश्नांना संसदेत अभ्यासपूर्ण उत्तरे दिली. कृषि आणि अन्नखात्याची धुरा त्यांनी अगदी समर्थपणे सांभाळली. त्यामुळे संसदेतील त्यांची कारकिर्द प्रभावी ठरली. त्यांच्या कामाची, त्यांच्या सहकाऱ्यांनी, संसद सदस्यांनीही व प्रसार माध्यमांनीही खूपच प्रशंसा केली.

१९६२ साली पंडित नेहरूंनी तयार केलेल्या मंत्रिमंडळात नवीन चेहऱ्यांना सहभागी करून घेण्यात आले. त्यात अनेक जण त्या त्या राज्यातील ज्येष्ठ राजकीय नेते होते. त्यावेळी संसदेत कम्युनिस्ट पक्षाचे प्रा. हिरेन मुखर्जी यांच्यासारखे अतिशय जागृत आणि अभ्यासू सदस्य होते. त्यांनी अभ्यासूपणे संसदेत विचारलेल्या प्रश्नांमुळे, उपप्रश्नांमुळे किंवा उपस्थित केलेल्या जनहिताच्या अतिशय महत्त्वाच्या विषयांमुळे सरकारची कोंडी व्हायची. त्यांनी उपस्थित केलेल्या मुद्द्यांना उत्तरे देताना अनुभवी मंत्र्यांचाही कस लागे. त्यावेळच्या संसदीय कार्याला प्रश्नोत्तरांच्या जुगलबंदीमुळे एक निश्चित असा उच्च दर्जा प्राप्त झाला होता. हिरेन मुखर्जी कसलेले संसदपटू होते. नव्याने मंत्रिमंडळात सहभागी झालेल्या मंत्र्यांपैकी अत्यंत चांगल्या दर्जाची कामगिरी करणाऱ्या दोनच मंत्र्यांचा जाणीवपूर्वक त्यांनी उल्लेख केला. एक म्हणजे डॉ. अण्णासाहेब शिंदे व दुसरे म्हणजे के. सी. पंत हे होय.

अण्णासाहेब आणि के. सी. पंत यांना लाभलेला वारसा भिन्न प्रकारचा होता. स्वातंत्र्य चळवळीतील ज्येष्ठ नेते आणि काही काळ केंद्रीय मंत्रिमंडळात अगदी सुरुवातीच्या काळात पंडितजींबरोबर मंत्री म्हणून काम केले. गोविंद वल्लभ पंत हे के. सी. पंत यांचे पिताश्री. के. सी. पंत यांना ऑक्सफर्डची पार्श्वभूमी होती, तर अण्णासाहेब हे ग्रामीण भागातून आलेले.

तत्कालीन राष्ट्रपती व्ही. व्ही. गिरी आणि वसंतदादा पाटील यांच्या समवेत डॉ. अण्णासाहेब शिंदे

संघर्षात्मक पार्श्वभूमी लाभलेले. त्यांनी स्वातंत्र्य चळवळीत तुरुंगवास भोगला होता. त्यांच्या सार्वजनिक व राजकीय जीवनाची सुरुवात कम्युनिस्ट चळवळीतून झालेली होती. त्यावेळचे खाण खात्याचे मंत्री प्रकाशचंद्र सेठी हे अण्णासाहेबांच्या कृषिक्षेत्रातील ज्ञान आणि अभ्यासामुळे खूपच प्रभावित झाले होते. नंतर दोघांमध्ये स्नेहसंबंध निर्माण झाले. प्रकाशचंद्र सेठी यांनी १९६८ साली एके ठिकाणी अण्णासाहेबांबद्दल म्हटले आहे, "सौम्य वागणूक, मऊ बोलणारे आणि नेहमीच हसतमुख डॉ. अण्णासाहेब शिंदे हृदयस्पर्शी आणि कृतिशील असलेले गांधीवादी आहेत. नम्रता हा त्यांच्या स्वभाव वैशिष्ट्याचा सर्वोच्च गुण आहे. स्पष्टपणा आणि इतर सद्गुणांमुळे त्यांचा नेहमीच आदर केला जात असे. त्यांनी दिलेली उत्तरे आणि माहिती विरोधी पक्षीयांनाही महत्त्वाची व उपयुक्त वाटत असे. त्यांनी मराठी भाषेत लिहिलेल्या 'भारतीय कृषि-त्यावरील आजार आणि समाजाचा विकास' या पुस्तकात शेतीच्या आधुनिकीकरणाविषयी अतिशय महत्त्वपूर्ण विचार मांडले आहेत. भारतीय शेतीच्या विकासाला आकार देण्याची आश्वासकता त्यात आहे."

संसदीयकार्य व दळणवळण खात्याचे मंत्री राम सुभाकसिंह हे अण्णासाहेबांविषयी बोलताना म्हणाले होते, "उत्कृष्ट संसदपटू या नात्याने अण्णासाहेबांची सर्वात उल्लेखनीय गुणवत्ता म्हणजे त्यांची सौजन्यवृत्ती होय. एखाद्याचे मतपरिवर्तन करण्याची क्षमता त्यांच्या वक्तव्यात होती. संसदीय चर्चेत सहभाग घेताना, कोणत्याही प्रश्नाचे उत्तर देताना तथ्य आणि आकडेवारीसह त्यांनी केलेली उत्तरांची मांडणी नेहमीच अभूतपूर्व असे. एखादा सदस्य कितीही आक्रमकपणे आपली बाजू मांडत असला, तरी अण्णासाहेबांनी अतिशय शांतपणे आणि अभ्यासूपणे त्यांच्या प्रश्नांना उत्तरे दिली. अण्णासाहेबांची उत्तरे देण्याची हातोटीच वेगळी होती; एखाद्या कसलेल्या संसदपटूची होती. खरे तर 'मीठा मंत्री' म्हणून

तत्कालीन पंतप्रधान चंद्रशेखर, डॉ. अण्णासाहेब शिंदे आणि हिराबाई शिंदे.

अनेकांनी त्यांची संभावना केल्याचे मी ऐकले आहे."

त्यावेळी रिपब्लिकन पक्षाचे नेते व डॉक्टर बाबासाहेब आंबेडकरांबरोबर अनेक वर्षे चळवळीत काम केलेले नेते कर्मवीर दादासाहेब गायकवाड हे राज्यसभेचे सदस्य होते. अण्णासाहेबांविषयी ते म्हणतात, "डॉ. अण्णासाहेब शिंदे हे काँग्रेस पक्षाचे असले, तरी त्यांच्या गोड आणि सकारात्मक स्वभावामुळे ते राज्यसभेतील कामकाजात सर्वांमध्ये लोकप्रिय आहेत. राज्यसभेतील कामकाजात सहभाग घेताना विरोधी पक्षाच्या मान्यवर सदस्यांना इतक्या प्रभावीपणे व खात्रीपूर्वक उत्तरे देऊन त्यांच्या मनातील शंका दूर करतात, ते पाहून राज्यसभेचे अध्यक्ष म्हणजे तत्कालीन उपराष्ट्रपती व्ही. व्ही. गिरी यांनी संसदीय परंपरांच्या पुढे जाऊन अण्णासाहेबांच्या उत्कृष्ट संसदीय कार्याबद्दल त्यांचे खास अभिनंदन केले. कृषि खात्याचे कॅबिनेट मंत्री जगजीवनराम बाबू हे होते. परंतु, त्यांना कृषि खात्याचे राज्यमंत्री म्हणून अण्णासाहेब हेच हवे होते. त्याच अटीवर त्यांनी कृषि खाते स्वीकारले होते. जगजीवनराम बाबू यांना संसदेत कृषि खात्याच्या प्रश्नावर उत्तरे देण्याची फारशी वेळ आलीच नाही. ती सर्व जबाबदारी अण्णासाहेबांवर होती. फार अल्पावधीतच अण्णासाहेबांनी 'उत्कृष्ट संसदपटू' म्हणून मान्यता मिळवली होती."

माजी पंतप्रधान पी. व्ही. नरसिंहराव यांनी अण्णासाहेबांबद्दल म्हटले आहे की, "अण्णासाहेब हे निश्चितपणे लोकसभेचे अभ्यासू सदस्य होते. केवळ अपवाद ठरावा अशी त्यांची संसदीय कारकीर्द उज्ज्वल होती. अन्न आणि कृषि मंत्रालयात त्यांनी केलेल्या अभूतपूर्व कामगिरीचा भारतीय ग्रामीण अर्थव्यवस्थेच्या विकासावर दीर्घकाळ परिणाम झाला असून पुढील काळातही होईल." तसेच समाजवादी पक्षाचे नेते व अतिशय अभ्यासू संसद सदस्य मधु लिमये यांनी संसदेच्या कार्यावर आपला प्रभाव निर्माण केला होता.

ते समाजवादी विचारवंत होते. राष्ट्रीय व आंतरराष्ट्रीय प्रश्नांचा त्यांचा गाढा अभ्यास होता. अण्णासाहेबांबद्दल ते म्हणतात, "एक चांगला संसद सदस्य तोच असतो, जो संसदीय अधिवेशनात योग्यप्रकारे सज्ज असतो आणि सदस्यांच्या प्रश्नांना धीरोदात्तपणे, अभ्यासूपणे व समाधानकारकपणे उत्तरे देतो… जर वरील निकष लावायचे असतील, तर त्यानुसार डॉ. अण्णासाहेब शिंदे हे एक सर्वोत्कृष्ट संसद सदस्य आहेत, असे मी म्हणेन."

१६० वर्षांपासून कापसाचा व्यापार करणाऱ्या संस्थेचे मालक असलेले आमर्से दामोदर कुटुंबाचे सदस्य स्वतंत्र पक्षाचे खासदार मनुभाई आमर्से यांनी अण्णासाहेबांच्या कार्याबद्दल मत व्यक्त करताना म्हटले आहे की, "डॉ. अण्णासाहेब शिंदे यांची क्षमता, कर्तृत्व आणि कार्य इतके श्रेष्ठ आहे, की यापूर्वी कुणालाही त्यांच्यासारखे काम या खात्यात करता आले नाही. यापुढेही होईल की नाही याबद्दल शंका आहे. अण्णासाहेबांना भारतीय शेतीबद्दल काय माहिती नव्हते? अण्णासाहेबांना शेतीविषयक जे ज्ञान होते ते सर्वांनाच जाणून घेण्याची इच्छा होती. शेतीतज्ज्ञ अण्णासाहेब एक उत्कृष्ट संसद सदस्य होते. स्वातंत्र्य चळवळीत महत्त्वाचे योगदान देणारे अनेक नेते होऊन गेले. त्यांच्या मृत्यूमुळे सर्वांना दुःख झाले, पण मला रडू आले नाही. अण्णासाहेबांच्या दुःखद निधनाने मात्र मला रडू आवरले नाही. त्यांच्या जाण्याने फार मोठी पोकळी निर्माण झाली; देशाचे फार मोठे नुकसान झाले."

कम्युनिस्ट पक्षाचे खासदार ज्योतिर्मय बसू हे अतिशय अभ्यासू, व्यासंगी आणि आक्रमक खासदार होते. त्यांनी आक्रमकपणे संसदेत उपस्थित केलेले शेतीविषयक प्रश्न आणि अण्णासाहेबांनी अतिशय संयमी आणि समर्थपणे दिलेली अभ्यासू उत्तरे हा संसदीय कामकाजाचा उत्कृष्ट नमुनाच म्हणावा लागेल. इतर संसद सदस्यांच्या दृष्टीने संसदीय कामकाज किती उच्च दर्जाचे असावे हे शिकण्याची व आत्मसात करण्याची एक पर्वणीच म्हणावी लागेल. त्यांनीसुद्धा अण्णासाहेबांचा एक सुसंस्कृत व्यक्ती म्हणून व जाणकार नेते म्हणून सदैव गौरव केला. ते अण्णासाहेबांविषयी म्हणतात, "डॉ. अण्णासाहेब शिंदे यांना भारतीय शेतीचा चालता-बोलता विश्वकोशच म्हणावा लागेल."

बाबूराव पटेल नावाचे त्यावेळी एक खासदार होते. ते एक वेगळेच व्यक्तिमत्त्व होते. जे स्वतः पत्रकार होते. त्यांना भारतीय शेती संदर्भातील प्रश्नांच्या अभ्यासात रस होता. शेती विषयाची जाण होती. ते स्वतः 'मदर इंडिया' व 'फिल्म इंडिया' या मासिकांचे संपादक होते. त्यांनी केलेल्या संसदेतील कामकाजाला वृत्तपत्राच्या तिसऱ्या पानावर हमखास प्रसिद्धी मिळे. अशा अभ्यासू व्यक्तिमत्त्वाने शेतीसंबंधी अनेक प्रश्न संसदेत उपस्थित केले. अण्णासाहेबांनी त्यांना अभ्यासपूर्ण उत्तरे दिली. संसदेतील चर्चेचा तपशील ते 'मदर इंडिया'मध्ये सविस्तरपणे प्रसिद्ध करीत. त्यांनी अण्णासाहेबांबद्दल अनेक वेळा

सकारात्मक लिहिले. ते म्हणतात, "डॉ. अण्णासाहेब शिंदे हे एकमेव व्यक्तिमत्त्व असे आहे, की ज्यांच्याकडे भारताच्या शेतीविषयक सर्व प्रश्नांची सोडवणूक करण्याची पूर्ण क्षमता आहे. वेगवेगळ्या प्रकारच्या लोकांबरोबर अगदी भ्रष्ट लोकांबरोबर प्रामाणिकपणे काम करणारा एकमेव माणूस म्हणजे अण्णासाहेब होय."

राजनारायण हे एक अतिशय खुमासदार व्यक्तिमत्त्व होते. ते संयुक्त समाजवादी पक्षाचे संसद सदस्य होते. ते सतत नेहरू कुटुंब व काँग्रेसवर टीका करीत असत. १९७७ च्या लोकसभेच्या सार्वत्रिक निवडणुकीत त्यांनी इंदिरा गांधी यांचा पराभव केला होता. मोरारजी देसाई यांच्या नेतृत्वाखालील जनता सरकारमध्ये ते सार्वजनिक आरोग्य खात्याचे मंत्री होते. अण्णासाहेबांबद्दल त्यांच्या मनात प्रचंड आदर होता. ते स्वतः अण्णासाहेबांबद्दल म्हणतात, "आमचे काँग्रेस पक्षाच्या कोणत्याही मंत्र्यांबद्दल चांगले मत नाही. तथापि, अण्णासाहेबांच्या प्रामाणिकपणामुळे आणि त्यांच्या सर्वोत्कृष्ट कामगिरीमुळे अण्णासाहेबांबद्दल आमच्या मनात मोठाच आदर आहे. जर अण्णासाहेबांकडे कृषि मंत्रालयाचा कारभार मुक्तहस्तपणे सोपविला, तर ते देशाची अन्नाची समस्या आणि कृषिचे प्रश्न निश्चितपणे सोडवू शकतील असा आम्हाला विश्वास आहे. त्यांच्याकडे प्रामाणिकपणे काम करण्याची दुर्दम्य इच्छाशक्ती आहे. त्यांच्या ठायी असलेला प्रामाणिकपणा हा त्यांचा अलौकिक गुण असून तो अगदी निसर्गदत्त आहे. त्यांचा संसदीय कामकाजाचा अभ्यास करण्याचा स्वभाव हीच त्यांच्या यशाची गुरूकिल्ली आहे. त्यांचे वर्तन साखरेपेक्षाही गोड आहे. मुंगी होऊन साखर खाण्याची नम्रता त्यांच्याठायी असल्यामुळे त्यांनी अगदी सहजपणे सर्वांची मने जिंकून घेतली आहेत."

१९६७ साली अनेक राजकीय घडामोडी घडल्या. अनेक घटकराज्यात काँग्रेसऐवजी प्रादेशिक पक्षांची सरकारे सत्तेवर आली. त्यांपैकीच एक उदाहरण म्हणजे तामिळनाडूमध्ये डीएमके (द्रविड मुन्नेत्र कळघम) या पक्षाने तेथे सत्ता स्थापन केली. तेव्हापासून तर आजपर्यंत तेथे काँग्रेस पक्षाची सत्ता कधीच आली नाही. संसदेतही द्रमुक पक्षाचे काही सदस्य निवडून आले. संसदेतील द्रमुक पक्षाचे नेते कृष्णमूर्ती राव यांनी केलेले भाष्य फार बोलके आहे. ते म्हणतात, "शिंदे यांना त्यांच्या कृषिक्षेत्रातील विषयात प्रचंड आवड, उत्सुकता आणि सखोल ज्ञान आहे. संसदेतील विरोधी पक्षांसहित अनेक सदस्यांनी, अण्णासाहेबांनी भारतीय शेतीला जो नवा दृष्टीकोन दिला आहे, त्याचे आणि शेती उत्पादन वाढीसाठी ज्या आधुनिक तंत्राचा वापर करण्याच्या पद्धतीचे व त्यांच्या शेती उत्पादन वाढविण्याच्या दुर्दम्य इच्छाशक्तीचे भरभरून कौतुक केले आहे. देशातील शेतीक्षेत्राला जे यश प्राप्त झाले आहे, त्यात अण्णासाहेबांचे योगदान अतिशय महत्त्वपूर्ण

आहे. माझे त्यांच्याबद्दल असे स्पष्ट मत आहे, की ते शेती आणि अन्न खात्याचे राज्यमंत्री नसून कॅबिनेट मंत्रीच आहेत."

जनसंघ ही राष्ट्रीय स्वयंसेवक संघाची राजकीय शाखा होय. राष्ट्रीय स्वयंसेवक संघाचे ज्येष्ठ नेते व ग्राहक चळवळीचे प्रणेते आणि संसद सदस्य दत्तोपंत ठेंगडी म्हणतात, "डॉ. अण्णासाहेब शिंदे यांच्याबद्दल मला फारशी माहिती नव्हती, तथापि त्यांच्या संसदीय कामकाजाचे मी जे निरीक्षण व विश्लेषण केले त्यातून मला त्यांच्या कृषि खात्यातील कामाची माहिती झाली. मी त्यांचे अगदी मनापासून कौतुक करतो. अण्णासाहेबांनी त्यांच्या खात्यातील कामकाजावर आपल्या कार्यकर्तृत्वाचा कधीही न मिटणारा ठसा उमटविला आहे. त्यांचे संसदीय कामकाज अतिशय अभ्यासपूर्ण असते. त्यांचे स्फटिकासारखे शुभ्र नैतिक आचरण, तीव्र बुद्धिमता, विनयशीलता आणि विकासाचा घेतलेला ध्यास व त्याच्या पूर्ततेसाठी त्यांच्या ठायी असलेला दृढनिश्चय, या त्यांच्या अंगभूत गुणांची वाहवा करावी तेवढी थोडीच आहे. त्यामुळे लोकसभेतील सर्वच पक्षाच्या सदस्यांमध्ये ते कमालीचे लोकप्रिय आहेत. त्यांनी आपले कामकाज पक्षीय संकुचित दृष्टीने न करता राष्ट्राच्या व्यापक हिताच्या व विकासाच्या दृष्टीनेच केले असून महाराष्ट्राला त्यांच्या कामाचा रास्त अभिमान आहे."

जनता पक्षाचे अध्यक्ष आणि देशाचे माजी पंतप्रधान चंद्रशेखर हे संसदेच्या कामकाजात हिरीरीने सहभागी होत. आपला मुद्दा आक्रमकपणे मांडत असत. त्यांनी अण्णासाहेबांबद्दल म्हटले आहे, "मी अण्णासाहेबांना उत्कृष्ट संसद सदस्य म्हणून चांगलेच जाणतो. ते माझे वैयक्तिक मित्र आहेत. त्यांनी भारतीय शेतीच्या सर्वांगीण विकासाचा स्वीकारलेला व्यापक दृष्टीकोन आणि कामाबद्दलची प्रामाणिक श्रद्धा यामुळे ते सर्वांनाच प्रिय आहेत. ते एक अत्यंत प्रामाणिक व सक्षम तरुण मंत्री म्हणून ओळखले जातात. नवीन दृष्टी, नवा दृष्टीकोन, अभूतपूर्व त्याग या गुणांचा समुच्चय त्यांच्या व्यक्तिमत्त्वात झालेला दिसून येतो. त्यांनी देशाचे कृषिमंत्री म्हणून केलेल्या अभूतपूर्व कामाचा आम्हाला सार्थ अभिमान वाटतो."

देशातील सर्वच पक्षांतील राजकीय नेत्यांना व संसद सदस्यांना अण्णासाहेबांनी राष्ट्र उभारणीच्या कामात दिलेल्या योगदानाबद्दल खूप आदर होता. सर्वच नेत्यांनी अण्णासाहेबांना 'उत्कृष्ट, अभ्यासू व कार्यक्षम संसद सदस्य' म्हणूनच गौरविले आहे. सध्याच्या केंद्र सरकारमधील संरक्षण मंत्री मा. राजनाथ सिंह यांनीही डॉ. अण्णासाहेब शिंदे आणि सी. सुब्रमण्यम यांनी कृषि व अन्नखात्याचे मंत्री म्हणून केलेल्या कार्याचा गौरवपूर्ण उल्लेख केला आहे.

৵৵৶

हरितक्रांती

- अनिल अण्णासाहेब शिंदे -

स्वातंत्र्यानंतर भारताने घेतलेल्या निर्णयात हरितक्रांतीचा निर्णय हा सर्वांत महत्त्वाचा निर्णय होता. हरितक्रांती ही भारताची महत्त्वाची ऐतिहासिक उपलब्धी आहे. भारताची अन्नसुरक्षा केवळ हरितक्रांतीमुळेच यशस्वी झाली. बांगलादेश निर्मितीच्या युद्धाच्या पार्श्वभूमीवर भारताची अन्नसुरक्षा फारच महत्त्वाची ठरली. अन्नसुरक्षेने त्यावेळेस निर्णायक भूमिका निभावली. त्यामुळे जगात भारताची प्रतिमा उंचावली. भारताने औद्योगिक विकासाचा पाया घातला.

संकरित बियाणांचा वापर

अण्णासाहेबांनी कृषि मंत्रालयाचा कारभार पाहताना अनेक महत्त्वाचे निर्णय घेतले, त्यांपैकीच एक महत्त्वाचा निर्णय म्हणजे भारतीय कृषि अनुसंधान व संशोधन संस्थेची म्हणजेच 'आयसीएआर'ची केलेली पुनर्रचना होय. या संस्थेत तीन शास्त्रज्ञांनी अतिशय महत्त्वाची भूमिका बजावली आहे. ते तिघेही या संस्थेच्या 'थिंक टँक'चे महत्त्वाचे घटक होते. हरितक्रांती यशस्वी करण्यात या तिघाही कृषिवैज्ञानिकांची महत्त्वाची भूमिका राहिलेली आहे. त्या काळात वेगवेगळ्या राजकीय घडामोडी घडल्या. त्या काळात घडलेल्या घडामोडींच्या पार्श्वभूमीवर कृषिक्षेत्रातील परिवर्तन नेमके कशाप्रकारे घडले हे शब्दबद्ध करण्याचा माझा प्रयत्न आहे. हरितक्रांती ही एका दिवसात घडलेली नाही. ती त्या काळात सुरू झालेली कृषि विकासाची निरंतर अशी प्रक्रिया होती. त्यावेळी कृषिक्षेत्राच्या विकासासाठी नियोजनपूर्वक आखलेल्या रणनीतीचा तो एक भाग होता. हे सर्व करण्यासाठीचा पहिला टप्पा हा फार महत्त्वाचा

इंदिरा गांधी यांच्यासमवेत डॉ. अण्णासाहेब शिंदे.

जानेवारी १९६६ ते जानेवारी १९७७ या काळात इंदिरा गांधी पंतप्रधान होत्या. हा काळ अण्णासाहेबांच्या दृष्टीनंही महत्त्वाचा होता. कारण भारत अन्न आणि कृषी क्षेत्रात स्वयंपूर्ण होण्याच्या दृष्टीनं त्यांनी घेतलेल्या निर्णयांना पंतप्रधान इंदिरा गांधी यांनी पूर्ण पाठिंबा दिला.

इंदिरा गांधी, फक्रुद्दिन अली अहमद आणि डॉ. अण्णासाहेब शिंदे यांनी १९७०-७४ या काळात भारतीय शेतीत आमूलाग्र बदल घडवले.

इंदिरा गांधी यांच्यासमवेत डॉ. अण्णासाहेब शिंदे, हिराबाई शिंदे, अनिल अण्णासाहेब शिंदे, दिलीप शिंदे आणि विजया शिंदे.

होता. त्यानुसार हरितक्रांतीचे धोरण ठरविणाऱ्या सर्वच घटकांना मानसिकदृष्ट्या तयार करणे फार महत्त्वाचे होते. देशाची अन्न सुरक्षा प्रस्थापित करण्यासाठी त्यांची मानसिकता घडविणे व त्यासाठीची वचनबद्धता निर्माण करणे हे फार महत्त्वाचे होते. त्यावेळची परिस्थिती नेमकी कशा प्रकारची होती, याचा मागोवा घेणे महत्त्वपूर्ण ठरणार आहे. १९६२ साली कृषि खात्याचा कारभार पाहणारे कृषिमंत्री स. का. पाटील यांचा असा दावा होता, की भारतात अन्नधान्य प्रत्यक्षात पिकवण्यापेक्षा ते आयात करणे स्वस्त आहे. त्यावेळचे नियोजनकार आणि अर्थशास्त्रज्ञ शेतीत नवीन तंत्रज्ञानाचा वापर करण्यास, शेतीक्षेत्रात फारशी गुंतवणूक करण्यास व कृषि उत्पादनांना वाजवी किंमत देण्यास अजिबात अनुकूल नव्हते. त्यांना उत्पादकांपेक्षा ग्राहकांची अधिक काळजी होती. त्यांचा असा दावा होता, की कृषि उत्पादनांना जास्त किंमत दिली, तर ग्राहकांवर प्रचंड आर्थिक बोजा पडेल. त्यामुळे ते नाराज होतील. त्यांच्यात प्रचंड असंतोष निर्माण होईल. देशातील परिस्थिती पूर्णपणे बिघडेल. परिणामी देशाची अर्थव्यवस्थाही धोक्यात येईल. एका बाजूला देशातील नियोजनकार व अर्थशास्त्रज्ञ कृषिक्षेत्राविषयी अशाप्रकारे नकारात्मक विचार करीत होते, तर दुसऱ्या बाजूला पंतप्रधान पंडित नेहरूंना देशात नेहमीच निर्माण होणाऱ्या अन्नधान्य टंचाईच्या परिस्थितीची चिंता होती. त्यावेळची सरकारी धोरणे शेतीक्षेत्राच्या विकासाला चालना देण्यास अपयशी ठरली होती व देशाचे अन्नधान्याचे उत्पादन वाढत नव्हते. नेमके त्याच वेळी अण्णासाहेबांना कृषि खात्याचे राज्यमंत्री म्हणून काम करण्याची संधी मिळाली. शेतीविषयी संबंधितांमध्ये असलेला दृष्टीकोन बदलणे फार आवश्यक होते. अण्णासाहेबांनी भारतीय शेतीक्षेत्राचे अत्यंत अभ्यासपूर्ण विश्लेषण केल्यानंतर व सर्व परिस्थिती, त्या क्षेत्रात, त्यावेळी काम करणाऱ्यांना समजावून दिल्यानंतरच संबंधितांचा शेतीकडे पाहण्याचा दृष्टीकोन बदलला. अण्णासाहेबांनी देशाच्या कृषि विकासाच्या दृष्टीने अभिप्रेत असलेली धोरणे आखायला सुरुवात केली. नियोजनकार व तत्कालीन अर्थशास्त्रज्ञांना अण्णासाहेबांनी आपली भूमिका अभ्यासूपणे समजावून सांगितल्यानंतर त्यांचा कृषिक्षेत्राकडे पाहण्याचा दृष्टीकोन बदलला, त्यांची मानसिकता बदलली व अण्णासाहेबांनी आखलेल्या धोरणांना चालना मिळाली. त्यांच्या अभ्यासूपणाचा परिचय सर्वांना झाला. 'उत्कृष्ट संसदपटू' म्हणून त्यांच्यावर शिक्कामोर्तब झाले.

खरे म्हणजे १९६० च्या दशकात देशात अन्नधान्याची टंचाई होती. देशाची लोकसंख्या वाढत होती, त्या तुलनेत अन्नधान्याचे उत्पादन वाढत नव्हते. तशातच पंडितजींच्या दुःखद निधनानंतर लालबहादूर शास्त्री यांची पंतप्रधानपदी

निवड झाली. शास्त्रीजींपुढे ही अतिशय आव्हानात्मक परिस्थिती होती. त्यातच १९६५ ला भारत-पाकिस्तान युद्ध सुरू झाले. देशाची अर्थव्यवस्था सुधारण्यासाठी देशाला अन्नधान्याच्या उत्पादनात स्वयंपूर्ण करण्याची गरज सर्वांनाच प्रकर्षने जाणवू लागली. या सर्व घटना हरितक्रांतीस चालना देण्यासाठी कारणीभूत ठरल्या. त्यादृष्टीने 'आयसीएआर'ची पुनर्रचना करण्यात आली. कृषि उत्पादन वाढीस चालना देण्यासाठी कृषि वैज्ञानिकांची भूमिका फार महत्त्वाची होती. त्यांनी केलेल्या संशोधनातून व प्रयोगशीलतेतून पुढे कृषिमालाची मूल्यवृद्धी होण्यास मदत होणार होती. विकासाची प्रक्रिया ही एकाएकी घडत नसते, तर ती एक अविरतपणे चालणारी प्रक्रिया असते. या प्रक्रियेत वेळोवेळी होणाऱ्या संशोधनाला फार महत्त्व असते. देशातील शेतकऱ्यांचे प्रति एकर उत्पादन फार कमी होते. अशा उत्पादन प्रक्रियेतून त्यांचे दारिद्र्य दूर होणे केवळ अशक्य होते. त्यामुळे शेतकरी चिंतातुर होते. या परिस्थितीतून मार्ग काढण्यासाठी त्यांच्या मानसिकतेमध्ये कृषि विकासाविषयी सकारात्मक दृष्टीकोन निर्माण करणे हे त्यावेळी फार महत्त्वाचे होते. त्याचबरोबर विकासाच्या घेतलेल्या निर्णयांची आणि निश्चित केलेल्या धोरणांची परिणामकारकपणे अंमलबजावणी करणे अत्यंत आवश्यक होते. त्यासाठी अंमलबजावणी करणारी यंत्रणा सक्षम करण्यात आली. शेतीचे उत्पादन वाढविण्यासाठी नवीन वाणांचे बियाणे आयात करण्याचा निर्णय सरकारने घेतला. ते बियाणे वापरून काही प्रयोग करण्यात आले. शेतकऱ्यांना हे बियाणे वापरास देण्यापूर्वी शेतकऱ्यांमध्ये या बियाणांच्या यशस्वीतेसंबंधी विश्वास निर्माण करावा लागला, त्यांना यशाची खात्री द्यावी लागली. शेतकरी अगदी सहजासहजी नवीन बियाणे स्वीकारण्यास तयार नव्हते. त्यामुळे शेतकऱ्यांना यासंबंधी प्रशिक्षित करण्यासाठी व त्यांच्यात आत्मविश्वास निर्माण करण्यासाठी प्रशिक्षण देणाऱ्या संस्थांचे जाळे निर्माण करावे लागले. शेतकऱ्यांप्रमाणे ग्राहकांनाही विश्वास द्यावा लागला. ग्राहकांच्या मनातही या बियाणांपासून उत्पादित झालेल्या अन्नधान्या संदर्भात अनेक शंका-कुशंका होत्या, अनेक समज-गैरसमज होते. या अन्नधान्याच्या सेवनामुळे आरोग्य बिघडते व नपुंसकत्व येते, अशा प्रकारचे गैरसमज होते. तेव्हा शेती विकासासाठी नवीन तंत्रज्ञानाचा एक भाग म्हणून संकरित बियाण्यांचा वापर करणे सुरुवातीच्या काळात कसे आव्हानात्मक होते याची कल्पना येऊ शकेल. या पार्श्वभूमीवर नवीन धोरणे राबविण्याचे आव्हान कृषि खात्यासमोर होते. आधुनिक बियाणे, खते, कीटकनाशके, शेतीसाठी आधुनिक यंत्रे, तंत्रे, उपकरणे यांचा वापर करण्याचे धाडसी निर्णय तेव्हा घ्यावे लागले. कारण ते आवश्यकच होते. देशातील

अन्न टंचाईच्या समस्येला सामोरे जाण्यासाठी नवीन तंत्राचा वापर करणे व्यवहार्य तर होतेच, पण तार्किकही होते. हे सर्व प्रत्यक्षात उतरविणे मात्र फारच अवघड होते.

कृषिक्षेत्रातील आमूलाग्र परिवर्तनाची सुरुवात अण्णासाहेबांनी केली. एखादा प्रयोग सुरू करण्यापासून तर त्याचा निकाल मिळेपर्यंत अण्णासाहेबांचा त्यात सक्रिय सहभाग होता. शेतीचे उत्पादन वाढविणे हे त्यांच्या दृष्टीने राष्ट्रीय कार्य होते. हे सर्व नव्यानेच घडत होते. म्हणून त्यावर टीका-टिप्पणी होणे सहाजिकच होते. संसदेतही या प्रश्नावर चर्चा आणि टीकाटिप्पणी होत असे. माध्यमांमध्येही उलट-सुलट चर्चा होत असे. संसदेतील आणि संसदे बाहेरील सर्व चर्चांना अण्णासाहेबांनी अगदी समर्थपणे आणि अतिशय शास्त्रीय दृष्टीकोनातून पुराव्यासह उत्तरे दिली. या उपक्रमात त्यांना त्यांच्या सहकाऱ्यांकडून सतत पाठिंबा मिळाला. त्यांनी विरोधकांच्या शंकांना समर्पक उत्तरे देऊन त्यांनाही आपल्या नम्र आणि अभ्यासू स्वभावामुळे आपलेसे केले. या विकासप्रक्रियेत त्यांनी विरोधकांनाही बरोबर घेऊन अतिशय तळमळीने व प्रामाणिकपणे काम केले. हे सकारात्मक बदल घडवून आणण्यासाठी त्यांना नोकरशाही व वैज्ञानिकांची मोठी मदत झाली. पण तत्पूर्वी या सर्वांना सर्व दृष्टीने तयार करण्याचे काम अण्णासाहेबांना करावे लागले.

भारताच्या कृषि-औद्योगिक क्रांतीचे पाईक

- डॉ. एम. एस. स्वामीनाथन -

डॉ. एम. एस. स्वामीनाथन हे राज्यसभेचे सदस्य राहिलेले असून १९६५ ते १९७२ या काळात ते 'भारतीय कृषि संशोधन संस्थे'चे संचालक होते. १९७२ ते १९७८ या काळात त्यांनी 'महासंचालक' म्हणून जबाबदारी निभावलेली आहे. ते काही काळ भारताच्या नियोजन आयोगाचेही सदस्य होते. कॅबिनेट मंत्रिपदाचा दर्जा असलेल्या 'राष्ट्रीय शेतकरी आयोगा'चे अध्यक्षपदही त्यांनी भूषविले आहे.

डॉ. अण्णासाहेब शिंदे हे देशाचे कृषि व अन्न खात्याचे राज्यमंत्री म्हणून काम करीत असताना माझा त्यांच्याशी अनेक वेळा संबंध आला. अण्णासाहेबांच्या अभ्यासू व्यक्तिमत्त्वाची ओळख झाली; खऱ्या अर्थाने हा माझ्यासाठी एक बहुमानच म्हणावा लागेल. पहिल्या भेटीचे निमित्त होते, 'आयएआरआय गामा गार्डन'ची वैशिष्ट्ये त्यांना समजावून सांगण्याचे. शेतीक्षेत्रात जे नवनवे प्रयोग सुरू केले होते, त्या प्रयत्नांचाच तो एक भाग होता. अणुऊर्जा विभागाच्यावतीने एक संशोधन हाती घेण्यात आले होते. गामा किरणांद्वारे बारमाही पिकांच्या वनस्पतींमध्ये नवीन बदल घडवून आणण्याच्या दृष्टीने हे संशोधन हाती घेण्यात आले होते. या संशोधनाची वैशिष्ट्ये त्यांना समजावून सांगण्याच्या निमित्ताने त्यांची मी पहिल्यांदा भेट घेतली होती. त्यांच्याशी झालेल्या पहिल्या भेटीतच मी प्रभावित झालो. अण्णासाहेब हे एक अशी व्यक्ती होते, की त्यांना आधुनिक शास्त्रांमध्ये, आधुनिक संशोधनामध्ये कमालीचा रस होता. त्यांचा वापर करून भारतीय शेतीचे आधुनिकीकरण करण्याचा त्यांचा मानस होता. आधुनिक विज्ञानाशी त्यांचे विशेष सख्य होते व समाजाच्या सर्वांगीण विकासासाठी वैज्ञानिक दृष्टीकोन स्वीकारण्याची त्यांची आग्रही भूमिका होती. विज्ञान आणि समाज यांची सांगड घालण्याचा त्यांचा प्रयत्न होता. १९२५ मध्ये शेतीशी संबंधित काम करणाऱ्या रॉयल कमिशनने जे विचार व्यक्त केले होते, त्यावर त्यांचा ठाम विश्वास होता. 'कृषिक्षेत्रातील प्रयोग व त्या प्रयोगाच्या माध्यमातून शेतीचे विस्तारीकरण करणाऱ्या संस्थेचे निष्कर्ष जर पुराव्यांवर आधारित नसतील, तर ते केवळ वाळूच्या प्रदेशावर बांधलेल्या घड्यासारखे असतील.' म्हणून

डॉ. एम. एस. स्वामीनाथन आणि डॉ. अण्णासाहेब शिंदे यांनी १९६२-७७ या काळात एकत्र काम करून भारतीय शेतीला उंचीवर नेले.

कृषिक्षेत्रातील संशोधन हे भरीव स्वरूपाचे व ठाशीव पायावर आधारलेले असावे. म्हणूनच अण्णासाहेबांनी कृषिक्षेत्राच्या विकासासाठी वैज्ञानिक दृष्टीकोनाचा आग्रह धरला. देशातील पुरुष व महिला शेतकऱ्यांनी, अण्णासाहेबांनी शेतीक्षेत्रात दिलेल्या योगदानाची जाणीव ठेवणे आवश्यक आहे. ते कृषि खात्याचे राज्यमंत्री होते तसेच ते कृषि संशोधन परिषदेचे प्रभारी होते.

अण्णासाहेबांनी कृषि आणि अन्न खात्याच्या राज्यमंत्री पदाच्या कार्यकाळात सी. सुब्रमण्यम, जगजीवनराम बाबू, फखरुद्दीन अली अहमद यांच्यासारख्या बुजुर्ग नेत्यांसारख्या कॅबिनेट मंत्र्यांबरोबर काम केले. या सर्वांनाच अण्णासाहेबांबद्दल प्रचंड विश्वास होता. त्याचा सकृतदर्शनी परिणाम म्हणजे अण्णासाहेबांनी देशाच्या कृषि विकासाचे धोरण आखले, विकासाचा सूचीबद्ध कार्यक्रम तयार केला आणि त्याची परिणामकारकपणे अंमलबजावणी करण्याची भूमिका निभावली. त्यांनी शेतीक्षेत्रात केलेल्या विविध प्रयोगांमुळेच भारतीय शेतीच्या विकासावर दूरगामी परिणाम झाला.

हरितक्रांती

१९६० च्या दशकात अण्णासाहेब आठवड्यातून किमान एकदा तरी नवी दिल्लीतील भारतीय कृषि संशोधन संस्थेच्या (आय.ए.आर.आय) शेतीला भेट

देत असत. मला आठवते, की आम्ही जेव्हा डॉक्टर नॉर्मन बोरलॉग यांच्याकडून मिळालेल्या 'नॉरिन-१० फोटो' या जैव सुधारणा संशोधनाचा वापर करून या अर्धबटू गव्हाच्या वाणांच्या विकासावर काम करीत होतो, तेव्हा ते रोज सकाळी हे प्रयोग पाहण्यासाठी यायचे. १९६४ साली सी. सुब्रमण्यम हे लालबहादूर शास्त्री यांच्या मंत्रिमंडळात अन्न व कृषी खात्याचे कॅबिनेट मंत्री होते. देशाची अन्नधान्याची परिस्थिती चिंताजनक होती. या टंचाईच्या पार्श्वभूमीवर आपल्या देशाला अमेरिकेकडून पीएल ४८० (पब्लिक लॉ ४८०) कार्यक्रमांतर्गत मोठ्या प्रमाणात गहू आयात करावा लागत होता. परदेशातील अनेक तज्ज्ञांनी आपले वर्णन 'हातातोंडाची गाठ पडणे अवघड' असे केले होते. अशा परिस्थितीत आम्ही, मेक्सिकोकडून मोठ्या प्रमाणात प्राप्त केलेल्या गव्हाच्या सुधारित बियाणांची लागवड करून आपल्या शेतीची झालेली कुंठीत अवस्था निश्चितपणे बदलू शकतो, असा विश्वास देत होतो. डॉ. नॉर्मन बोरलॉग यांनी विकसित केलेल्या 'लेमी रोजो-६४A' आणि 'सोनोरा-६४' या वाणांचे चांगले परिणाम दिसून येऊ लागले होते. शेतकऱ्यांच्या प्रत्यक्ष शेतीवर जाऊन आम्ही या बियाणांच्या प्रात्यक्षिकांचा कार्यक्रम हाती घेतला. अशा प्रकारच्या प्रात्यक्षिक कार्यक्रमांना अण्णासाहेबांनी सक्रिय पाठिंबा दिला होता. या प्रात्यक्षिकांना लाभलेले त्यांचे समर्थन महत्त्वाचे होते. शेवटी शेतकऱ्यांनी कोणते बियाणे वापरायचे हे शेतकरीच ठरविणार असले, तरी त्यांना नवी दृष्टी देण्याच्या दृष्टीने आम्ही प्रत्यक्ष शेतावर आयोजित केलेली प्रात्यक्षिके ही फार महत्त्वाची होती. प्रात्यक्षिक कार्यक्रमांत अनेक शेतकऱ्यांना सहभागी करून घेतले जात असे. गहू, तांदूळ, मका, ज्वारी, बाजरी यांच्या संकरित बियाण्यांचा वापर करण्यास चालना देण्याच्या दृष्टीने वेगवेगळ्या ठिकाणी शेतकऱ्यांच्या शेतावर प्रात्यक्षिके घेण्यात यावीत अशी सूचना मी केली होती; त्यावेळी कृषिमंत्री सी. सुब्रमण्यम यांनी मी केलेल्या सूचनेला मान्यता दिली. अतिशय गरीब शेतकऱ्यांच्या शेतीवर अशी प्रात्यक्षिके घेण्यास आम्ही अगदी जाणीवपूर्वक प्राधान्य दिले. श्रीमंत शेतकऱ्यांच्या शेतीवर जर प्राधान्याने ही प्रात्यक्षिके घेतली गेली असती, तर या नवीन प्रयोगांचा फायदा केवळ श्रीमंत शेतकऱ्यांना झाला असता व केवळ त्यांचीच प्रगती झाली असती. सर्वसाधारण गरीब शेतकरी हा केंद्रस्थानी ठेवून आम्ही नवनवीन प्रयोग करीत होतो.

नवीन बियाणांच्या राष्ट्रीय प्रात्यक्षिक कार्यक्रमाला एक निश्चितपणा प्राप्त झाला. कारण शेतकऱ्यांच्या मनात नवीन बियाणांविषयी ज्या शंका होत्या व त्यामुळे जी गोंधळाची परिस्थिती त्यांच्या मनात निर्माण झाली होती, ती दूर

करण्यात या कार्यक्रमांमुळे मदत झाली. सी. सुब्रमण्यम आणि डॉ. अण्णासाहेब शिंदे यांनी नवीन बियाणांची अधिकाधिक प्रात्यक्षिके आयोजित करण्याच्या दृष्टीने अजून २५० मेट्रिक टन बियाणे आयात करण्याची मंजुरी दिली. अशा प्रयोगांमुळे शेतीच्या विकासासाठी जगाकडे पाहण्याची जणू एक खिडकीच आम्हाला उपलब्ध झाली. ठिकठिकाणी आयोजित केलेल्या प्रात्यक्षिकांमुळे शेतकऱ्यांसह आम्हालाही अधिक शिकायला मिळाले. नवीन बियाणांच्या वनस्पतीला लागणारे पाणी व खते प्रभावीपणे कसे द्यायचे याचीही माहिती मिळाली. अशाच एका प्रात्यक्षिक कार्यक्रमाला अण्णासाहेबांनी पुढाकार घेऊन पंतप्रधान लालबहादूर शास्त्रींची भेट आयोजित केली होती. शास्त्रींना शेतीक्षेत्राची प्रगती व्हायला हवी होती. देश अन्नधान्याच्या उत्पादनात स्वयंपूर्ण व्हावा यासाठी त्यांनी 'जय जवान जय किसान' अशी घोषणाही दिली होती. म्हणूनच शेतीतील नवीन प्रयोगांना त्यांचे पूर्ण समर्थन होते. प्रात्यक्षिके पाहून त्यांनी समाधान व्यक्त केले आणि त्वरित अर्धबटू वाणाचे १८००० मेट्रिक टन बियाणे आयात करण्याची मंजुरी दिली. विशेषतः मेक्सिकोकडून 'लामा रोजो – ६४' या जातीचे बियाणे आयात करण्याची मी शिफारस केली होती. त्यास सी. सुब्रमण्यम व डॉ. अण्णासाहेब शिंदे या दोघांनीही तत्काळ मंजुरी दिली. या सर्व सामुदायिक प्रयत्नातूनच १९६८ साली हरितक्रांतीला यशस्वी करण्यास आम्ही चालना देऊ शकलो.

असे सकारात्मक उपक्रम राबवित असतानाच आम्हाला अनेक अडचणींचा सामना करावा लागला. १९६६ साली देशाच्या काही भागांत दुष्काळी परिस्थिती निर्माण झाली. विशेषतः बिहार आणि काही राज्यांत दुष्काळ पडला. सहाजिकच अन्नधान्याच्या उत्पादनावर त्याचा विपरीत परिणाम झाला, तेव्हा पुन्हा एकदा सरकारला 'पीएल ४८०' कार्यक्रमांतर्गत अमेरिकेकडून १० दशलक्ष मेट्रिक टन गहू आयात करावा लागला. भारत देश भारतीय लोकांना पुरेल एवढे अन्नधान्याचे उत्पादन घेऊ शकेल काय? त्यात त्यांना यश मिळेल काय? यावर जगभर शंका उपस्थित केल्या गेल्या. आम्ही जे शेतीक्षेत्रात अन्नधान्याचे उत्पादन वाढविण्याच्या दृष्टीने प्रयोग करीत होतो, त्याबद्दलही शंका उपस्थित केल्या जात होत्या, टीका केली जात होती. त्यावेळी बीबीसीचा एक अभ्यासगट भारतातील दुष्काळाचे वार्तांकन करण्यासाठी भारतात आला होता. 'भारतातील महान दुष्काळ' या शीर्षकाचा एक लघुपट त्यांनी तयार केला. भारत सरकारच्या दुष्काळ निवारणाच्या कार्यक्रमाबद्दल आणि क्षमतांबद्दल त्या अभ्यासगटाचा अतिशय नकारात्मक दृष्टीकोन होता. त्यांनी आमच्या मुलाखती घेतल्या. मी दुष्काळ निवारणासंदर्भात आम्ही राबवित

असलेल्या कार्यक्रमांबद्दल त्यांना माहिती दिली. आम्ही दिलेल्या माहितीमुळे त्यांच्या दृष्टीकोनात बदल झाला. त्यांनी या लघुपटात जे अगदी निराशाजनक चित्रण केले होते, नंतर त्यात बराच बदल केला. मी तेव्हा त्यांना म्हणालो होतो, "१९६८ च्या गव्हाच्या हंगामात भारतीय शेतीमध्ये नव्या युगाचा प्रारंभ होईल. आजच्या निराशाजनक परिस्थितीतून आपण निश्चितपणे बाहेर पडू व भारतीय शेतीची सध्याची परिस्थिती आपण सर्वजण निश्चितपणे बदलवून टाकू." माझ्या या विधानावर त्यांचा जरी विश्वास बसला नसला, तरी त्यांनी माझ्या विधानातील दृढनिश्चिती आपल्या लघुपटात निश्चितपणे नोंदविली.

१९६८ साली पंतप्रधान इंदिरा गांधीजींच्या शुभहस्ते 'गव्हाची क्रांती' या आशयाच्या पोस्टाच्या तिकिटाचे खास प्रकाशन करण्यात आले. याप्रसंगी कृषिमंत्री जगजीवनराम बाबू आणि कृषि राज्यमंत्री डॉ. अण्णासाहेब शिंदे हे खासकरून उपस्थित होते. १९६६ साली बीबीसीच्या लघुपट निर्मात्या दिग्दर्शकाने १९६८ च्या यशस्वी गव्हाच्या क्रांतीच्या पार्श्वभूमीवर मला आठवणीने कळविले की, "१९६६ ला तुम्ही आम्हाला गव्हाच्या उत्पादन वाढीबद्दल जो विश्वास दिला होता, तो १९६८ साली शब्दशः खरा ठरला आहे." माझा अंदाज खरा ठरल्याचा मलाही खूप आनंद झाला. एक गोष्ट येथे मुद्दाम नमूद केली पाहिजे, की भारतातील कृषिक्षेत्रातील हरितक्रांती यशस्वी करण्याच्या प्रक्रियेत अण्णासाहेबांची भूमिका एखाद्या तत्त्ववेत्त्याची, मार्गदर्शकाची आणि स्वतः पुढाकार घेऊन काम करणाऱ्या सेनापतीची राहिली आहे. त्यांनी आम्हाला शेती खात्यावर होणाऱ्या अनाठायी टीकेपासून दूर ठेवले व शास्त्रज्ञांची उच्च कोटीची क्षमता वाढविण्यावर सतत भर दिला. त्यांनी अत्यंत निराशाजनक परिस्थितीत असलेल्या भारतीय शेतीच्या विकासाला आशेचा किरण दाखविला. त्यासाठी ते आपल्या भूमिकेवर सदैव ठाम राहिले. त्यांनी या क्षेत्रात काम करणाऱ्या शास्त्रज्ञांसह सर्वांचेच बळ वाढविले.

सहकाराचे व्यवस्थापन

अण्णासाहेबांचा रॉयल कमिशनच्या विधानावर ठाम विश्वास होता. 'जेथे सहकार अपयशी ठरतो, तेथे ग्रामीण भागाच्या विकासाची अपेक्षाही अपयशी ठरते.' हे विधान १९२५ सालचे. त्यावेळी दरमाणशी शेतीचे सरासरी आकारमान एक हेक्टरच्या खाली गेले, तेव्हा हे विधान करण्यात आले. आज तर त्याहीपेक्षा परिस्थिती अधिक खालावलेली आहे. या पार्श्वभूमीवर त्यांनी मला सहकारी संस्थांच्या व्यवस्थापनाचे व्यावसायिकीकरण करण्याच्या संदर्भातील एका समितीचा अध्यक्ष म्हणून काम

करण्यास सांगितले. शेतीचे आकारमान हळूहळू कमी कमी होत चाललले होते. तेव्हा लहान शेतकऱ्यांची शेती किफायतशीर होऊ शकणार नाही म्हणून अण्णासाहेबांचा असा प्रयत्न होता, की लहान शेतकऱ्यांना त्यांच्या शेतीच्या उत्पादनात अधिक वाढ करायची असेल, तर अशा लहान शेतकऱ्यांसाठी त्यांनी एकत्र येऊन सहकारी पद्धतीने शेती करणे आवश्यक आहे. त्यामुळे शेतीवरील खर्च कमी होईल व शेतीची उत्पादकताही वाढेल. अशा सहकारी व्यवस्थापनाची लहान शेतकऱ्यांना फार गरज आहे. खरे म्हणजे सहकारी बँकांनी चांगल्या प्रकारची कामगिरी केली असती, लहान शेतकऱ्यांनी एकत्र येऊन पाणी व पिकांचे व्यवस्थापन कुशलतेने हाताळले असते, तर शेतीक्षेत्रासमोर असणाऱ्या बऱ्याच समस्यांचे निवारण करता आले असते. दुग्ध व्यवसायाच्या प्रगतीत ज्याप्रमाणे सहकार क्षेत्राने चांगले काम केले, तशाच प्रकारचे काम सहकारी पद्धतीच्या शेती करण्याच्या पद्धतीने झाले नाही. त्यामुळे शेतीच्या उत्पादकतेला मार बसला. दुर्दैवाने अण्णासाहेबांना अभिप्रेत असलेल्या सहकारीतत्त्वावरील शेतीच्या प्रयोगाला फारसे यश मिळाले नाही. आज भारत हा जगातील सर्वांत मोठा दूध उत्पादन करणारा देश आहे. आज अल्पभूधारक किंवा अगदी भूमिहीन शेतकरीसुद्धा एखादी दुसरी गाय किंवा म्हैस पाळतो, कृषिपूरक उद्योग म्हणून दुधाचे उत्पादन घेतो. सहकारी क्षेत्रामुळे दुग्ध व्यवसायाचा विकास झालेला आहे. वर्गीस कुरियन यांना व त्यांच्या सहकाऱ्यांना सहकार क्षेत्रातील दुग्ध व्यवसाय करण्यासाठी अण्णासाहेबांनी प्रोत्साहित केले. सर्वांत महत्त्वाचे म्हणजे दुग्ध व्यवसाय यशस्वी करण्यासाठी स्त्रियांचे योगदान फारच महत्त्वपूर्ण असून पाच दशलक्षहून अधिक स्त्रिया आज या व्यवसायात आहेत. हा स्त्रीसक्षमीकरणाचा नवा प्रयोगच म्हणावा लागेल.

सहकाराच्या माध्यमातून एखादा कृषिपूरक व्यवसाय कशाप्रकारे विकसित करता येऊ शकतो, याचे मूर्तिमंत उदाहरण म्हणजे दुग्ध व्यवसायाची झालेली प्रगती. सहकाराच्या माध्यमातून आर्थिक संपन्नता व संपत्तीची निर्मिती ग्रामीण भागात चांगल्या प्रकारे करता येईल हेच या व्यवसायाच्या झालेल्या प्रगतीतून सिद्ध होते.

तेलबिया क्रांती

अण्णासाहेबांनी सातत्याने कोरडवाहू शेतीवरील संशोधन वाढविण्याच्या गरजेवर भर दिला. त्यादृष्टीने त्यांनी हैदराबाद येथे आंतरराष्ट्रीय पीक संशोधन संस्थेची (इक्रीसॅट - International Crops Research Institute for the Semi-Arid Tropics) स्थापना केली. कोरडवाहू शेतीच्या संदर्भात देशभर जे उपक्रम राबविले

जात होते, त्या सर्वांमध्ये अखिल भारतीय पातळीवर समन्वय साधण्याच्या दृष्टीने ही एक संस्था स्थापन करण्यात आली. कोरडवाहू शेतीच्या विकासासाठी डाळी आणि तेलबियांच्या अधिकाधिक उत्पादनासाठी संशोधनावर भर देण्यात आला. कृषि अर्थव्यवस्थेच्या विकासासाठी ते आवश्यक होते. कृषि अर्थव्यवस्थेला गती देण्याच्या दृष्टीने तेलबियांच्या विविध जातींचा शोध घेणे आवश्यक होते. त्यासाठी त्यांनी स्वतः पुढाकार घेऊन रशियाहून सूर्यफुलाच्या सुधारित जातीचे बियाणे आणले. सूर्यफूल आणि सोयाबीन यांच्या अधिक उत्पादनासाठी बियाणांवरील संशोधनास प्राधान्य देण्यात आले. तेलबियांची उत्पादनक्षमता वाढविल्याशिवाय जिरायती शेतीची उत्पादकता वाढविता येणार नाही, यावर त्यांचा ठामपणे विश्वास होता. आज सूर्यफूल आणि सोयाबीन या दोन्ही तेलबियावर्ग पिकांनी आपल्या कृषि अर्थव्यवस्थेत अतिशय महत्त्वाचे स्थान प्राप्त केले आहे. त्याचे सर्व श्रेय अण्णासाहेबांना द्यावे लागेल. अण्णासाहेबांनी अहमदनगर जिल्ह्यातील दुष्काळी भाग पाहिलेला होता. मराठवाडा-विदर्भातील दुष्काळही त्यांनी पाहिलेला होता; अभ्यासलेला होता. त्यामुळे त्यांनी दुष्काळी भागातील शेतीची उत्पादकता वाढविण्यावर भर दिला. त्या दिशेने होणाऱ्या संशोधनाला अधिक चालना दिली. तेलबियांच्या संशोधन कार्याचा नंतरच्या काळात म्हणजे राजीव गांधी पंतप्रधान असतानाच्या काळात अधिक विस्तार करण्यात आला.

चिरस्थायी पाणी सुरक्षा

कृषि आणि सिंचनव्यवस्था यांचा अण्णासाहेबांनी अतिशय बारकाईने अभ्यास केला होता. 'आदर्श पाणी व्यवस्थापन' यासंदर्भात जगातील अनेक प्रयोगांचा त्यांनी तुलनात्मक अभ्यास केला. यशवंतराव चव्हाणसाहेबांनी महाराष्ट्राच्या सिंचन विकासाच्या संदर्भात अभ्यास करून शिफारसी करण्यासाठी १९६० ला स. गो. बर्वे यांच्या अध्यक्षतेखाली पहिला सिंचन आयोग गठित केला होता. सिंचनाच्या क्षेत्राचा अण्णासाहेबांचा खूप अभ्यास होता, म्हणून त्यावेळी अण्णासाहेबांची बर्वे आयोगावर सन्माननीय सदस्य म्हणून नियुक्ती करण्यात आली होती. नंतरच्या काळातही अण्णासाहेबांनी काही महत्त्वाच्या संस्थांवर काम केले. राज्याचे आणि देशाचे सिंचनक्षेत्र कसे वाढविता येईल, यावर त्यांचे सतत चिंतन चालू असे. राजस्थानसारख्या कमी पावसाच्या व वाळवंटी प्रदेशातील सिंचनासाठी त्यावेळी कालवा काढण्यात आला. या कालव्यास नंतर इंदिरा गांधींचे नाव देण्यात आले. हा कालवा इजिप्तमधील नाईल नदीच्या खोऱ्यात काढण्यात आलेल्या कालव्यांप्रमाणे

विकसित झाला पाहिजे यावर त्यांनी भर दिला. या कालव्याखालील शेतांमधील पीक व्यवस्थापन कसे असावे यासंदर्भात त्यांनी मार्गदर्शन केले. या परिसरातील शेतीमध्ये कमी पाण्यात येणारी कापूस, शेंगदाणे व इतर तेलबियांची पिके प्रामुख्याने घेतली जावीत असा त्यांचा आग्रह होता. कारण कमी पाण्यात, कमी कालावधीत येणारी; परंतु अधिक मूल्यवर्धन करणारी पिके घेणे हेच तेथे योग्य ठरणार होते. शेतीमध्ये पाण्याचा आवश्यक तेवढा वापर व्हावा, पाण्याची उत्पादकता अधिकाधिक वाढावी असा त्यांचा आग्रह होता. कृषिवनीकरणाला त्यांनी प्राधान्य दिले. शेतजमिनीचा अधिकाधिक परिणामकारक वापर होण्याच्या दृष्टीने त्यांनी   सिल्वी-कल्चर प्रणालीचा पुरस्कार केला.

राजस्थानमधील शेतीला पशुधनाची परंपरा आहे. तेथील पशुधन विशेषतः 'राठी' जातीचे पशू संवर्धन करण्यावर तसेच तेथील मेंढ्या, बकऱ्या आणि उंट या प्राण्यांच्या स्थानिक जातींच्या संवर्धनावर त्यांनी भर दिला. तेथील वनस्पती, प्राणी आणि मासे आदी प्रजातींचे संवर्धन करण्यासाठी राष्ट्रीय पातळीवर प्रयत्न केले जावेत, या माझ्या विचारांना त्यांनी पूर्ण समर्थन दिले. खरे म्हणजे राजस्थानमधील शेतीच्या विकासाच्या संदर्भात अण्णासाहेबांनी केलेल्या सूचनांचे राजस्थान सरकारने आणि राजस्थान कालवा प्राधिकरणाने पालन केले असते, तर आज जमिनीमधील क्षारांचे वाढते प्रमाण, मोठ्या प्रमाणात होणारा वाळू उपसा व जाणवणारी पाण्याची कमतरता यांसारख्या पर्यावरणीय समस्यांना सक्षमपणे सामोरे जाता आले असते. कालव्याद्वारे मुबलक पाणी उपलब्ध होऊनही अशास्त्रीय पद्धतीने पाणी वापर केल्यामुळे आज त्या परिसरात पाण्यावरून संघर्ष निर्माण झाले आहेत. अण्णासाहेबांनी पाण्याच्या प्रत्येक थेंबाचे मोल जाणले होते. पावसाच्या पाण्याचा प्रत्येक थेंब अतिशय शास्त्रीय पद्धतीने जमिनीत जिरवला पाहिजे, त्यातून भूगर्भातील पाण्याची पातळी उंचावता येईल. जल पुनर्भरणावर त्यांनी अधिक लक्ष केंद्रित केले होते. अण्णासाहेबांच्या सल्ल्यानुसार पाणलोट क्षेत्र विकासाची कामे शास्त्रीय पद्धतीने करून, पाणी वापराचे आदर्श व्यवस्थापन अंगीकारावे. मात्र त्यासाठी वेळेचे नियोजन करूनच त्वरित ही कामे हाती घेतली, तरच पाणी टंचाईच्या समस्येला आपण सक्षमपणे सामोरे जाऊ शकू. केवळ घोषणा करून काही उपयोग होणार नाही. अण्णासाहेब भारताच्या 'जलसुरक्षा व सिंचन धोरणाचे' रचनाकार होते.

'आय. सी. ए. आर.'ची पुनर्रचना : विकासाचे प्रारूप

अण्णासाहेबांचे कृषिक्षेत्रातील सर्वांत महत्त्वाचे योगदान म्हणजे त्यांनी भारतीय

कृषि संशोधन परिषदेच्या पुनर्रचनेचा धरलेला आग्रह आणि ही पुनर्रचना त्यांनी घडवून आणली. १९७२ ते १९७८ या काळात मी भारतीय कृषि संशोधन परिषदेचा महासंचालक म्हणून काम केले. त्या काळात कृषिक्षेत्रातील अनेक बदलांचे अण्णासाहेब मुख्य शिल्पकार होते. त्यांच्या या क्षेत्रातील मार्गदर्शनाचा आम्हाला खूपच लाभ झाला. अखिल भारतीय कृषि संशोधन परिषदेच्या कार्यात आधुनिक व शास्त्रीय दृष्टीकोन यावा; हे कार्य अधिकाधिक शेतकरीभिमुख व्हावे यादृष्टीने पुढीलप्रमाणे या संस्थेची पुनर्रचना करण्यात आली.

- भारतीय कृषि संशोधन परिषदेच्या (आय. सी. ए. आर) अंतर्गतच कृषि संशोधन व कृषि शिक्षण हा स्वतंत्र विभाग स्थापन करण्यात आला. या पुनर्रचनेमुळे भारतीय कृषि संशोधन परिषदेला काही अधिकार देण्यात आले. पूर्वीचे काही जाचक नियम बदलण्यात आले. काही प्रमाणात स्वायत्तता देण्यात आली. स्वायत्तता व अधिकार यांचा योग्य प्रमाणात सुयोग्य मेळ घालण्यात आला. जबाबदारीचीही निश्चिती करण्यात आली. त्यामुळे संस्थेचे काम अधिक गतिमान होऊ शकले. अणुऊर्जा आयोगाची संरचना डॉ. होमी जहांगीर भाभांनी केली होती. अणुऊर्जा आयोगात वेगवेगळे विभाग आहेत. त्यात अंतराळ संशोधन, इलेक्ट्रॉनिक विभाग, सीएसआयआर, डीएसआयआर, आयसीएसआर, डेअर पॅटर्न इ. या सर्व विभागांमध्ये ज्याप्रमाणे सुसंवाद साधलेला आहे; तशाच प्रकारचे प्रारूप भारतीय कृषि संशोधन संस्थेची पुनर्रचना करताना स्वीकारले आहे. भारतीय कृषि संशोधन परिषदेच्या या सर्व भागात सुसंवाद प्रस्थापित करण्यात आला.
- भारतीय कृषिक्षेत्रातील संशोधनाला अधिक वाव देण्यासाठी कृषि संशोधन सेवांची स्थापना करण्यात आली, त्यातून कृषिक्षेत्रात अधिकाधिक संशोधन व्हावे व मोठ्या प्रमाणात तरुण संशोधक निर्माण व्हावेत हा महत्त्वाचा उद्देश होता.
- विद्यापीठ अनुदान आयोगाच्या धरतीवर राज्यस्तरीय कृषि विद्यापीठांना व पशुवैद्यकीय विद्यापीठांना सर्वतोपरी मदत व मार्गदर्शन करणाऱ्या यंत्रणेची स्थापना करण्यात आली.
- केंद्रीय लोकसेवा आयोगाच्या धर्तीवर स्वायत्त अशा अखिल भारतीय कृषि वैज्ञानिक भरती मंडळाची स्थापना करण्यात आली. या मंडळाचे पहिले अध्यक्ष डॉ. एम. एल. सहारे यांना परदेशात राहणाऱ्या भारतीय कृषि वैज्ञानिकांना या सेवेत प्रवेश करण्याच्या उद्देशाने अगदी वॉशिंग्टन, लंडन, मास्को आणि टोकियो

यासारख्या शहरात स्पर्धा परीक्षांचे आयोजन करण्यासाठी अण्णासाहेबांनी प्रोत्साहन दिले. जगाच्या कानाकोपऱ्यात काम करणारे कृषि वैज्ञानिक भारतात यावेत व भारतात, कृषिक्षेत्रात अधिकाधिक संशोधन व्हावे हा मुख्य उद्देश होता.

महत्त्वाचे निष्कर्ष

अण्णासाहेबांचे व्यक्तिमत्त्व नेहमीच प्रसन्न व हसतमुख होते. नवनवीन कल्पनांना, कृषिक्षेत्रातील संशोधनासाठी शास्त्रज्ञांना त्यांनी नेहमीच पाठिंबा दिला. मला स्वतःला जेव्हा काही अडचण असायची, तेव्हा मी त्यांच्या घरी जाऊन त्यांचा सल्ला घेत असे. सामाजिक-राजकीय शहाणपण त्यांच्या ठायी होते. त्यांचा सल्ला नेहमीच मार्गदर्शक व योग्य असायचा. आयसीएआरच्या कार्यपद्धतीवर टीका झाली, तर ती रोखण्यासाठी त्यांनी या संस्थेच्या मागे भक्कम पाठबळ उभे केले होते. १९७० च्या दशकात सुरुवातीच्या काळात कृषिक्षेत्रातील राष्ट्रीय संशोधन प्रक्रियेत बाधा आणण्याचा प्रयत्न काही लोकांनी केला. भारत अन्नधान्याच्या बाबतीत कधीच स्वयंपूर्ण होऊ नये, असा प्रयत्न या अदृश्य शक्ती करीत होत्या. अण्णासाहेबांना अशा प्रकारांची जाणीव होती. त्यामुळे ते सदैव सावध असायचे. असे सर्व प्रयत्न त्यांनी हाणून पाडले. कारण त्यांना भारत अन्नधान्याच्या उत्पादनात स्वयंपूर्ण झाला, तरच त्याचे सार्वभौमत्व अबाधित राहील याची पूर्ण जाणीव होती, म्हणून कितीही अडचणी आल्या तरीही अन्नधान्याचे उत्पादन वाढविण्याच्या प्रक्रियेच्या व त्यात संशोधन करणाऱ्या सर्व शास्त्रज्ञांच्या पाठीमागे ते खंबीरपणे उभे राहिले.

अण्णासाहेबांशी माझा खूपच घनिष्ठ संबंध आला. आमच्यात एक प्रकारचे मैत्रीचे व कौटुंबिक नाते निर्माण झाले होते. त्यांच्याबद्दल माझ्या मनात सदैव आदराची भावना आहे. भारतीय शेतीच्या विकासाच्या एका फार महत्त्वाच्या टप्प्यावर कृषि खात्याला अतिशय अभ्यासू, बुद्धिमान व नैतिक उंचीचे अण्णासाहेबांसारखे नेतृत्व लाभले व त्यांच्या मार्गदर्शनाखाली आम्हाला काम करण्याची संधी मिळाली हे आमचे भाग्यच म्हणावे लागेल. त्यांच्या ठायी असलेल्या प्रामाणिकपणामुळे संसदेत, व्यावसायिकांमध्ये, शास्त्रज्ञांमध्ये आणि प्रशासनातील सर्वच सेवकांमध्ये त्यांच्या कर्तृत्वाबद्दल प्रचंड आदराची भावना होती. त्यांचे व्यक्तिमत्त्व पारदर्शी व लोभसवाणे होते. त्यांना भडकपणा नको होता. त्यांची राहणी अतिशय साधी होती. अलीकडच्या काळात दिसणारा बडेजावपणा व चमकोगिरी यांसारखे प्रकार त्यांच्याजवळ दुरान्वयानेही नव्हते. त्यांनी शेतीक्षेत्रात जे अलौकिक कार्य केले, ते पुढील कित्येक वर्षे आपणा सर्वांना प्रेरणा देत राहील. सुरुवातीच्या काळात

अतिशय खडतर अर्थव्यवस्थेतून वाटचाल करणाऱ्या कृषिक्षेत्राला विकासाचा मार्ग दाखविणारा व त्यातून ग्रामविकासाची दिशा देणारा त्यांच्या कार्याचा प्रवास म्हणजे भारतीय शेतीचा मार्ग उजळविणारा दीपस्तंभच होय.

कृषि संशोधन क्षेत्रातील एक महान द्रष्टा

- डॉ. ए. बी. जोशी -

डॉ. ए. बी. जोशी हे १९६५ साली 'अखिल भारतीय कृषि संशोधन परिषदे'चे संचालक होते. या संस्थेचे उपमहासंचालक म्हणून त्यांनी १९६५ ते १९७२ या काळात काम केले आहे. १९७२ ते १९७६ या काळात ते संस्थेचे प्रमुख होते.

माझी अण्णासाहेबांशी पहिली भेट सुमारे तीस वर्षांपूर्वी झाली. अण्णासाहेब कृषि मंत्रालयात संसदीय सचिव म्हणून काम पाहात होते. तत्कालीन कृषि आयुक्त मा. डॉ. बी. एन. उप्पल यांच्या दालनात आमची भेट झाली. उप्पल हे अण्णासाहेबांबद्दल अगदी भरभरून बोलत. डॉ. उप्पल यांनी पूर्वी मुंबई राज्यात कृषि संशोधन केंद्राचे संचालक म्हणून काम केले होते. मी त्यावेळी दिल्लीतील पुसा येथील कृषि संशोधन केंद्राचा संचालक म्हणून काम करीत होतो. अण्णासाहेब नेहमीच या संशोधन केंद्राला भेटी देत. तेथील संशोधन कार्याची माहिती घेत. नेमके काय करायला हवे याचे मौलिक मार्गदर्शन करीत असत. कृषिक्षेत्रातील संशोधनात त्यांना कमालीचा रस होता. संशोधन केंद्रातील सर्वांशी ते अतिशय आपुलकीने बोलत असत. त्यांच्याशी चाललेला प्रेमळ संवाद सर्वांनाच हवाहवासा वाटे. कृषि खात्याचे राज्यमंत्री झाल्यानंतरही ते पहिल्याप्रमाणेच कृषि संशोधन केंद्रात येत असत. प्रत्येकाशी मैत्रीच्या नात्याने बोलणारे, कृषिक्षेत्रातील त्यांच्याइतके ज्ञान असलेले व्यक्तिमत्त्व मी पाहिलेले नाहीत. त्यांना स्वतःलाच नवनवीन गोष्टी शिकण्याची खूप आवड होती.

१९६५-६६ च्या सुमारास हरितक्रांतीच्या सुरुवातीला मी पुसा येथील कृषि संशोधन केंद्रात भारतीय कृषि संशोधन परिषदेचा (आयसीएआर) उपसंचालक म्हणून रुजू झालो. माझ्याबरोबर माझे तीन सहकारीही कृषि भवनात आले. त्याच वेळी कृषि संशोधन परिषदेची पुनर्रचना करण्यात आली होती. या पुनर्रचनेनंतर कृषिक्षेत्रातील हरितक्रांतीची सुरुवात झाली. दुसऱ्या दिवशी आम्ही आमच्या

कामकाजाची सूत्रे स्वीकारण्यासाठी कार्यालयात पोहोचलो. आम्हाला आमच्या कामकाजाची व जबाबदाऱ्यांची माहिती समजावून घ्यायची होती. आम्हाला अण्णासाहेबांनी त्यांच्या कार्यालयात बोलावून घेतले. तिथे चहापान झाले. सुमारे चार तास चर्चा झाली. तेव्हा खूप मौल्यवान मार्गदर्शन अण्णासाहेबांनी आम्हाला केले. त्या चर्चेत कृषिक्षेत्रातील समस्यांचे आणि मार्गदर्शनाचे अनेक मुद्दे होते. आम्ही कसे काम करावे याचे ते अपूर्व असे मार्गदर्शन होते.

कृषिमंत्री सी. सुब्रमण्यम आणि त्यांना स्वतःला कृषि संशोधनाच्या क्षेत्रात अधिक रस आहे. सर्वांत महत्त्वाचे म्हणजे अण्णासाहेबांना कृषिशास्त्रज्ञांबद्दल कमालीचा आदर होता. त्यांनी आम्हाला स्पष्टपणे सांगितले की, "या क्षेत्रात काम करणारे आपण सर्व मित्र आहोत. आपण या मैत्रीपूर्ण संबंधांची जपणूक करूया. तुमच्या-माझ्या संबंधात वरिष्ठ-कनिष्ठ या संबंधाने पाहाण्याऐवजी आपण सर्वच मित्र आहोत, सहकारी आहोत असेच समजा. तुमच्या मनात जर एखादा नवा विचार किंवा संकल्पना असेल, तर थेट मला सांगा; त्यासाठी संकोच नको. त्यावर आपण सविस्तर बोलू. तुमच्या विचारांचा निश्चितपणे आदर केला जाईल. या विधायक स्वरूपाच्या विचारविनिमयातूनच आपण शेतीच्या क्षेत्रातील संशोधनाला पुढे नेऊ." त्यांनी आम्हाला हेही सांगितले की, "मी स्वतः प्रत्यक्ष शेती केली असून शेतीक्षेत्राचा मला अनुभव आहे. माझे त्यासंबंधीचे अनुभव व तुमचे संशोधनासंबंधीचे अनुभव यांची आपण परस्परांमध्ये जरूर चर्चा करू. तुम्हाला जर माझा एखादा विचार योग्य वाटला नाही, तर तसे मला अगदी स्पष्टपणे सांगा. आपण त्यावरही चर्चा करू. तुमच्या संशोधनासंबंधी माझी जर काही वेगळी मते असतील, तर तीही मी तुम्हाला स्पष्ट सांगेन. आपल्यातला सुसंवाद व विचारविनिमय सतत चालू राहायला हवा." 'मी तुमचा वरिष्ठ आहे आणि तुम्ही मी सांगतो तेच ऐका' असा आग्रह त्यांनी कधीच धरला नाही. त्यांनी त्यांची मते एकतर्फी आमच्यावर लादली नाहीत. त्यांचा अनुभव व ज्ञान यांचा आवाका फार मोठा होता. त्यांचा संवादावर भर होता. ते एकमेव असे मंत्री होते, ज्यांनी आपल्या अधिकाऱ्यांना त्यांच्या कामात पूर्ण स्वातंत्र्य दिले. त्यांच्याशी अतिशय प्रेमाने आणि विश्वासाने, मैत्रीपूर्ण सलोख्याने संवाद साधला. त्यांच्या या स्वभावामुळे त्यांनी आम्हाला काम करण्याची अपूर्व प्रेरणा दिली; विश्वास दिला. म्हणूनच आमच्या मनात त्यांच्याबद्दल फार मोठी आदराची भावना तयार झाली.

आम्ही गव्हाचा 'डवॉर्फ' हा वाण हरितक्रांतीच्या सुरुवातीच्या काळात विकसित केला होता. अण्णासाहेबांनी हा वाण १९६५-६६ मध्ये पाहिलेला होता.

तेव्हा आम्ही त्यांना सांगितले, की प्रचलित वाणांचे उत्पादन हे हेक्टरी १८ ते २० क्विंटल येते. सुधारित वाणाचे उत्पादन दर हेक्टरी ३५ ते ४० क्विंटल येते; हे ऐकून त्यांना अजिबात आश्चर्य वाटले नाही. मी म्हणालो की, "या पेंढ्यांचे उत्पादन कमी येईल." यावर अण्णासाहेब म्हणाले, "नक्कीच नाही. या वाणाला किती फुटवे फुटलेले आहेत ते पाहा, त्यावरून तुम्हाला कळेल की पेंढ्यांचे उत्पादन कमी येणार नाही." अण्णासाहेबांजवळ कमालीची निरीक्षण क्षमता होती, याची प्रचिती आम्हाला त्यावेळी आली.

आम्ही त्यावेळी शेतकऱ्यांच्या शेतात नवनवीन वाणांची चाचणी घेण्याचा विचार करीत होतो. कृषि विस्तार विभागाला आमचा हा विचार मान्य नव्हता. अखेर त्यासंबंधी चर्चा करण्यासाठी कृषिमंत्री सी. सुब्रमण्यम यांच्या कार्यालयात विशेष बैठक बोलावण्यात आली, तेव्हा आम्ही आमची भूमिका मांडली. आम्ही निदर्शनास आणून दिले, की नवीन वाणांची लागवड करण्याचे तंत्र पारंपरिक तंत्रापेक्षा पूर्णपणे वेगळे आहे. जोपर्यंत शेतकऱ्यांच्या शेतात प्रत्यक्षपणे चाचण्या घेतल्या जात नाहीत, तोपर्यंत त्यांच्या प्रतिसादाचे अनुमान काढणे शक्य होणार नाही. एखादे संशोधन शेतकऱ्यांच्या शेतापर्यंत पोहोचल्याशिवाय तेथे या संशोधनाचा प्रत्यक्ष प्रयोग झाल्याशिवाय त्या संशोधनाची परिणामकारकता सिद्ध होणार नाही. म्हणून असे प्रयोग संशोधकांच्या दृष्टीने महत्त्वाचे असतात. सी. सुब्रमण्यम आणि डॉ. अण्णासाहेब शिंदे या दोघांनी आमच्या म्हणण्याला दुजोरा दिला. त्यांनी आम्हाला शेतकऱ्यांच्या शेतात जाऊन चाचण्या घेण्यास सांगितले; कृषि विस्तार विभागातील कर्मचाऱ्यांना अशा चाचण्या घेण्याचे महत्त्व त्यांनी समजावून सांगितले. या विचारविनिमयातूनच 'राष्ट्रीय प्रात्यक्षिक' या संकल्पनेचा जन्म झाला असे म्हटले, तर ते वावगे ठरणार नाही.

मौलिक संशोधनावर भर

अण्णासाहेब आणि आमच्या विभागातील कृषिशास्त्रज्ञांमधील संबंध हे नेहमीच सौहार्दपूर्वक राहिले. ते संबंध कधीच मंत्री आणि अधिकारी या नात्याचे नव्हते. १९६७-६८ च्या सुमारास अण्णासाहेबांनी मला फोन करून विचारले की, "उद्या आपणास वेळ आहे का? वेळ असल्यास मला संशोधन केंद्रात यायला आवडेल." ते संस्थेत आले. आम्ही करीत असलेले प्रयोग त्यांनी अगदी आत्मीयतेने पाहिले. माझे एक सहकारी संशोधक डॉ. हरभजन सिंग यांनी एका शेतात सूर्यफुलावर काही प्रयोग केले होते. ते अण्णासाहेबांनी पाहिले. ते पाहून अण्णासाहेब खूपच प्रभावित झाले.

आम्ही त्यांना असा सल्ला दिला, की या तेलबियांच्या नवीन वाणाचा शेतकऱ्यांमध्ये प्रसार व्हावा; परंतु पक्षी या पिकांची नासाडी करतील याची शेतकऱ्यांमध्ये चिंता निर्माण होईल. त्यावर अण्णासाहेब म्हणाले, "सध्या आपणा सर्वांच्या दृष्टीने अन्नधान्यावरील संशोधन फार महत्त्वाचे आहे. पुढे मात्र तेलबियांवरील संशोधनही हाती घ्यावे लागेल." त्यांनी घेतलेल्या पुढाकारामुळे तेलबियांखालील क्षेत्र वाढले. त्यांनी तेव्हा युरोप-अमेरिकेतील तेलबियांखालील वाढीव क्षेत्राची सप्रमाण माहिती दिली आणि संशोधन चालू ठेवण्याचा सल्ला दिला.

नंतरही अण्णासाहेबांबरोबर त्यांच्या कार्यलयात चर्चा झाल्या. मी अण्णासाहेबांना म्हणालो की, "तुमचे आडनाव 'एस'ने सुरू होते. आपण शेतीत 'एस' या आद्याक्षराने सुरू होणाऱ्या तीन वाणांचा विकास करू." सूर्यफूल, सोयाबीन व शुगर बीट या तीन वाणांचा नंतरच्या काळात विकास करण्यात आला. अगदी काही वर्षांतच सोयाबीन हे मध्यप्रदेशातील मुख्य पीक बनले. आता महाराष्ट्रातही सोयाबीनचे मोठ्या प्रमाणात पीक घेतले जाते. त्याच दरम्यान मी पुण्यात आलो. संशोधन संस्थेशी माझा संबंध होताच. डॉ. व्ही. एम. राऊत यांनी केलेल्या संशोधनामुळे अण्णासाहेब खूपच प्रभावित झाले होते. अण्णासाहेबांनी त्यांच्यावर सोयाबीन संशोधनाची जबाबदारी सोपवली होती. दक्षिण महाराष्ट्रातील या संस्थेने सोयाबीन पिकावर मोठे संशोधन केले आहे. त्यांनी संशोधनास अधिक चालना व फलश्रुती मिळण्यासाठी योग्य प्रदेशाची आणि योग्य माणसांची निवड केली होती. त्यांनी शुगर बीटच्या संशोधनालाही चालना दिली; पण सोयाबीनसारखे यश त्यास मिळाले नाही.

'माझीच भूमिका बरोबर आहे', असा दावा अण्णासाहेबांनी कधीच केला नाही. संकरित गायींच्या संदर्भात आमची वेगळी मते होती. १९७७ ते ८० या काळात आयसीएआर (भारतीय कृषि संशोधन संस्था)ने राहुरी कृषि विद्यापीठामध्ये आणि इतरत्रही होस्टलिन, जर्सी गायींचे ब्रीडिंग देशी गायींवर करण्याचे संशोधन हाती घेतले. मी या संशोधनाबद्दल फारसा समाधानी नव्हतो.

दूरदृष्टी असलेला कृषिमंत्री

- डॉ. जे. एस. कंवर -

डॉ. जे. एस. कंवर हे १९६५ ते १९७२ या काळात 'अखिल भारतीय कृषि संशोधन परिषदे'चे उपमहासंचालक होते. १९७३ ते १९८० या काळात ते 'इक्रिसॅट'चे उपमहासंचालक होते.

भारताचे पहिले पंतप्रधान पंडित जवाहरलाल नेहरू भारताच्या कृषि विकासाची गरज आणि प्राथमिकता यावर बोलताना म्हणाले होते की, "शेती प्रतीक्षा करू शकत नाही आणि म्हणून थांबू नये." त्यानंतर नेहरूंचे उत्तराधिकारी लालबहादूर शास्त्री यांनीदेखील 'जय जवान - जय किसान' ही घोषणा देत अन्नधान्याची स्वयंपूर्णता व राष्ट्रीय सुरक्षेचा मार्ग म्हणून स्वीकारण्याचे आवाहन केले होते. १९६० च्या दशकात अन्नधान्याची स्वयंपूर्णता आणि राष्ट्राची सुरक्षा हे राज्यकर्त्यांप्रमाणेच देशातील जनतेपुढील एक महत्त्वाचे आव्हान होते. भारतासारख्या नव्याने स्वतंत्र झालेल्या विकसनशील देशापुढील ही सर्वात मोठी आव्हानात्मक परिस्थिती होती. भारताला अन्नधान्याच्या टंचाईचा फार मोठा सामना करावा लागत होता. परदेशातून विशेषतः अमेरिकेतून अन्नधान्याच्या बोटी भारतीय किनाऱ्यावर लागल्यानंतर येथील गरिबांच्या चुली पेटत होत्या. पॅडॉक बंधू म्हणत होते की, "भारत स्वतःची अन्नधान्याची गरज भागवू शकत नाही आणि देशातील भुकेल्या जनतेला वाचवू शकत नाही."

आव्हानांचा स्वीकार

भारतासमोरील एका अतिशय आव्हानात्मक परिस्थितीच्या पार्श्वभूमीवर अण्णासाहेबांनी अन्न व कृषि खात्याचे राज्यमंत्री म्हणून जबाबदारी स्वीकारली. सी. सुब्रमण्यम हे पेशाने वकील आणि एक कसलेले राजकारणी होते. अण्णासाहेब प्रथमतः हाडाचे शेतकरी होते, नंतर राजकारणी होते. त्यावेळचे कृषि सचिव

शिवरामन हे एक अनुभवी प्रशासक होते. या त्रिमूर्तींमुळेच भारत अन्नधान्याच्या उत्पादनात स्वयंपूर्ण होऊ शकला. या तीनही मान्यवरांनी देशाच्या कृषी विकासाच्या दिशेने धोरणे आखली; त्यासंबंधीच्या योजना तयार केल्या व त्यांची अत्यंत परिणामकारकपणे अंमलबजावणी केली. त्यातूनच भारतीय शेतीक्षेत्रात मूलगामी परिवर्तन होऊ शकले. त्यालाच हरितक्रांती म्हणून ओळखले जाते. सरकारच्या कृषी व अन्नखात्याची जबाबदारी अण्णासाहेबांनी अतिशय कार्यक्षमपणे निभावली. या सर्व प्रक्रियेतील अण्णासाहेबांची भूमिका ही फारच महत्त्वाची व अविस्मरणीय स्वरूपाची राहिलेली आहे. भारतीय कृषी संशोधन संस्थेची पुनर्रचना केवळ अण्णासाहेबांच्या पुढाकारामुळेच होऊ शकली.

कृषी विकासाची पहिली पायरी

डॉ. मेरियन पार्कर यांच्या नेतृत्वाखाली एक तज्ज्ञसदस्यांची समिती स्थापन करण्यात आली. भारतीय कृषी संशोधन परिषदेच्या कृषिक्षेत्रातील संशोधनाचा आणि कृषी शिक्षणासाठी निर्माण करण्यात आलेल्या शिक्षणविषयक संघटनात्मक व्यवस्थांचा आढावा घेऊन त्यात सुधारणा सुचवाव्यात, या उद्देशाने ही समिती नियुक्त करण्यात आली होती. या संस्थेने केलेल्या शिफारसींनुसार १९६५ साली आयसीएआरची पुनर्रचना करून तिचे स्वायत्त शिखर संस्थेत रूपांतर करण्यात आले. कृषिशास्त्रज्ञ डॉ. बी. पी. पॉल यांची या संस्थेचे महासंचालक म्हणून नियुक्ती करण्यात आली. त्यांना मदत करण्यासाठी चार शास्त्रज्ञांची उपसंचालक म्हणून नियुक्ती करण्यात आली. पीक विज्ञान क्षेत्रात डॉ. ए. बी. जोशी, मृदाक्षेत्रासाठी, पाटबंधारे व कृषी अभियांत्रिकी या विषयासाठी डॉ. जे. एस. कुंवर, पशुसंवर्धन विभागासाठी डॉ. के. के. आय्या आणि शिक्षण विभागातले, डॉ. गौतम यांना उपसंचालक म्हणून नियुक्त करण्यात आले. त्याशिवाय आयएआरआय, एनडीआरआय आणि आयव्हीआरआय, अशा तीन राष्ट्रीय पातळीवरील संस्था स्थापन करण्यात आल्या. डॉ. एम. एस. स्वामीनाथन, डॉ. एन. दस्तुर आणि डॉ. जी. एम. शहा या तीन शास्त्रज्ञांसह एकूण सात कृषिशास्त्रज्ञांची विकासाचा अभ्यास व संशोधन करण्यासाठी एक टीम तयार करण्यात आली. सरकारी अनुदानित कृषी संशोधन संस्था आणि राज्य कृषी विद्यापीठातील वेगवेगळ्या संशोधन संस्था यांच्यावर आयसीएआरचे नियंत्रण प्रस्थापित करण्यात आले.

भारताला केवळ अन्नधान्यांच्या उत्पादनात स्वयंपूर्ण बनविणे एवढाच मर्यादित हेतू त्या संस्था नव्याने निर्माण करण्यामागे नव्हता; तर भारताच्या कृषी आणि

पशुसंवर्धनाच्या विकासाच्या प्रक्रियेत जे अडथळे निर्माण झाले होते, ते दूर करण्याच्या मुख्य हेतूने आयसीएआरची पुनर्रचना करण्यात आली. भारताच्या कृषिक्षेत्रातील दिमाखदार विकासप्रक्रियेसाठी शास्त्रीय ज्ञानाधारित तंत्रज्ञान आणि शास्त्रीय दृष्टीकोनाचा वापर करणे आवश्यक होते. त्यासाठी केंद्रीय संस्थांना राज्यातील कृषि विद्यापीठांशी, एकात्मिक संशोधनाच्या विकासासाठी संबंध प्रस्थापित करणे आवश्यक होते. पहिल्या आणि दुसऱ्या भारत-अमेरिका कृतिदलाच्या संशोधनाच्या शिफारशींनुसार विविध राज्यांत चालविलेल्या शिक्षण व संशोधन कार्यक्रमात समन्वय प्रस्थापित करावा लागला. सहकार क्षेत्रातील संशोधन कार्यक्रमाला महत्त्व देणे आवश्यक होते. दुसऱ्या अवस्थेत गहू-तांदुळाला आधारभूत किंमत दिली जावी, तसेच गव्हाच्या खुज्या जातीच्या वाणांच्या बियाणांची मोठी आयात करावी अशी ही शिफारस करण्यात आली. तिसऱ्या अवस्थेत बियाणांचे उत्पादन करण्यासाठी राष्ट्रीय बियाणे महामंडळ स्थापन करावे अशी शिफारस करण्यात आली. तसेच खते व कीटकनाशकांचा आणि आवश्यक त्या कृषि निविष्ठांचा शेतकऱ्यांना वेळेवर व पुरेसा पुरवठा करण्यावर भर देण्यात आला.

उचित दुवा

केंद्र सरकारच्या कृषि मंत्रालयाकडून 'आयसीएआर'कडे कृषि संशोधन केंद्रे स्थलांतरित करण्यात आणि त्यांची राज्य कृषि विद्यापीठांशी सांगड घालण्याच्या कामी अण्णासाहेबांची भूमिका फार महत्त्वाची राहिलेली आहे. कृषि खाते, आयसीएआर आणि राज्यातील कृषि विद्यापीठे यांच्यात सुसंवाद प्रस्थापित करून शेतकऱ्यांना वेळेवर खते, बियाणे व कीटकनाशके यांसारख्या शेतीविषयक निविष्ठा उपलब्ध करून देण्यासाठी विशेष प्रयत्न केले. अण्णासाहेबांची ही भूमिका शेतकऱ्यांच्या दृष्टीने फार महत्त्वाची होती.

भारतीय कृषि संशोधन संस्थेची पुनर्रचना करणे नि:संशय फारच अवघड काम होते. योग्य त्या फलनिष्पत्तीच्या दृष्टीने राज्य सरकारमधील आणि केंद्र सरकारमधील नेते व प्रशासकीय अधिकारी यांचे समर्थन आणि प्रोत्साहन याकामी मिळविणे आवश्यक होते. अशा प्रकारच्या कामासाठी मोठ्या राजकीय इच्छाशक्तीची गरज होती. हे सर्व करण्यासाठी अण्णासाहेबांचा अनुभव फारच उपयुक्त ठरला. शेतीसाठी योग्य त्या कृषि निविष्ठांचा पुरवठा आणि गहू व तांदुळाच्या पिकासाठी आधारभूत किंमत निश्चितीशिवाय हरितक्रांती यशस्वी होणार नाही, याची त्यांना पुरेपूर जाणीव होती. म्हणून या सर्व प्रक्रियेत त्यांचे प्रयत्न फारच महत्त्वाचे होते.

कृषि : प्रबोधनाचा काळ

डॉ. अण्णासाहेब शिंदे यांनी देशात १९६२ ते १९७७ असा दीर्घकाळ कृषि व अन्न खात्याचे प्रधान संसदीय सचिव व पुढे राज्यमंत्री म्हणून काम केले. या काळात कृषिक्षेत्राच्या विकास प्रक्रियेचा त्यांनी सातत्याने पुरस्कार केला व विकास प्रक्रियेला प्रोत्साहन दिले; मार्गदर्शन केले. अण्णासाहेबांनी तीन वेगवेगळ्या टप्प्यांवर तीन वेगवेगळ्या कृषिमंत्र्यांच्या समवेत काम केले. १९६४-६७ या काळात सी. सुब्रमण्यम कृषि खात्याचे कॅबिनेट मंत्री होते. कृषिक्षेत्रात नव्या विचारांचे प्रबोधन करणे व त्यानुसार नवी रणनीती आखण्याच्या बाबतीत त्यांचे योगदान महत्त्वपूर्ण राहिले आहे. त्यानंतर त्यांनी जगजीवनराम बाबू यांच्याबरोबर १९६७ ते ७० या काळात काम केले. जगजीवनराम बाबू कृषि खात्याचे कॅबिनेट मंत्री होते. त्यांच्या काळात प्रामुख्याने हरितक्रांतीशी संबंधित उपक्रमांचा विस्तार करण्यात आला. वेगवेगळ्या संशोधन कार्यांचे एकत्रीकरण करण्यात आले. हे सर्वप्रकारचे संशोधन अव्याहतपणे चालू राहण्यासाठी योग्य ती अनुकूल परिस्थिती निर्माण करण्यात आली. आयसीएआरची पुनर्रचना करून घटक राज्यात ठिकठिकाणी कृषि विद्यापीठांची स्थापना करण्यात येऊन तेथील कृषि संशोधनाला चालना देण्यात आली.

१९७०-७४ या काळात फखरुद्दीन अली अहमद यांनी कृषि खात्याचे कॅबिनेट मंत्री या नात्याने काम केले. या काळात कृषि संशोधनाला अधिक चालना देण्याच्या दृष्टीने शैक्षणिक क्षेत्रात पायाभूत सुविधा निर्माण करण्यावर भर देण्यात आला. अशा पायाभूत सुविधांचे सुसूत्रीकरण करण्यात आले. आधुनिक तंत्रज्ञानाचा स्वीकार करण्यात आला. आधुनिक तंत्रज्ञानाचा स्वीकार केल्यानंतर त्यापासून होणाऱ्या परिणामांचे शास्त्रीय मूल्यमापन करण्यात आले. अशा मूल्यांकनातून संशोधनाची प्रगती आणि दिशा स्पष्ट होत असे. याच काळात भारतीय कृषि संशोधन संस्थेकडून कृषि संशोधन सुविधा संघटित करण्यात आल्या आणि कृषिशास्त्रज्ञांची भरती करण्यासाठी स्वतंत्र यंत्रणा निर्माण करण्यात आली. अशाप्रकारे कृषि संशोधनाला अधिक चालना देण्यामध्ये अण्णासाहेबांची भूमिका खूपच महत्त्वपूर्ण होती. देशातील कृषि संशोधनासाठीच्या शिक्षणप्रणालीची आणि केंद्र सरकार व घटक राज्य सरकारांच्या विविध पातळीवर चाललेल्या विविध कार्यक्रमांची पुनर्रचना करून त्यांच्यात सुसंवाद व समन्वय प्रस्थापित करण्यास अण्णासाहेबांनी सर्वोच्च महत्त्व दिले. कृषि उत्पादन वाढविण्यासाठी अत्याधुनिक कृषि तंत्रज्ञानाचा वापर वाढविण्यात आला. त्याचा दृश्य परिणाम म्हणजे १९६५-६६ मध्ये उसाचे उत्पादन ७२.३४७ दशलक्ष टन एवढे होते. ते १९७७-७८ मध्ये १२६.४ दशलक्ष टनांपर्यंत

पोहोचले. त्यासाठी देशभर कृषिक्षेत्रातील संशोधनाचा प्रसार करण्यात आला होता. कृषि विभाग आणि भारतीय कृषि संशोधन संस्था यांचे कृषि राज्यमंत्री या नात्याने त्यांनी अत्यंत प्रभावीपणे प्रतिनिधित्व केले. केवळ अण्णासाहेबांच्या दूरदृष्टीमुळेच देशातील कृषि संशोधनाला चालना मिळाली. अण्णासाहेबांनी कृषि खात्यात राज्यमंत्री म्हणून दीर्घकाळ काम केल्यामुळे त्यांचा या क्षेत्रातील अनुभव खूप मोठा होता; त्यांचे या क्षेत्रातील ज्ञान अगाध होते. त्यामुळेच ते संसदेत कृषि व अन्न खात्याच्या संदर्भात उपस्थित होणाऱ्या चर्चेला तसेच त्यासंबंधीच्या तारांकित किंवा अतारांकित प्रश्नांना समर्थपणे उत्तरे देऊ शकले. कृषि खात्याच्या सूक्ष्म अभ्यासाबरोबरच स्वतः शेतकरी असल्यामुळे शेतकऱ्यांच्या प्रश्नांचीही त्यांना सखोल जाण होती. त्यामुळे ते कोणत्याही प्रकारच्या टीकाटिप्पणीवर अभ्यासपूर्ण निवेदन करू शकले. भारतीय कृषि संशोधन परिषदेची बाजू त्यांनी सर्वत्रच अतिशय समर्थपणे मांडली. त्यामुळेच या संस्थेच्या संशोधनाला व्यापक स्वरूपाचे बळ मिळाले.

अण्णासाहेबांशी संवाद

१९६६ पासून माझा अण्णासाहेबांशी प्रत्यक्ष संबंध आला, तेव्हा मी भारतीय कृषि संशोधन परिषदेमध्ये मृदा-कृषि विज्ञान-पाटबंधारे व कृषि अभियांत्रिकी या विभागाचा प्रथम उपमहासंचालक म्हणून सूत्रे स्वीकारली होती. १९७३ पर्यंत मी या पदावर कार्यरत होतो. १९६६ ते १९७३ या काळात माझा अण्णासाहेबांशी अगदी घनिष्ठ संबंध आला. आंध्र प्रदेशातील पाटणचेरू येथे नव्यानेच स्थापन झालेल्या अर्धशुष्क प्रदेशातील आंतरराष्ट्रीय पीक संशोधन (इक्रिसॅट) परिषदेत मी प्रथम संचालक संशोधक म्हणून रुजू झालो. खरे म्हणजे मी स्वीकारलेले हे काम खूपच आव्हानात्मक होते. डॉ. अण्णासाहेब शिंदे, डॉ. एम. एस. स्वामीनाथन आणि कृषि संशोधन परिषदेचे संचालक डॉ. पॉल यांनी मला 'तुम्ही निश्चितच यशस्वीपणेही जबाबदारी पार पाडू शकाल' असा विश्वास दिला; मला प्रोत्साहन दिले. त्यामुळे मलाही हे आव्हानात्मक काम करण्याचा हुरूप आला. कृषिशास्त्रज्ञांना त्यांच्या योग्यतेनुसार कोणती जबाबदारी द्यायची याची इत्थंभूत माहिती अण्णासाहेबांना होती. ते कृषिशास्त्रज्ञांच्या मागे खंबीरपणे उभे राहिले. त्याआधी मी १९६२-६६ या काळात पंजाबमधील लुधियाना येथील पंजाब कृषि विद्यापीठात संशोधन संचालक म्हणून काम पाहात होतो. तेथे सुधारित तंत्रज्ञानाचा वापर करून आम्ही अन्नधान्याचे उत्पादन दुपटीने वाढवू शकलो.

मी, पंजाब कृषि विद्यापीठात केलेल्या कामाची अण्णासाहेबांना माहिती होती.

पीकशास्त्राचे प्रमुख डॉ. के. रामय्या चेअरमन असलेल्या शेती तज्ज्ञ समितीमध्ये मी काम करीत होतो. प्राणीशास्त्राचे प्रमुख डॉ. भट्टाचार्य, फलोत्पादन विभागाचे डी. सी. नायक, कृषि शिक्षण विभागाचे डॉ. राल्फ डब्ल्यू कमिंग्ज आणि बियाणे विभागाचे डॉ. जे. एस. कंवर हे या तज्ज्ञ समितीचे सदस्य होते. कृषिमंत्री सी. सुब्रमण्यम यांना सल्ला देण्याचे काम ही समिती करीत असे. देशात अत्याधुनिक बियाणांचा वापर वाढावा यादृष्टीने बियाणे विभागाचे प्रमुख डॉ. जे. एस. कंवर यांच्याशी विचार विनिमय करण्यासाठी अण्णासाहेबांनी आमच्या टीमबरोबर संवाद साधला होता. आम्ही भारताच्या कृषि धोरणाच्या संदर्भात अण्णासाहेबांबरोबर सविस्तर चर्चा केली होती.

मी भारतीय कृषि संशोधन संस्थेत रुजू झाल्यानंतर माझा अनेक वेळा अण्णासाहेबांशी संबंध आला. कृषि उत्पादन वाढविण्यासाठी संबंधित विषयांवर आम्ही अनेक वेळा अभ्यासपूर्ण चर्चा केल्या. त्याचबरोबर जमिनीची सुपीकता, माती व पाणी व्यवस्थापन, सिंचन प्रणाली, कोरडवाहू शेतीतील एकात्मिक पीक व्यवस्थापन त्यादृष्टीने उपलब्ध असलेल्या कृषि साधनांची कार्यक्षमता कशाप्रकारे वाढविता येईल यादृष्टीने आम्ही वेळोवेळी अण्णासाहेबांशी चर्चा केल्या. शेती उत्पादन प्रक्रियेत मृदा या घटकाला महत्त्वाचे स्थान आहे. म्हणून मृदेची उत्पादकता आणि दर्जा वाढविणे व एकात्मिक पीक व्यवस्थापनाच्या परिणामाचे मूल्यमापन करण्यासाठी प्रत्यक्ष शेतकऱ्याच्या शेतावर जाऊन तेथे खतांची चाचणी घेणे व शेतात कृषि प्रयोगांचे प्रात्यक्षिक घेणे या सर्व बाबींमध्ये अण्णासाहेबांनी विशेष रस घेतला. शेतकऱ्यांच्या शेतावरील प्रात्यक्षिकांवर त्यांचा भर होता. शेतकऱ्यांनाही या संशोधनात प्रत्यक्षपणे सहभागी करून घेणे व त्याद्वारा त्यांना जागृत व प्रशिक्षित करणे, कृषिक्षेत्रातील प्रगतीच्या दृष्टीने अण्णासाहेबांना महत्त्वाचे वाटत होते. मृदेची उत्पादकता वाढविण्यासाठी वेगवेगळ्या क्षेत्रातील २४ केंद्रांत जे काम चालू होते, त्याच्या समन्वयावर त्यांनी भर दिला. वेगवेगळ्या कृषि हवामानाच्या विभागात ही केंद्रे कार्यरत होती. पर्यावरण संरक्षणाच्या दृष्टीने दुष्काळी भागात समुचित तंत्रज्ञानाच्या वापरावर त्यांनी विशेष भर दिला. अशा केंद्रांपैकीच एक महाराष्ट्रात सोलापूर येथे तर दुसरे कर्नाटकातील विजापूर येथे स्थापन करण्यात आले. अण्णासाहेब वारंवार या केंद्रांना भेटी देऊन कामकाजाची व कृषि विकासाच्या दृष्टीने चाललेल्या प्रयोगांची पाहणी करीत असत.

अण्णासाहेबांचे भाकीत

कोरडवाहू शेतीतील समन्वित कार्यक्रमांचा विकास करण्यात यावा याबद्दल ते विशेष आग्रही होते. या प्रकल्पांसाठी केंद्र सरकारने अंदाजपत्रकात फक्त पाच कोटी रुपयांची तरतूद केली. प्रत्यक्षात मागणी २० दशलक्ष रुपयांची होती. एवढी कमी आर्थिक तरतूद झाल्याने आम्ही अगदी निराश झालो होतो. त्यांनी आमची समजूत काढली. आपल्या संशोधनावर लक्ष केंद्रित करण्याचा त्यांनी सल्ला दिला आणि आपण लवकरच या कार्याचे महत्त्व नियोजन मंडळाला पटवून देऊ, असे आश्वासनही दिले. त्यांनी आम्हाला असेल त्या परिस्थितीत जोमाने काम करण्यास प्रवृत्त केले. तेव्हा त्यांनी दिलेला हा सल्ला खूपच मोलाचा होता.

१९६९ साली देशात अनेक राजकीय घडामोडी घडल्या. काँग्रेस पक्षाचे दोन गट निर्माण झाले. राजकीय वातावरण तापलेले होते. तरीही पंतप्रधान इंदिरा गांधी यांनी कोरडवाहू शेतीच्या विकासाला प्राधान्य दिले. देशातील त्यावेळी ७५ टक्के शेती कोरडवाहू होती. शेतीची सुधारणा केल्याशिवाय व शेतीची उत्पादनक्षमता वाढविल्याशिवाय दारिद्र्य निर्मूलन अवघड आहे, याची त्यांना पूर्ण जाणीव होती. कोणताही कार्यक्रम यशस्वीपणे राबविण्यासाठी राजकीय इच्छाशक्ती फार महत्त्वाची असते. पंतप्रधान इंदिरा गांधी आणि कृषि राज्यमंत्री डॉ. अण्णासाहेब शिंदे यांनी अशी इच्छाशक्ती सदैव दाखविली. ज्या अर्थमंत्रालयाने शेतीच्या विकासासाठी सुरुवातीला केवळ पाच कोटी दिले होते, त्याच अर्थमंत्रालयाने आता २२० दशलक्ष रुपये बिनदिक्कत देऊ केले होते. कृषि खात्याची आर्थिक तरतूद वाढवून घेण्यात अण्णासाहेबांची भूमिका महत्त्वाची होती. 'आम्ही २० दशलक्ष रुपये मागितले; आम्हाला २२० दशलक्ष रुपये देण्यात आले', हे सर्व अनपेक्षित होते. आयसीएआरच्या पुनर्रचनेसाठी आणि संशोधनासाठी सुविधा उपलब्ध करण्यासाठी निधीची गरज होतीच. त्यातून आयसीएआरसाठी आवश्यक असलेले मनुष्यबळ उपलब्ध करण्यात आले. फुलशेतीच्या संशोधनासाठी पायाभूत सुविधांची उभारणी करण्यात आली. राज्य पातळीवरही विविध संशोधन प्रकल्प हाती घेण्यात आले होते. त्यासाठी जवळपास २०० दशलक्ष रुपये उपलब्ध करून देण्यात आले. या निर्णयामुळे राज्यांची संशोधन क्षमता वाढून ती आयसीएआरच्या कामाला पूरक ठरणार होती. त्यामुळे राज्यांचीही संशोधन क्षेत्रातील जबाबदारी वाढली.

१९७३ नंतर माझा अण्णासाहेबांबरोबरचा संपर्क तुटला; परंतु आम्ही १९९० मध्ये पुन्हा एकत्र आलो. आम्ही नाबार्डच्या संशोधनविषयींच्या सल्लागार समितीच्या बैठकीसाठी एकत्र आलो. नाबार्डच्या जमीन व्यवस्थापन, पाणलोट क्षेत्र विकास

कार्यक्रम, भूजल संशोधन, तेलबिया-फलोद्यान-दुग्ध विकास व कृषि वनीकरण इ. संदर्भांतील सर्व प्रकल्पांना त्यांनी मनापासून पाठिंबा दिला. त्यांनी सर्व प्रकल्पांचा अतिशय बारकाईने अभ्यास केला होता. काही महत्त्वपूर्ण शिफारशीही सुचविल्या होत्या. या सर्व प्रकल्पांचे ते खऱ्या अर्थाने समर्थक होते. याविषयी ते म्हणाले होते की, "ग्रामीण भागात आधुनिक तंत्रज्ञानाशी जुळवून घेण्यात काही मूलभूत अडचणी येतात. त्यांची सोडवणूक करण्याच्या दृष्टीने नाबार्डने ग्रामीण भागातील पतपुरवठा वाढविणे व विपणन प्रक्रियेला पुरेसे पाठबळ देणे आवश्यक आहे." दुसरी महत्त्वाची सूचना म्हणजे, "कोरडवाहू शेतमालाच्या किमती टिकवून ठेवाव्या लागतील. कोरडवाहू क्षेत्रात उत्पादनाची मोठी क्षमता आपण निर्माण करू शकतो. त्यासाठी त्या भागात पडणाऱ्या पावसाचा प्रत्येक थेंब जिरविला पाहिजे. पाणलोट क्षेत्र विकास कार्यक्रमाद्वारा कोरडवाहू शेतीची उत्पादकता वाढू शकते. त्यासाठी वैविध्यपूर्ण पिकांची लागवड करावी लागेल."

कृषि विद्यापीठांची स्थापना :

केंद्र सरकारच्या पातळीवर कृषि संशोधन संस्थेच्या विकासाला चालना देण्याबरोबरच घटकराज्यांतीलही संशोधन कार्याचा विस्तार व्हायला हवा; त्यासाठी राज्यात कृषि विद्यापीठे स्थापन करण्याच्या गरजेवर त्यांनी भर दिला. ते कृषि राज्यमंत्री असतानाच्या काळात महाराष्ट्रात चार कृषि विद्यापीठांची स्थापना करण्यात आली. त्यावेळी आयसीएआरची भूमिका एका राज्यात एकच कृषि विद्यापीठ असावे, अशी होती. एकापेक्षा अधिक कृषि विद्यापीठांची स्थापना करण्यास त्यांनी असमर्थता दर्शविली होती. महाराष्ट्रात स्वतंत्रपणे चार कृषि हवामानाचे विभाग आहेत, प्रत्येक विभागात किमान एक कृषि विद्यापीठ स्थापन करण्याचा जोरदार आग्रह अण्णासाहेबांनी धरला होता. आयसीएआरच्या सूचनेला न जुमानता अण्णासाहेबांनी घेतलेल्या पुढाकाराने चार कृषि विद्यापीठांची महाराष्ट्रात स्थापना करण्यात आली. कृषिमंत्रिपदाच्या जबाबदारीतून मुक्त झाल्यानंतर महाराष्ट्र सरकारने त्यांना या चारही कृषि विद्यापीठांच्या कामकाजात समन्वय साधण्यास सांगितले. कृषि संशोधन वाढावे, शेतकऱ्यांच्या शेतीविषयक समस्यांचे निराकरण त्वरित व्हावे; शेतकऱ्यांना योग्य ते मार्गदर्शन मिळावे म्हणून हा समन्वय प्रस्थापित करणे आवश्यक होते. अण्णासाहेबांच्या असे लक्षात आले, की संशोधन आणि विस्तार कार्यक्रमासंबंधी कृषि विद्यापीठांच्या अनेक अडचणी आहेत. सरकारचे कृषि खाते व कृषि विद्यापीठांमध्ये परस्पर सुसंवाद नाही; एकात्मिक दृष्टीने त्यांचे काम

चालले नाही. संशोधन कार्यासाठी विद्यापीठांकडे निधी उपलब्ध नव्हता. संशोधन करणाऱ्या वेगवेगळ्या विभागाच्या शास्त्रज्ञांमध्ये परस्पर सहकार्याचा अभाव होता. त्यांच्या संशोधन कार्यात गतिमानता नव्हती. ते परस्परांचे दोष दाखविण्यात दंग होते. शेतकऱ्यांना कृषि विद्यापीठांकडून कोणत्याही प्रकारचे मार्गदर्शन उपलब्ध होत नव्हते. बदलत्या हवामानाच्या पार्श्वभूमीवर शेतीच्या संदर्भात पर्यावरणीय समस्या उभ्या ठाकल्या होत्या. त्यांना सक्षमपणे सामोरे जाणे आवश्यक होते. कृषि विद्यापीठांना या क्षेत्रात भरीव स्वरूपाचे काम करण्यासाठी राज्य सरकारकडून आणि आयसीएआरकडून भरीव स्वरूपाची मदत प्राप्त होणे आवश्यक होते. एकूण परिस्थिती काही समाधानकारक नसल्याचे त्यांच्या निदर्शनास आले. कृषिक्षेत्राच्या व्यापक विकासाच्या दृष्टीने विद्यापीठाने हाती घेतलेल्या संशोधन प्रकल्पासाठी पुरेसा निधी व कृषिपूरक उद्योग स्थापन करण्यासाठी विद्यापीठांना संसाधने विकसित करण्यासाठी अधिक निधी देण्याची व एकूणच या कार्यावर अधिक लक्ष देण्याची गरज त्यांनी स्पष्ट केली. शेतीच्या बदलत्या गरजा भागविण्याच्या दृष्टीने हे सर्व करणे अगदी महत्त्वपूर्ण होते. मानवी संसाधनाचा विकास केला, तर विद्यापीठांची गतिमानता वाढते हे त्यांच्या लक्षात आले होते.

१९९२ साली मी एकदा राहुरी येथील महात्मा फुले कृषि विद्यापीठात गेलो होतो. माझे काम आटोपल्यावर मी अण्णासाहेबांना भेटू इच्छित होतो. त्यांनी मला रात्रीच्या जेवणासाठी अगत्यपूर्वक घरी बोलाविले. त्यांचे जेष्ठ सुपुत्र अशोक आणि अण्णासाहेबांची सुनबाई हे दोघेही दुग्ध व्यवसाय पाहायचे. त्यांनी अतिशय प्रेमाने व आदरपूर्वक पाहुणचार केला. त्यादिवशी अण्णासाहेबांबरोबर मनमोकळी चर्चा झाली. सविस्तर बोलणे झाले. प्रामुख्याने कोरडवाहू शेतकऱ्यांच्या समस्या व त्यांनी स्वीकारलेला बदलता दृष्टीकोन, तसेच कोरडवाहू शेतीच्या विकासासाठी या शेतीला पाण्याची उपलब्धता, कोरडवाहू शेतीची उत्पादकता वाढविण्यासाठी आदर्श जलव्यवस्थापन, शेतीमालाच्या विपणनासाठी विश्वासहार्य व्यवस्थेची उभारणी, शेतीच्या विकासासाठी आधुनिक ज्ञान तंत्रज्ञान, शेती विकासाच्या पायाभूत सुविधांची उपलब्धता अशा शेतीशी संबंधित कितीतरी विषयांवर आम्ही सविस्तर चर्चा केली. शेतीच्या विकासासाठी सुरक्षित सिंचनाची सुविधा उपलब्ध करण्याचा त्यांचा आग्रह होता. शेतीसाठी योग्य वेळी व योग्य प्रमाणात भांडवलाची उपलब्धता व्हायला हवी, असे कितीतरी मुद्दे त्यांनी आग्रहपूर्वक मांडले. आम्ही अनेक वर्षे एकत्र काम केले. शेतीचे उत्पादन वाढविण्याचा प्रयत्न करीत होतो; परंतु आमचे ध्येय अपूर्ण राहिल्याचे त्यांच्याशी झालेल्या चर्चेतून स्पष्ट दिसत होते. आपण 'जय

जवान जय किसान' ही घोषणा दिली. त्या दिशेने भरीव स्वरूपाचे कामदेखील झाले. ते काम अजून पुढे न्यायला हवे याची निकड त्यांच्याशी झालेल्या चर्चेतून पदोपदी जाणवत होती. भूक आणि दारिद्र्याशी लढा देण्यासाठी अजून सशक्त यंत्रणा उभारण्याची व त्या दिशेने अधिक जोमाने काम करण्याची गरज त्यांनी व्यक्त केली. त्यांना शेतीच्या वास्तव परिस्थितीची अधिक सूक्ष्म जाणीव होती. अण्णासाहेबांची अभ्यासू वृत्ती, त्यांची मेहनत घेण्याची क्षमता, त्यांचे शेतीसंबंधीचे प्रचंड ज्ञान आणि त्याचबरोबर त्यांचे ठायी असलेले सौजन्य व सामान्य शेतकऱ्यांबद्दलची कळकळ या त्यांच्या गुणवैशिष्ट्यांमुळे त्यांच्याबद्दल आम्हाला सदैव प्रचंड आदर आहे. त्यांच्या समवेतच्या सुखद आठवणी आजही आम्हाला प्रेरणादायी आहेत. 'आदर्श मंत्री कसा असावा? तर तो अण्णासाहेबांसारखा असावा' असे मी अगदी नम्रपणे सांगू इच्छितो. सलग पंधरा वर्षे एकाच विषयाचा ध्यास घेऊन त्या दिशेने अथकपणे अभ्यासपूर्वक व प्रामाणिकपणे कार्य करणारे अण्णासाहेब हे एकमेव असावेत.

जुलै २००५ मध्ये त्यांचे सुपुत्र अनिल शिंदे यांनी मला अण्णासाहेबांबद्दलच्या आठवणींबद्दल लिहावे अशी विनंती केली. अण्णासाहेबांच्या संदर्भातील खूप आठवणी आहेत. त्यांनी आम्हाला संशोधनासाठी प्रेरित केले. त्यांचे वागणे बोलणे हे खूप प्रेमळ होते. त्यांच्या व्यक्तिमत्त्वात सत्तेची नशा नव्हती. 'मी मंत्री आहे', असा तोरा त्यांनी कधीही मिरविला नाही. आपल्या सर्व सहकाऱ्यांना त्यांनी प्रेम दिले; विश्वास दिला. एखादी गोष्ट समजावून सांगण्याची एक अनोखी हातोटी त्यांच्याजवळ होती. मला त्यांच्या घरी झालेली भेट आठवली. केवळ त्यांच्या आठवणीही आमच्यासाठी प्रेरणादायी आहेत.

पशुसंवर्धन क्रांती : कृषिक्षेत्रातील एक झेप

- अनिल अण्णासाहेब शिंदे -

भारतात शेतीचे उत्पादन अगदी मर्यादित म्हणजे भारतीयांच्या प्रत्यक्ष गरजेपेक्षा खूप कमी होते. तसेच दुधाचे उत्पादनही खूपच कमी होते. १९६० च्या दशकापर्यंत ही परिस्थिती होती. शहरात सरकारी दूध केंद्रातून दुधाचे वितरण केले जात असे. ते एक प्रकारचे रेशनिंग होते. पण प्रत्येकाला पाहिजे तेवढे दूध मिळत नव्हते. अगदी दुधाची एखादी अतिरिक्त बाटली मिळवण्यासाठी उच्चपदस्थांनाही थेट मंत्र्यांचा प्रभाव वापरावा लागे. यावरून आपणास त्यावेळच्या देशातील दुधाच्या उपलब्धतेची कल्पना यावी. ग्रामीण भागात दुधाचे उत्पादन व्यवसाय म्हणून होत नव्हते. काही मोठ्या शेतकऱ्यांकडेही आपली घरगुती गरज भागविण्याइतकेच दुधाचे उत्पादन घेतले जात असे. अनेक गरिबांना तर दूध मिळतच नव्हते. गरिबांच्या दृष्टीने दूध ही चैनीची बाब होती. भारतातील त्यावेळची देशी गाय ही दिवसाला सरासरी अर्धा ते एक लीटर दूध देत असे. स्वतंत्रपणे दुग्ध व्यवसाय करण्यासाठी ते पुरेसे नव्हते. एक कृषिपूरक व्यवसाय म्हणून स्वतंत्रपणे दुग्ध व्यवसाय करण्यासाठी त्यावेळी अनुकूल वातावरणही नव्हते. पशुपालनाची त्यावेळची पद्धत पारंपरिक होती, जी आज पूर्णतः कालबाह्य ठरलेली आहे.

अण्णासाहेबांना पूर्णपणे खात्री होती, की आधुनिक पद्धतीने पशुसंवर्धन करून जर दुग्ध व्यवसाय केला, तर तो अल्पभूधारक किंवा सामान्य शेतकऱ्यांना निश्चितपणे लाभदायक ठरेल व शेतकऱ्यांच्या उत्पादनात अधिक भर घालू शकेल. प्रगत देशात दुग्ध व्यवसायाला चालना देण्यात आली आहे. त्याचा अभ्यास करून असा निष्कर्ष काढला, की आधुनिक पद्धतीने व शास्त्रीय पद्धतीने पशुसंवर्धन व दुग्ध व्यवसाय

केला, तर शेतकऱ्यांच्या उत्पादनात निश्चितपणे ५० ते ६० टक्क्यांपर्यंत वाढ होऊ शकते. भारतातील दुध व्यवसाय प्रामुख्याने म्हैसपालनावर अवलंबून आहे. म्हशीवर अनुवांशिक संशोधन झालेले नाही. कारण म्हैस हा प्राणी प्रामुख्याने आशिया खंडातील प्राणी आहे. गायीच्या दुधाची उत्पादकता वाढविण्यासाठी देशी गायींमध्ये युरोपातील सुधारित गायींच्या गुणसूत्रांचा संकर करणे; परंतु ही संकल्पना भारतात रुजविणे त्यावेळी फारच अवघड होते. कारण भारतीय लोकांमध्ये गायीविषयी कमालीची पावित्र्याची भावना होती. तसेच धोरणकर्ते, पशुवैद्यकीय तज्ज्ञांचाही या निर्णयाला ठाम विरोध होता. त्यांच्या मते देशी गायीवर संकर करून ज्या बैलांची पैदास होईल, त्यांना खांदा नसेल. त्यामुळे या बैलाला औत, नांगर किंवा गाडी ओढता येणार नाही. त्यामुळे असा बैल शेतीच्या दृष्टीने कोणत्याही कामाचा नसेल. डॉक्टर कुरियन यांनीसुद्धा म्हशीच्या दुधाला प्राधान्य दिले होते. क्रॉस ब्रीड म्हणजे संकरित गायींची संकल्पना प्रत्यक्षात आणण्यासाठी अण्णासाहेबांना आपल्या सर्व क्षमता व प्रभाव वापरावा लागला. आपल्या अभ्यासू विवेचनाने त्यांना आपली भूमिका इतरांना पटवून द्यावी लागली.

संकरित गायींचा हा त्यावेळी सर्वस्वी नवा असणारा प्रयोग यशस्वीपणे राबविण्यासाठी वेगवेगळ्या ठिकाणी प्रदर्शने आयोजित करण्याची आवश्यकता होती. त्यासाठी प्रशिक्षित अशा मोठ्या प्रमाणावरील मनुष्यबळाचीही गरज होती. पशुवैद्यकीय तज्ज्ञ, औषधे व तत्सम वस्तूंची त्यासाठी आवश्यकता होती. दुध व्यवसायाला आधुनिक रूप देण्याच्या दृष्टीने सरकारी यंत्रणेच्याही काही मर्यादा होत्या. थोडक्यात आधुनिक पद्धतीने दुध व्यवसायाला सर्वबाजूंनी होणारा विरोध पाहता अण्णासाहेबांनी 'बाएफ' या स्वयंसेवी संस्थेला व 'अमूल' या सहकारी क्षेत्रात काम करणाऱ्या संस्थेला आधुनिक पद्धतीने दुध व्यवसाय करण्यासाठी मुद्दामहून उत्तेजन दिले. त्यांना सुरुवातीला दुध व्यवसाय सुरू करताना अनंत अडचणी आल्या. कारण या संस्थांना 'ए टू झेड'पर्यंत सर्व मदत अण्णासाहेबांनी केली. या दोन्हीही संस्था या व्यवसायात पूर्णपणे नवख्या होत्या. अण्णासाहेबांनी वेळोवेळी उपलब्ध करून दिलेल्या सर्व मदतीमुळे हा व्यवसाय मूळ धरू लागला. पुढे पुढे या व्यवसायाला चांगलेच यश प्राप्त झाले. आज तर हा व्यवसाय शेतकऱ्यांच्या प्रगतीच्या दृष्टीने मैलाचा दगड ठरला आहे. दुध व्यवसाय हा आज शेतकऱ्यांच्या दृष्टीने महत्त्वाचा व्यवसाय आहे.

अण्णासाहेब केवळ गायींवरच हा प्रयोग करून थांबले नाहीत. शेतकरी शेळी-मेंढीपालन करीत असे. तेथील स्थानिक जातींच्या शेळ्या-मेंढ्यांवरही आधुनिक वाणांचा संकर करण्यात आला. एवढेच नव्हे तर कोंबडी-बदकांमध्येही संकर करण्यात आला. आज कुक्कुटपालन व्यवसाय व्यापारी तत्त्वावर फार मोठ्या प्रमाणात केला

जातो. तो एक प्रमुख कृषिपूरक व्यवसाय म्हणून ओळखला जातो. मत्स्यसंवर्धनाच्या क्षेत्रातही क्रांतिकारक प्रयोग करण्यात आले. आज आधुनिक पद्धतीचे कुक्कुटपालन किंवा दुग्ध व्यवसायात ग्रामीण भागातील जवळपास ५०० दशलक्षांहून अधिक लोकसंख्या सामावलेली आहे. अण्णासाहेबांनी अतिशय दूरदृष्टीने हा निर्णय घेतला व कोणत्याही विरोधाला न जुमानता शास्त्रीय पद्धतीने तो राबविला. हा व्यवसाय वाढला ही अण्णासाहेबांच्या दूरदृष्टीची पुण्याई म्हणावी लागेल.

पशुसंवर्धन विकास

- पी. एन. भट -

डॉ. पी. एन. भट हे 'अखिल भारतीय पशुवैज्ञानिक संशोधन संस्थे'चे संचालक व नंतर कुलगुरू होते.

नाशिक जिल्ह्यातील, सिन्नर तालुक्यातील पाडळी या छोट्याशा गावी एक सर्वसामान्य शेतकरी कुटुंबात २१ जानेवारी १९२२ रोजी डॉ. अण्णासाहेब शिंदे यांचा जन्म झाला. १२ जानेवारी १९९३ रोजी त्यांचे निधन झाले. अण्णासाहेब या नावानेच सर्वजण त्यांना संबोधित असत. ते हाडाचे शेतकरी होते व आपले शेतकरीपण त्यांनी मनापासून जपले होते. शेतकरी असल्याचा त्यांना अतिशय अभिमान होता. ते सर्वप्रथम वकील झाले. पुढे केंद्र सरकारमध्ये मंत्री झाले, तरीही त्यांनी आपली शेतीशी असलेली नाळ तुटू दिली नाही. ते दुग्ध व्यवसायाशी १९५० ते १९९२ या काळात संबंधित होते. ते केंद्र सरकारमध्ये अन्न व कृषि खात्याचे मंत्री होते. पशुसंवर्धन हा विभागही त्यांच्याकडे होता. भारतीय कृषि संशोधन परिषदेचा कारभारही त्यांच्या अखत्यारीत होता. ग्रामीण भागाच्या विकासात येणाऱ्या जटिल समस्यांची त्यांना पूर्ण जाणीव होती. म्हणूनच ग्रामीण भागातील विकास प्रक्रियेशी त्यांचे नाते जुळले होते. वैज्ञानिक दृष्टीकोनानुसार आधुनिक तंत्रज्ञानाच्या आधारे ग्रामीण भागातील शेतकऱ्यांचा विकास करणे व त्यांच्या जीवनशैलीत आमूलाग्र परिवर्तन घडविणे या उद्दिष्टांशी ते एकनिष्ठ होते.

वंशपरंपरा आणि वारसाहक्कानुसार जमिनीच्या होणाऱ्या वाटपामुळे जमिनीचे तुकडेकरण होत असे. त्यामुळे भविष्यात जमिनीचे अधिक लहान-लहान तुकडे होतील, याची अण्णासाहेबांना पूर्णपणे जाणीव होती. स्वतंत्रपणे लहान लहान तुकड्यांची शेती करणे दिवसेंदिवस खूपच अवघड झाले. त्यामुळे अशा परिस्थितीत कृषि विकासासाठी एक प्रभावी पर्याय म्हणून सहकारी पद्धतीच्या शेतीचा अवलंब

करावा लागेल. त्याबरोबरच शेतीला जोडधंदा म्हणून पशुसंवर्धनाच्या व्यवसायाला आधुनिक विज्ञान आणि तंत्रज्ञानाची जोड द्यावी लागेल. राष्ट्रीय पातळीवरील शेती विकासाच्या दृष्टीने ते महत्त्वाचे आहे. अल्पभूधारक, अत्यल्पभूधारक व भूमिहीन शेतमजुरांना दुध व्यवसाय, कुक्कुटपालन व्यवसायाच्या आधारे अगदी चांगल्यापैकी आपली उपजीविका सहजपणे चालवता येईल, याविषयी त्यांना विश्वास होता. १९६४ मध्ये त्यांनी लिहिलेले व प्रकाशित झालेले 'भारतीय कृषि आणि अन्नविषयक समस्या' या पुस्तकात त्यांनी भारताच्या ग्रामीण विकासाचा मार्ग स्पष्ट केला आहे.

'भारतीय कृषि संशोधन परिषदे'ची पुनर्रचना

अण्णासाहेबांनी १९६३ साली भारतीय कृषि संशोधन परिषदेची पुनर्रचना करण्याच्या दृष्टीने अभ्यास करून शिफारशी करण्यासाठी 'पार्कर समिती'ची स्थापना केली. पार्कर समितीने केलेल्या शिफारशी १९६६ मध्ये स्वीकारण्यात आल्या. त्यानुसार कृषि संशोधन परिषदेची पुनर्रचना करण्यात आली. अण्णासाहेबांनी पुढाकार घेऊन १९७२ साली पुन्हा एकदा भारतीय कृषि संशोधन परिषदेची पुनर्रचना केली. त्यासाठी त्या वेळचे त्यांचे सल्लागार डॉ. एम. एस. स्वामीनाथन यांची त्यांना मदत झाली. त्याद्वारे भारतीय कृषि संशोधन परिषदेमध्ये कृषि संशोधनाबरोबरच दुध विकासाशी संबंधित शिक्षण विभागाची स्थापना करण्यात आली. या पुनर्रचनेमुळे भारतीय कृषि संशोधन परिषदेला काही अधिकार व आवश्यक ती स्वायत्तता प्राप्त झाली. भारतीय कृषि संशोधन परिषदेने कृषि विकासाला एक नवी दिशा दिली. अर्थातच या सर्व प्रक्रियेत अण्णासाहेबांचे योगदान सर्वांत महत्त्वाचे राहिलेले आहे.

पशुसंवर्धनाची बांधिलकी

१९५० साली अण्णासाहेबांनी आपल्या शेतात दुध व्यवसाय सुरू केला होता. १९५९ साली त्यांनी मुंबईत म्हशीपासून केला जाणारा दुध व्यवसायाचा प्रयोग पाहिला. 'आरे'चा दुध व्यवसाय पाहून ते प्रभावित झाले आणि तो प्रयोग पाहून त्यांनी कोल्हार येथील आपल्या शेतात १०० म्हशींची 'दुग्धशाळा' सुरू केली. दुधाची कुपनद्वारे विक्री सुरू केली. दूध बर्फात ठेवून त्याची टिकवण क्षमता वाढवण्यात येत असे. या छोट्याशा दुग्धशाळेत म्हशींना दर्जेदार खाद्य दिले जात असे. एक आदर्श व्यवस्थापन पद्धती तेथे लागू केली होती. अनेक वर्षे हा व्यवसाय केला, तेव्हा त्या अभ्यासातून एक गोष्ट त्यांच्या लक्षात आली, की गीर, राठी आणि

साहिवाल यासारख्या गायींच्या चांगल्या जाती आहेत; परंतु त्यांना चांगले खाद्य दिले व आदर्श व्यवस्थापनाचा स्वीकार केला, तरीही अल्पभूधारक शेतकऱ्यांसाठी या गायींपासून केला जाणारा दुग्ध व्यवसाय आर्थिकदृष्ट्या सक्षमपणे करणे केवळ अशक्य आहे. तरी अशा परिस्थितीत अल्पभूधारक व लहान शेतकऱ्यांचा दुग्ध व्यवसाय सक्षम करण्यासाठी भारताचे सुपुत्र अण्णासाहेबांनी दिलेले योगदान अतिशय महत्त्वपूर्ण आहे.

'बाएफ (BAIF)'ची स्थापना

मणिभाई देसाई यांनी पुण्याजवळ उरळी कांचन येथे आपल्या शेतात काही गीर जातीच्या गायी पाळलेल्या होत्या. अण्णासाहेबांनी मणिभाई देसाई यांच्या शेताला एकदा भेट दिली. हा प्रकल्प पाहून ते खूप प्रभावित झाले. या गायींपासून केला जाणारा दुग्ध व्यवसाय लहान शेतकऱ्यांसाठी फायदेशीर नव्हता. तो का फायदेशीर नव्हता याचा अभ्यास करण्याची जबाबदारी अण्णासाहेबांनी डॉ. पी. भट्टाचार्य यांच्यावर सोपविली. डॉ. भट्टाचार्य व त्यांच्या सहकाऱ्यांनी त्याचा अभ्यास करून असा निष्कर्ष काढला, की अधिक दूध उत्पादन वाढविण्याच्या दृष्टीने गीर गायींच्या गुणसूत्रांमध्ये फारच मर्यादित घटक आहेत. अधिक उत्पादन वाढीसाठी या गुणसूत्रांचा नैसर्गिकरित्या विकास करण्यास सुमारे १५० वर्षांचा कार्यकाल लागू शकतो. दूध उत्पादन वाढीसाठी सुधारित युरोपियन जातींच्या गायींची गुणसूत्रे देशी गायींमध्ये संक्रमित करण्याचा कार्यक्रम लवकरात लवकर हाती घ्यावा लागेल. डॉ. भट्टाचार्यांनी विश्वास दिला, की एकदा का देशी गायींमध्ये आधुनिक युरोपियन जातींच्या गायींची गुणसूत्रे संक्रमित केली, की अशा गायींपासून अधिकाधिक गायींची पैदास करता येईल व परिणामी अशा पैदास झालेल्या गायींपासून अधिकाधिक दुधाचे उत्पन्न घेता येईल. त्यांची प्रजनन क्षमता वाढेल, तेव्हा विदेशी गायींची गुणसूत्रे देशी गायीत संक्रमित करण्यासाठी आदर्श व्यवस्थापन व अतिशय चांगल्या दर्जाच्या आरोग्य सुविधा उपलब्ध कराव्या लागतील. आधुनिक पद्धतीने दुग्ध व्यवसायाला चालना देण्याच्या उद्देशाने यशवंतराव चव्हाणसाहेब, वसंतराव नाईकसाहेब व आण्णासाहेब शिंदे यांनी पुढाकार घेऊन 'बाएफ'(BIAF) या संस्थेची स्थापना केली. संस्थेच्या इमारतीचा भूमिपूजन समारंभ या तीनही मान्यवरांच्या शुभहस्ते संपन्न झाला. या संस्थेच्या स्थापनेचा आराखडा तत्कालीन पशुसंवर्धन आयुक्त डॉ. भट्टाचार्य यांनी तयार केला. अण्णासाहेबांनी व मणिभाई देसाई यांनी तो स्वीकारला. या संस्थेला अण्णासाहेबांनी सरकारी अर्थसाहाय्य मिळवून दिले. तसेच डॅनिश जर्सी

व होस्टलिन जातीच्या गायी उरळी कांचन येथील 'बाएफ' संस्थेला उपलब्ध करून दिल्या.

सहकारी दुग्ध व्यवसाय

ग्रामीण भागाच्या सर्वांगीण विकासासाठी सहकारी तत्त्वावर पायाभूत सुविधांची उभारणी करता येईल यावर अण्णासाहेबांचा ठाम विश्वास होता. ग्रामीण पायाभूत सुविधांचे व्यवस्थापन करण्यासाठी व सामायिक मालमत्ता संसाधनांचा विकास व संरक्षण करण्यासाठी संबंधित शेतकऱ्यांना एकत्र करण्याची गरज असल्याचे अण्णासाहेबांच्या लक्षात आले. अण्णासाहेब सहकारीतत्त्वावरील दुग्ध व्यवसायाचे खंदे समर्थक होते. गुजरातमधील आणंद येथे त्रिभुवनदास पटेल यांनी व नंतर डॉ. वर्गीस कुरियन यांनी सहकारी दुग्ध व्यवसायाची चळवळ सुरू केली होती. अण्णासाहेबांना असा विश्वास होता, की सहकारी चळवळीच्या माध्यमातूनच लहान शेतकऱ्यांना आर्थिक स्थैर्य प्राप्त होऊ शकेल. गुजरातमधील दुग्ध व्यवसाय, महाराष्ट्रात 'बाएफ'च्या माध्यमातून व इतरत्रही विकसित झालेल्या दूध व्यवसायामुळेच भारताला जगातील सर्वांत मोठा दुग्धोत्पादन करणारा देश म्हणून लौकिक प्राप्त झाला आहे. आज महाराष्ट्राच्या ग्रामीण भागात सर्वदूर दूध व्यवसायाचे जाळे निर्माण झालेले आपण पाहात आहोत. एकेकाळी ज्या गावात कपभर दूध मिळणे दुरापास्त होते, त्या गावात आज हजारो लीटर दुधाचे संकलन होत आहे. एखादा सामान्य अल्पभूधारक किंवा भूमिहीन शेतकरी पूर्वी मोलमजुरी करून आपली उपजीविका चालवत होता. तो आज दुग्ध व्यवसायामुळे आर्थिकदृष्ट्या सावरला आहे. दिवाळी सणाच्या आधी सहकारी दूध उत्पादक संस्था दूध उत्पादक शेतकऱ्यांना प्रत्येकी हजारो रुपयांचे बोनस देतात. खरे म्हणजे तो शेतकऱ्यांचा पैसा असतो. दर लीटरमागे एखादा रुपया दूध संस्था बाजूला काढून ठेवतात; ती शेतकऱ्यांची एक प्रकारचे केलेली बचत असते. वर्षभर साठलेले पैसे दूध उत्पादक शेतकऱ्याला दिवाळीपूर्वी बोनस म्हणून देतात. दुग्ध व्यवसाय हा कृषिपूरक व्यवसाय राहिलेला नसून तो आता मुख्य व्यवसाय झाला आहे. अनेक शेतकरी कुक्कुटपालन करतात. लाखो रुपयांचे उत्पादन त्याद्वारे मिळवतात. केवळ शेतीवर विशेषत: जिरायत शेतीवर हा शेतकरी जगू शकला नसता. आज विदर्भ मराठवाड्यात कोरडवाहू कर्जबाजारी झालेला शेतकरी आत्महत्या करतो, तर दुसऱ्या बाजूला दुग्ध व्यवसायातून आर्थिकदृष्ट्या स्थिरावलेले शेतकरी आपण पाहात आहोत. याचे श्रेय अण्णासाहेबांच्या दूरदृष्टीला द्यावेच लागेल. महत्प्रयासाने यशस्वी झालेल्या दुग्ध व्यवसायाकडे पाहिल्यानंतर

अगदी सहजपणे जाणवते, की ही पुण्याई अण्णासाहेबांची आहे.

जनावरांचे संकरीकरण

देशी जनावरांचे संकरीकरण केले, तर ग्रामीण भागातील लक्षावधी शेतकरी कुटुंबांना रोजगार मिळेल व त्यातून त्यांना आर्थिक स्थैर्य प्राप्त होईल, हे अण्णासाहेबांनी ओळखले होते. दुधाचे उत्पादन, प्रक्रिया व विपणन या क्षेत्रात देशातील ७३ दशलक्ष महिलांना रोजगार उपलब्ध होऊ शकतो. अण्णासाहेबांच्या दूरदृष्टीला निश्चितपणे दाद द्यावी लागेल. कारण या व्यवसायात ग्रामीण भागातील महिला मोठ्या प्रमाणात सहभागी झालेल्या दिसतात. अतिशय साधा हिशोब त्यांनी मांडला, की एखादी गाय दिवसाला सात लीटर एवढे दूध देत असेल, तर वर्षाचे साधारणपणे अडीचशे लीटर दूध होते. त्या गायीवर संकर केल्यामुळे तिची उत्पादकता निश्चितपणे वाढेल. ग्रामीण भागात दुग्धोत्पादनासाठी जर संकरित गायीचे प्रमाण वाढले, तर दुग्धोत्पादन क्षेत्रात मोठी लोकसंख्या सामावली जाईल असा त्यांना आत्मविश्वास होता. भारतात हरितक्रांती घडवून आणण्याच्या बाबतीत 'बाएफ' आणि 'राष्ट्रीय दुग्ध विकास महामंडळा'ची भूमिका सर्वात महत्त्वाची राहिली आहे. या दोन्ही संस्था अण्णासाहेबांनी घेतलेल्या पुढाकारामुळे स्थापन झाल्या आहेत. दुग्धोत्पादनासाठी संकरित गायींची पैदास होऊ शकेल, त्यांची संख्याही मोठ्या प्रमाणात वाढू शकेल, पण संकरित गायींची योग्य निगा राखली गेली पाहिजे, त्यांना योग्य तो आहार दिला गेला पाहिजे व त्यांच्यासाठी आवश्यक असलेल्या आरोग्य सुविधा तात्काळ उपलब्ध करून दिल्या पाहिजेत. तरच हा व्यवसाय दीर्घकाळ यशस्वीपणे करता येईल. ही गरज लक्षात घेऊन भारतीय कृषि संशोधन संस्थेतील संशोधकांनी पशुवैद्यकीय चिकित्सेला सर्वोत्तम महत्त्व दिले व त्यामुळे जागोजागी जनावरांसाठी पशुवैद्यकीय सुविधा उपलब्ध करण्यात आल्या. आज दुग्ध व्यवसायाबरोबरच गावोगावी पशुवैद्यकीय दवाखाने स्थापन झाल्याचे चित्र आपण पाहात आहोत.

आय. व्ही. आर. आय. : संशोधन विकाससंस्था

डॉ. भट्टाचार्य, डॉ. सी. एम. सिंह आणि डॉ. के. के. अय्या यांना अण्णासाहेबांनी संकरित गायींची आरोग्य सुविधा प्रस्थापित करण्यासाठी तसेच त्यांचा आहार आणि त्यांचे प्रजनन याबाबतीत अधिक संशोधन करण्यास सांगितले. लहान शेतकऱ्यांना या संदर्भातील अद्यावत माहिती दिली, तरच ते या व्यवसायात सक्षमपणे काम करू शकतील. अशाप्रकारे गरीब शेतकऱ्यांस या व्यवसायात टिकून राहण्यासाठी पहिले

पाऊल म्हणून इज्जतनगर येथे जनावरांचे पाय आणि तोंडाच्या व्याधींसाठी (फूट अँड माउथ डिसिस (एफएमडी) रेंडर पेस्ट लस (आरपीव्ही) निर्माण करण्याच्या संशोधनाचा प्रथम टप्पा समजून घेण्यासाठी मुक्तेश्वर येथील 'आयसीआरआय'ला भेट दिली. तेथील उती संवर्धनावर आधारित आरपी लस वेगाने विकसित करण्यावर भर देण्यात आला. डॉ. सिंग यांनी एफएमडी लस वेगाने विकसित करण्याची गरज पटवून दिली. त्यानुसार तत्काळ भारत आणि डॅनिश सरकार यांच्यात द्विपक्षीय करार करण्यात आला. त्यानुसार भारताचे उती संवर्धनाचे संशोधन व डॅनिश तंत्रज्ञान यांच्या संयुक्त विद्यमाने एफएमडी लस मोठ्या प्रमाणात निर्माण करण्याचे ध्येय ठरविण्यात आले. भारतातील व्हायरसचे ५ स्ट्रेन वापरून २.२ मिलियन एफएमडी/डोस तयार करण्याचे ठरविण्यात आले. बेंगलोर येथील हेब्बल येथे सहा ते बारा महिन्यांच्या रोगप्रतिकारक शक्तीची पॉलीव्हॅलेंट लस मोठ्या प्रमाणात तयार करण्यासाठी 'एफएमडी विषाणू'च्या पाच भारतीय प्रजातींचा त्यासाठी उपयोग करण्यात आला. कर्नाटक सरकारने लस उत्पादन व एफएमडी संशोधनाच्या कामासाठी बंगळुरू येथे 'आयव्हीआरआय'चे प्रादेशिक केंद्र उभारण्यासाठी जमीन प्रदान केली. त्यानंतर त्याच तंत्रज्ञानाचा वापर करून बाएफने उरळीकांचन येथे १९८० साली इंडो-ब्रिटिश तंत्रज्ञानावर आधारित एक मोठा प्रकल्प उभा केला. 'राष्ट्रीय डेअरी डेव्हलपमेंट बोर्डा'ने हैद्राबाद येथे २५ दशलक्ष लसींची निर्मिती करणारा मोठा प्रकल्प उभा केला. आज देशात वेगवेगळ्या ठिकाणी दरवर्षी ७५ दशलक्ष डोस उत्पादन करणारी केंद्रे आहेत. तीन नवीन प्रकल्प उभारण्याची प्रक्रिया सध्या प्रगतीपथावर आहे.

पशुसंवर्धन संशोधन :

१९६९ साली अण्णासाहेबांनी केलेल्या सूचनेनुसार अखिल भारतीय पातळीवरील अनेक संस्था गुरेढोरे मेंढ्या यांच्यात संकर प्रक्रिया नेमकी कशी होते हे समजून घेण्यासाठी पुढे आल्या. म्हशींवरही अशाप्रकारे संकर प्रक्रिया करता येईल का? याविषयी अभ्यास सुरू झाला. या संस्था परस्पर समन्वयाने काम करू लागल्या. त्यावेळी एक निर्णय असाही घेण्यात आला होता, की सुधारित जातींच्या अंड्यांचे उत्पादन वाढविण्यासाठी कोंबड्यांवर हे संशोधन करून गावरान कोंबड्यांऐवजी संकरित कोंबड्यांची पैदास करण्यात यावी. किनारपट्टीच्या भागात खाकी केंबल बदकांची पैदास करण्याचा निर्णय घेतला गेला. त्यासाठी बंगळुरू जवळील हेस्सारघाट येथे नवीन जातींच्या बदकांची पैदास करणारे केंद्र सुरू करण्यात आले. अधिक चांगल्या जातीच्या कोंबड्यांची पैदास वाढवण्यासाठी त्यांची आयात

करण्याचा निर्णय घेण्यात आला. मुख्य हेतू सुधारित जातीच्या कोंबड्यांचे व अंड्यांचे व्यापारीदृष्ट्या अधिकाधिक उत्पादन घेणे हा होता. कुक्कुटपालन व्यवसाय वाढविण्याच्या दृष्टीने या व्यवसायाशी संबंधित ज्या ज्या गोष्टी आयात कराव्या लागतील, त्यावरील उत्पादन शुल्क व आयात शुल्क माफ करण्याचा निर्णय घेण्यात आला. व्यावसायिक पातळीवर कोंबड्यांचे व अंड्यांचे उत्पादन वाढविण्यासाठी हा व्यवसाय सुरू करणाऱ्या कंपन्यांना उत्तेजन देण्याच्या हेतुने हा निर्णय घेण्यात आला. या व्यवसायातील कोंबड्यांना लागणारे अपारंपरिक खाद्य पुरवण्यासाठी काही प्रकल्प सुरू केले. त्यांच्यात परस्पर समन्वय प्रस्थापित करण्यात आला. हे सर्व करीत असताना अण्णासाहेबांनी दुधावरील प्रक्रिया उद्योगांना चालना देण्यासाठी फार मोठी मदत केली, त्यास प्रोत्साहन दिले.

आपुलकीचे बंध : रावसाहेब, अण्णासाहेब, हिराबाई आणि शशिकला.

तत्त्वनिष्ठ सोबती : डॉ. अण्णासाहेब शिंदे आणि भाऊसाहेब थोरात

डॉ. अण्णासाहेब शिंदे आणि यशवंतराव चव्हाण एका निवांत क्षणी. यशवंतराव चव्हाण आणि डॉ. अण्णासाहेब शिंदे यांनी एकत्र येऊन 'भारतातील सर्वांत आघाडीचे राज्य' अशी ओळख महाराष्ट्राला प्राप्त करून दिली. तसंच राष्ट्र उभारणीतही महत्त्वाचं योगदान दिलं.

काही आठवणी

- डी. व्ही. रांगणेकर -

डी. व्ही. रांगणेकर हे 'भारतीय कृषि उद्योग प्रतिष्ठान' म्हणजेच 'बाएफ'चे संचालक होते.

सर्वसाधारणपणे अण्णासाहेब हे सहकार चळवळीचे प्रणेते, कृषिक्रांतीचे समर्थक, विशेषत: हरितक्रांतीचे जनक आणि भारतीय कृषि संशोधन संस्थेचे पुनर्रचनाकार म्हणून ओळखले जात असले, तरी त्यापलीकडेही त्यांच्या व्यक्तिमत्त्वाचे, त्यांच्या स्वभावाचे अनेक चित्तवेधक पैलू आहेत. सर्वांत महत्त्वाचे म्हणजे त्यांना सर्वसामान्य गरीब शेतकऱ्यांबद्दल विशेष कळवळा होता. त्यांनी अशा शेतकऱ्यांच्या प्रगतीसाठी संसाधने विकसित करण्यावर व त्यांचा त्या शेतकऱ्यांना लाभ व्हावा यासाठी विशेष प्रयत्न केले. त्यादृष्टीने होणाऱ्या संशोधनाला त्यांनी अगदी मनापासून चालना दिली. हे संशोधन गरीब शेतकऱ्यांच्या शेतापर्यंत पोहोचविण्यास त्यांनी सर्वोच्च प्राधान्य दिले. शेती खात्याचा कारभार पाहात असताना जे जे लोक त्यांच्या सान्निध्यात येत, त्यांच्यातील क्षमता अचूकपणे ओळखण्याची दूरदृष्टी अण्णासाहेबांकडे होती. त्यांच्यातील या गुणांमुळेच माझ्या मनात त्यांच्याबद्दलचा आदर अगदी द्विगुणित झाला. त्यांची कार्यपद्धती मुलखावेगळी होती. सर्वांनाच त्यांच्या काम करण्याच्या पद्धतीचे कौतुक वाटे.

१९६७ साली उरळीकांचन येथे 'भारतीय अॅग्रो इंडस्ट्रीज फाउंडेशन (बाएफ)' ही संस्था स्थापन करण्यासाठी मणिभाई देसाई यांना सर्वतोपरी मदत केली. किंबहुना ही संस्था स्थापन करण्यासाठी खऱ्या अर्थाने अण्णासाहेबांनीच पुढाकार घेतला होता. ग्रामीण भागाच्या विकासासाठी विशेषत: गरीब शेतकऱ्यांच्या विकासासाठी अशी संस्था स्थापन करणे, त्यांना गरजेचे वाटत होते. मात्र १९६७ साली अशी एखादी संस्था स्थापन करणे हेच मुळात एक असामान्य काम होते. सर्व प्रकारच्या विकासाची कामे सरकार करत असल्यामुळे अशी एखादी स्वयंसेवी संस्था ग्रामीण विकासाच्या क्षेत्रात किती

तत्कालीन राष्ट्रपती डॉ. झाकीर हुसेन यांनी १९६७ साली 'बाएफ' संस्थेला भेट दिली. त्यावेळी त्यांच्यासमवेत 'बाएफ'चे संस्थापक विश्वस्त यशवंतराव चव्हाण, वसंतराव नाईक आणि डॉ. अण्णासाहेब शिंदे आदी मान्यवर उपस्थित होते.

डॉ. अण्णासाहेब शिंदे यांनी मांडलेली 'बायफ'ची संकल्पना अतिशय आवडल्यामुळे मा. राष्ट्रपती डॉ. झाकीर हुसेन आवर्जून उपस्थित राहिले.

परिणामकारकपणे काम करू शकेल याविषयी अनेकांनी नाना प्रकारच्या शंका त्यावेळी उपस्थित केल्या होत्या. १९६७ साली माझी मणिभाई देसाई यांची भेट झाली. त्यावेळी या संस्थेच्या योजना, कार्यपद्धती व उद्दिष्टांसंबंधी चर्चा झाली. त्यांनी संस्थेची उद्दिष्टे आणि ध्येये स्पष्टपणे सांगितली. मी त्यावेळी मुंबईत एका बहुराष्ट्रीय कंपनीत कार्यरत होतो. मी तत्काळ 'बाएफ'मध्ये रुजू होण्याचा व मुंबईतील बहुराष्ट्रीय कंपनीतील नोकरी सोडण्याचा निर्णय घेतला. या संस्थेच्या स्थापनेत डॉ. अण्णासाहेब शिंदे यांची अतिशय महत्त्वपूर्ण भूमिका असल्याचे मणिभाई यांनी मला सांगितले. शिवाय या संस्थेच्या कामात यशवंतराव चव्हाणसाहेब व मुख्यमंत्री वसंतराव नाईकसाहेबांचाही सक्रिय सहभाग असल्याचे त्यांनी सांगितले. १९६७ साली डॉ. झाकीर हुसेन यांनी या संस्थेला भेट दिली. ही एक असामान्य घटना होती. त्यानंतर डॉ. झाकीर हुसेन हे भारताचे राष्ट्रपती झाले. डॉ. झाकीर हुसेन यांनी संस्थेला भेट दिली, तेव्हा संस्थेची इमारतही अस्तित्वात नव्हती. डॉ. झाकीर हुसेन हे अण्णासाहेबांच्या विचारांमुळे व त्यांनी प्रत्यक्ष हाती घेतलेल्या रचनात्मक कार्यामुळेच प्रभावित झाले होते. नुकत्याच स्थापन झालेल्या व स्वतःची इमारत नसलेल्या संस्थेच्या उद्घाटनासाठी ते केवळ अण्णासाहेबांवरील प्रेमामुळे आणि विश्वासामुळेच आले होते.

मी 'बाएफ'चे काम स्वीकारण्याच्या दरम्यान मणिभाई देसाई यांनी माझी मोरारजी देसाई, यशवंतराव चव्हाणसाहेब व डॉ. अण्णासाहेब शिंदे यांच्याशी ओळख करून दिली. कृषिपूरक उद्योग म्हणून पशुसंवर्धन व दुग्ध व्यवसायाच्या माध्यमातून गरीब शेतकऱ्यांचा निश्चितपणे विकास करता येईल व त्यातूनच ग्रामीण भागाच्या विकासाला चालना मिळेल असे आमच्यातील चर्चेत अण्णासाहेबांनी सांगितले. अण्णासाहेबांशी या विषयावर अनेक वेळा चर्चा संपन्न झाल्या. १९६८-१९६९ दरम्यान अण्णासाहेबांशी वारंवार भेट झाली. शेतकऱ्यांबद्दल व त्यांच्या विकासाबद्दल त्यांची तळमळ अनेक वेळा त्यांच्याशी झालेल्या चर्चेतून व्यक्त झाली. एखादी स्वयंसेवी संस्था ग्रामविकासाचे काम अतिशय प्रभावीपणे करू शकते, याबद्दल त्यांना मोठा आत्मविश्वास होता, याचीही मला जाणीव झाली. ग्रामीण विकासाचे कार्यक्रम या संस्थेमार्फत मणिभाई देसाई अगदी सक्षमपणे राबवू शकतील याबद्दल अण्णासाहेबांना पूर्ण खात्री होती. मणिभाईंची क्षमता त्यांना ज्ञात होती.

१९४७ साली मणिभाईंनी महात्मा गांधीजींची भेट घेतली व त्यांनी गांधीजींना सांगितले की, "यापुढे मी ग्रामीण भागाच्या विकासाचे काम करणार आहे." गांधीजींना दिलेल्या शब्दानुसार मणिभाईंनी ग्रामीण विकासाच्या कार्यात स्वतःला झोकून दिले, म्हणून अण्णासाहेबांना त्यांच्या कार्याबद्दल व क्षमतेबद्दल विश्वास वाटत होता. एखादी सक्षम संस्था सर्वसाधारण शेतकऱ्यांपर्यंत पोहोचू शकते व लहान शेतकऱ्यांच्या अडचणी समजावून घेऊ शकते, त्यांच्याबरोबर काम करून त्यांच्या विकासाचे काम उभे करू

शकते, याची प्रचिती येत होती. अण्णासाहेबांना मणिभाईंमध्ये असे गुण दिसून आले, की ज्यामुळे ते या संस्थेला पुढे नेतील. अण्णासाहेबांच्या पाठिंब्यामुळे 'बाएफ'ने खूप मोठे काम केले. मणिभाई देसाईंच्या नेतृत्वगुणांमुळेच 'बाएफ' ही संस्था ग्रामीण विकासाचे काम अधिक चांगल्या प्रकारे उभे करू शकली. प्रत्येक सेवाभावी संस्थेला सुरुवातीच्या काळात प्रभावीपणे काम करण्यासाठी अशाप्रकारच्या समर्थनाची व पाठिंब्याची नितांत गरज असते.

पशुसंवर्धन आणि दुग्ध विकास प्रकल्प प्रथमत: 'बाएफ'ने ग्रामीण विकासाचा एक पथदर्शी प्रकल्प म्हणून हाती घेतला. या संस्थेचा १९६९ साली पहिला प्रकल्प अहवाल अण्णासाहेबांच्या सूचनेनुसार आणि मार्गदर्शनाखाली तयार करण्यात आला. त्या प्रकल्पासाठी 'डॅनिश इंटरनॅशनल डेव्हलपमेंट एजन्सी' या संस्थेकडून अण्णासाहेबांच्या प्रयत्नातून अर्थसाहाय्य मिळवण्यात आले. 'बाएफ'ने हाती घेतलेला हा एक सर्वसमावेशक प्रकल्प होता. त्यात जर्सी व होस्टलिन गायींचे प्रजनन केंद्र स्थापन करणे, वीर्य गोठवण्याच्या प्रयोगशाळेची स्थापना, गायींची पौष्टिक आहार योजना व रोग तपासणीच्या प्रयोगशाळेची स्थापना करणे इत्यादी प्रकल्प एकत्रितपणे काम करण्याची योजना होती. हा प्रकल्प भारत सरकारला सादर करण्यात आला आणि भारत सरकारमार्फत 'डॅनिश' या संस्थेकडे पाठविण्यात आला. हा प्रकल्प त्या अगोदर परराष्ट्र मंत्रालयातील तज्ज्ञांकडे पाठविण्यात आला. त्यांनी एकमताने तो नामंजूर केला. त्यांनी 'बाएफ' ही संस्था हा प्रकल्प राबविण्याच्या बाबतीत खरोखर सक्षम आहे का? अशी शंका उपस्थित केली.

त्या काळात पशुसंवर्धन आणि जनावरांचे पोषणकार्य केवळ सरकारी यंत्रणेमार्फत होऊ शकत होते. त्यामुळे एखादी नव्याने स्थापन झालेली स्वयंसेवी संस्था हे कार्य कसे करू शकेल? अशी शंका त्यांनी उपस्थित केली, तेव्हा अण्णासाहेबांनी, "त्या संबंधितांनी आधी 'बाएफ'ला भेट द्यावी व हे काम करणाऱ्या टीमबरोबर बोलून आपली खात्री करून घ्यावी व नंतरच निर्णय घ्यावा", अशी सूचना केली. संबंधित सरकारी अधिकाऱ्यांनी संस्थेला भेट दिली व बाएफचे काम पाहून त्यावेळी पाश्चात्त्य तज्ज्ञ डॉ. एडवर्ड स्टोन यांचे मतपरिवर्तन झाले आणि त्यांनी मला दिल्ली येथे भेटीसाठी बोलाविले. त्यांच्या सूचनेप्रमाणे आम्ही सादर केलेल्या प्रकल्पात काही सुधारणा केल्या. ही 'बाएफ'च्या दृष्टीने एका एकात्मिक कार्याची सुरुवात होती. तसेच 'बाएफ'च्या कार्याला आंतरराष्ट्रीय मान्यता प्राप्त होण्याचीही सुरुवात होती. 'बाएफ'च्या वाटचालीतला हा एक मैलाचा दगड होता. या संस्थेने मोठ्या संख्येने प्रयत्नपूर्वक संघटितपणे नवीन प्रजाती वाढविण्यास सुरुवात केली. वीर्य गोठविण्याच्या सुविधेसाठी सुसज्ज प्रयोगशाळांची उभारणी केली. त्यासाठी वेगवेगळ्या विषयात पारंगत असलेला प्रशिक्षित सेवकवर्ग तयार केला. त्यामुळे

'बाएफ'च्या क्षमता विस्तारत गेल्या.

१९७०-७१ मध्ये दुध व्यवसायासाठी पशुसंवर्धनाला ग्रामीण विकासाचा एक महत्त्वाचा कार्यक्रम म्हणून केंद्र सरकारकडून मान्यता मिळाली आणि त्याच्या अंमलबजावणीसाठी 'बाएफ'ला एक महत्त्वाची यंत्रणा म्हणून घोषित करण्यात आले. नियोजन मंडळाच्या कृषि विभागाने कृषिक्षेत्राच्या विकासासाठी शिफारसी करण्यासाठी डॉ. भट्टाचार्य यांच्या अध्यक्षतेखाली एका उपसमितीची स्थापना केली. पशुसंवर्धन आणि दुध व्यवसायाला चालना देण्यासाठी 'बाएफ'लाही या समितीत समाविष्ट करण्याची सूचना अण्णासाहेबांनी केली. जेणेकरून या समितीला 'बाएफ'चे कार्य अगदी जवळून पाहता येईल. ही समिती 'बाएफ'चे कार्य पाहून अतिशय प्रभावित झाली व बाएफला त्या समितीमध्ये स्थान देण्यात आले. 'बाएफ'च्या कामाची देशभर चर्चा सुरू झाली. अनेक राज्य सरकारांनी ग्रामीण विकासाचा एक महत्त्वाचा मार्ग म्हणून पशुसंवर्धन व दुध व्यवसाय आपल्या राज्यात सुरू करण्यासाठी बाएफला निमंत्रित केले. ही अण्णासाहेबांनी दूरदृष्टीने अनेक अडचणींवर मात करून ज्यापद्धतीने खडतर कष्ट घेऊन 'बाएफ'ला उभे केले, त्याची फलश्रुती म्हणावी लागेल. अण्णासाहेबांचे मुख्य धोरण पशुसंवर्धन व दुध व्यवसायातून गरिबांना अधिक सक्षम बनविण्याचे होते.

अण्णासाहेबांनी कृषिक्षेत्राला आधुनिक बनविण्यासाठी कृषिक्षेत्रातील संशोधनाला सर्वोच्च प्राधान्य दिले, त्यासाठी वेगवेगळ्या संशोधन संस्था स्थापन करण्यात आल्या. 'बाएफ' ही त्यांपैकी एक होय. त्यांचा असा दृष्टीकोन होता, की 'बाएफ'सारखी स्वयंसेवी संस्था शेतकऱ्यांच्या गरजा समजून घेऊन त्या गरजांची पूर्तता करण्यासाठी अभ्यासपूर्वक प्रयत्न करू शकेल. अण्णासाहेबांच्या पाठिंब्यामुळेच 'बाएफ'ला एक 'संशोधक संस्था' म्हणून मान्यता मिळाली. संशोधनाला सक्रिय पाठिंबा आवश्यक असल्याची गरज मणिभाई देसाईंनी व्यक्त केली होती. 'बाएफ'ने एक संशोधन संस्था म्हणून आपल्या क्षमतांचा विकास केला आणि त्यामुळेच या संस्थेला राष्ट्रीय आणि आंतरराष्ट्रीय स्तरावर एक उच्च तांत्रिक क्षमताप्राप्त संशोधन करणारी संस्था म्हणून ओळख प्राप्त झाली. अखिल भारतीय कृषि संशोधन संस्थेने 'बाएफ'ला काही संशोधन प्रकल्प मंजूर केले. त्यात काही एकात्मिक प्रकल्पांचा व काही आंतरराष्ट्रीय स्तरावर अनुदानित संशोधन प्रकल्पांचा समावेश आहे. संशोधन क्षेत्रातील 'बाएफ'च्या महत्त्वाच्या वरिष्ठ अधिकाऱ्यांना 'भारतीय कृषि संशोधन संस्थे'ने वैज्ञानिक समितीचे सदस्य म्हणून निमंत्रित केले. संशोधन कार्यात सहभाग वाढल्यामुळे 'बाएफ'च्या शास्त्रज्ञांना पशुधनासंबंधित क्षेत्रातील वैज्ञानिक प्रगतीशी संपर्क करणे, संशोधनाच्या वेगवेगळ्या क्षेत्रात काम करणे त्यांना शक्य झाले. त्यामुळे आपोआपच 'बाएफ'चे कार्य इतर संघटनांपेक्षा उठून दिसू लागले.

अण्णासाहेबांचे अहमदनगर जिल्ह्यातील श्रीरामपूर येथे वास्तव्य होते. त्यांनी या परिसरातील शेती आणि शेतकऱ्यांचे अतिशय बारकाईने निरीक्षण केले होते. त्यांनी मला सांगितले, की अहमदनगर जिल्हा शेतीच्या बाबतीत वैशिष्ट्यपूर्ण जिल्हा आहे. या जिल्ह्यात एका बाजूला बागायती शेती आहे, तर दुसऱ्या बाजूला जिरायती शेती आहे. जिल्ह्यातील काही भागाला संरक्षित सिंचनाची सुविधा आहे, तर जिल्ह्यातील मोठा भाग जिरायत शेतीचा आहे. सिंचनाची सुविधा असलेल्या भागात नगदी पिके घेतली जातात. तेथे काही श्रीमंत शेतकरी आहेत. त्यांना कृषि विद्यापीठाकडून काही प्रमाणात मार्गदर्शनही मिळू शकते, तर दुसऱ्या बाजूला दुष्काळी भागात वर्षातून एक पीक घेणेही अवघड आहे. अशा शेतकऱ्यांनी कृषि विद्यापीठांशी संपर्कही साधला नाही. अशा जिरायत भागातील शेतकऱ्यांच्या शेतीच्या विकासासाठी 'बाएफ'ने पुढाकार घ्यावा व त्यांना मार्गदर्शन करावे अशी अपेक्षा अण्णासाहेबांनी व्यक्त केली. हे एकप्रकारे आम्हाला केलेले मार्गदर्शनच होते. त्यावरून आम्हाला संशोधनाची दिशा समजली. संशोधन कार्याचा त्यादृष्टीने विस्तार करण्यासाठी माझ्या तरुण सहकाऱ्यांना कृषि विस्ताराचे प्रशिक्षण देण्याचा मी निर्णय घेतला.

अण्णासाहेबांनी आपले बंधू अॅड. रावसाहेब शिंदे यांना दूध उत्पादक शेतकऱ्यांशी संवाद साधण्याची सूचना केली. शेतकऱ्यांच्या अडचणी काय आहेत? त्यांना काय मार्गदर्शन करता येईल? त्यांना नव्याने केलेल्या संशोधनाचा लाभ कशाप्रकारे उपलब्ध करून देता येईल? या दृष्टीने जिल्ह्यातील शेतकऱ्यांना विकासासाठी कशाप्रकारे पाठबळ उपलब्ध करून देता येईल? या दिशेने अधिक भरीव स्वरूपाचे काम करण्याच्या हेतूने शेतकऱ्यांचा एक कृतिगट स्थापन करण्याची त्यांनी सूचना केली.

हा लेख लिहिण्याची संधी मला मिळाली त्यामुळे चाळीस वर्षांपूर्वीच्या माझ्या आठवणी जाग्या झाल्या. त्या आठवणींना उजाळा मिळाल्यामुळे त्याकाळात सर्वांनीच कशाप्रकारे आत्मीयतेने काम उभे केले याचे स्मरण झाले. 'बाएफ'च्या उभारणीच्या काळातील आठवणी या खूपच प्रेरणादायी आहेत. त्या काळात आम्ही अतिशय मौलिक काम उभे करू शकलो. अतिशय दूरदृष्टीने काम करण्याची अण्णासाहेबांची पद्धत होती. एकमेकांना मदत करून मोठे काम उभे करणाऱ्या अण्णासाहेब आणि मणिभाई देसाई यांच्यासारख्या उत्तुंग व्यक्तिमत्त्वांबरोबर फार मोठे काम उभे करण्याची संधी मला मिळाली हे मी माझे भाग्य समजतो. दोघांनीही शेती व पशुधनाच्या विकासाला सर्वोच्च प्राधान्य दिले. पशुधन विकास व दुध व्यवसाय यांच्या माध्यमातूनच ग्रामीण भागाचा व गरिबांचा विकास करता येईल यावर त्यांचा ठाम विश्वास होता.

৵৶

दुग्ध व्यवसाय विकासाचे मार्गदर्शक

- डॉ. के. के. अय्या -

डॉ. के. के. आय्या हे 'अखिल भारतीय कृषि संशोधन संस्थे'च्या प्राणीविज्ञान विभागाचे
१९६६ ते १९७० या काळात संचालक होते.

डॉ. अण्णासाहेब शिंदे हे १९६२ ते ७७ या काळात केंद्रीय मंत्री म्हणून कार्यरत होते. मंत्री असतानाही अण्णासाहेब हे कायम साधे आणि सरळ स्वभावाचे होते. सालसपणा आणि आपल्या कामाशी प्रामाणिक राहण्याची त्यांची भावना हा त्यांच्या व्यक्तिमत्त्वाचा वैशिष्ट्यपूर्ण भाग होता. अलौकिक कार्य केलेल्या या व्यक्तिमत्त्वाच्या माझ्याकडे अनंत आठवणी आहेत. त्या संस्मरणीय आहेत. केंद्र सरकारमध्ये मंत्री म्हणून काम करताना त्यांची राहणी अतिशय साधी होती. कायम हसतमुख असणारे अण्णासाहेब कुणालाही अगदी सहज उपलब्ध असत. अनेकजण अण्णासाहेबांना अगदी सहजपणे भेटून आपल्या अडचणी त्यांच्याकडे मांडत असत. त्या अडचणी ते प्राधान्याने सोडवत असत. त्यामुळे अण्णासाहेब एक लोकप्रिय नेते होते. शास्त्रज्ञ, प्रशासक, शेतकरी आणि सामान्य जनता या सर्वांचा आदर त्यांनी मिळविला होता. सुरुवातीच्या काळात मी त्यांच्याशी अगदी दूरूनच संबंधित होतो, परंतु मी कर्नोल येथील 'राष्ट्रीय दुग्ध उत्पादन संस्थे'चा संचालक म्हणून काम पाहू लागल्यानंतर त्यांच्याशी माझा प्रत्यक्ष संबंध आला. त्यानंतर केंद्रीय कृषि मंत्रालयात १९६५-६६ मध्ये दुग्ध उत्पादन विभागाचा सल्लागार म्हणून मी काम केले. तसेच १९६६ ते ७० या दरम्यानच्या काळात कृषि संशोधन संस्थेची पुनर्रचना करण्यात आली. या संस्थेच्या पशुविज्ञान शाखेत मला काम करण्याची संधी मिळाली. या काळात अण्णासाहेबांशी अनेक वेळा संबंध आला. १९७० साली मी 'अखिल भारतीय कृषि संशोधन परिषदे'तून सेवानिवृत्त झालो. सी. सुब्रमण्यम हे कृषि खात्याचे कॅबिनेट मंत्री होते, तर अण्णासाहेब हे उपमंत्री होते. बी. शिवराम हे कृषि खात्याचे सचिव होते. 'हरितक्रांती' घडवून आणण्याची धुरा त्यांच्या

हाती होती. ती धुरा त्यांनी समर्थपणे निभावली. त्यांच्यासारख्या खंबीर नेतृत्वाने हरितक्रांती यशस्वी करून दाखविली. १९६२-७७ हा अण्णासाहेबांचा कृषि व अन्न मंत्रालयातील कार्यकाल म्हणजे सुवर्णकाळच होय. त्यांनी उभे केलेले पशुपालन व दुग्ध व्यवसाय क्षेत्रातील काम हे शेतकऱ्यांच्या विकासाच्या दृष्टीने ललामभूत ठरलेले आहे. त्यांची भूमिका निर्णायक महत्त्वाची होती.

त्या काळात अन्नधान्याची तसेच दुधाची तीव्र टंचाई होती. आजच्या तरुण पिढीला त्या वेळच्या परिस्थितीची कदाचित फारशी माहिती नसेल. रेशन दुकानातून अन्नधान्याचा पुरवठा केला जात होता. दुधाचे रेशनिंग होते. शहरामध्ये दुधाचे वितरण करण्यासाठी प्रत्येक ग्राहकाला धातूचे 'दूध कार्ड' दिले जात असे. अशा कार्डधारकाला शासकीय दूध वितरण केंद्रामार्फत दूध पुरवण्यात येत असे. प्रत्येक ग्राहकाला एक बाटली दूध दिले जाई. गरिबांच्या घरात तर दूध नव्हतेच. यावरून दुधाची कमतरता किती होती हे सहजपणे लक्षात येईल.

भारतात गाय आणि म्हैस यांच्यापासून दूध उत्पादन केले जात असे. पूर्वींच्या देशी गायींची दूध उत्पादनाची क्षमता फारच मर्यादित होती. पूर्वी पशुसंवर्धनासाठी जनावरांची पैदास गावातील चांगल्या प्रकारच्या वळूपासून केली जात असे आणि काही वेळा गायी गुरांच्या कळपातील वळूपासून पैदास होत असे.

भारतीय पशुवैद्यकीय पदवीधर किंवा डिप्लोमा धारकांनी, सुरुवातीच्या काळात त्यांना शेतीसाठी उपयुक्त पशू आवश्यक आहेत म्हणून त्यांनी देशी बैलांची निवड करण्याला महत्त्व दिले. त्यांचा परदेशातून आयात केलेल्या सिमेन्सपासून तयार केलेल्या क्रॉस ब्रीडिंगला फारसा पाठिंबा नव्हता. जातिवंत वळूपासून दुधाळ जनावरांची पैदास करणे आवश्यक होते. त्याशिवाय भारतातील दूध उत्पादन वाढण्याची सुतराम शक्यता नव्हती. आधीच्या दिवसात दुधाळ जनावरांना दिला जाणारा चाराही फारसा चांगल्या दर्जाचा नव्हता. हिरव्या चाऱ्याची कमतरता होती. बहुतेक खाद्य हे देशातील कचरा आणि तेलबियांचा भूसा या प्रकारचे होते. त्यामुळे दुग्धोत्पादन वाढवण्यासाठी चांगल्या प्रतीच्या दुधाळ जनावरांची पैदास अधिक शास्त्रीय पद्धतीने करून त्यांच्यासाठी सकस चाऱ्याची उपलब्धता करणे आवश्यक होते. दुग्धोत्पादनाशी संबंधित परिषदांमध्ये मी सहभागी झालो. तेथे भारतीय देशी जातीच्या गायींचे पावित्र्य राखले जावे असाच अनेकांचा सूर होता.

सरदार वल्लभभाई पटेल यांनी गुजरातमध्ये सहकारी दुग्ध व्यवसायाची सुरुवात केली. जी 'अमूल' नावाने आज ओळखली जाते. सरदार पटेल यांच्यानंतर त्रिभुवनदास पटेल यांनी ही चळवळ पुढे चालवली. त्यांनी गावोगाव 'दूध उत्पादक सहकारी संस्था'

स्थापन केल्या. त्यानंतरच्या काळात या सर्व दुग्धोत्पादक संस्थांचा एक सहकारी संघ स्थापन करण्यात आला. तेथे दुग्धशाळा अभियांत्रिकीसाठी निवडलेले डॉ. वर्गीस कुरियन हे मुळात धातुकर्म विभागाचे अभियंता होते. त्यांना बंगळुरू येथील 'डेअरी इन्स्टिट्यूट'ने अमेरिकेत शिक्षणासाठी पाठवले होते. तेथे त्यांना डेअरी व्यवस्थापना संदर्भातील शिक्षण देण्यात आले. तेथून परतल्यानंतर डॉ. कुरियन हे आणंदमधील डेरी व्यवस्थापनात दाखल झाले. त्यानंतर ते 'अमूल'मध्ये दाखल झाले. अमूलचा त्यांनी अतिशय कौशल्यपूर्वक विकास केला. आज अमूलने मिळवलेले यश आपण सर्वजण पाहातो आहोत. 'अमूल'चे यश ही एक यशोगाथा झाली आहे.

१९६६ ते ७० या काळातील माझ्या नोकरीच्या दरम्यान पशुसंवार्धनाच्या दृष्टीने गतिमान निर्णय घेण्यात आले. त्यात भारतात वीर्य आयात करून त्याद्वारे येथे दुधाळ जनावरांची पैदास करण्याचा निर्णय फार महत्त्वाचा होता. त्यातूनच भारतातील दुध विकास कार्यक्रमांचा विस्तार करण्याला सर्वोच्च प्राधान्य देण्यात आले होते आणि अर्थातच या दुध व्यवसाय व दुग्धोत्पादन वाढविण्याच्या दृष्टीने घेण्यात आलेल्या महत्त्वाच्या निर्णयांमध्ये अण्णासाहेबांची भूमिका फार महत्त्वाची होती. आज भारत हा जगातील सर्वांत महत्त्वाचा दूध उत्पादक देश आहे. तरीही अजून आपल्याला या व्यवसायात खूपच सुधारणा करणे गरजेचे आहे. गायींची दूध उत्पादनक्षमता वाढविण्यावर आपणास भर द्यावा लागणार आहे. याबाबतीत आपणास अजून लांबचा पल्ला गाठायचा आहे. दारिद्र्य निर्मूलन हे ग्रामीण भागातील लोकांच्या उत्पन्नात भरीव स्वरूपाची वाढ केल्याशिवाय होणार नाही. त्यासाठी शेती उत्पादन वाढविण्याबरोबरच एकात्मिक पद्धतीने शेतीला पूरक व्यवसाय म्हणून दुग्धोत्पादन, कुक्कुटपालन, मत्स्यपालन इत्यादी व्यवसायांना चालना द्यावी लागेल. मिश्रशेती व अद्ययावत, शास्त्रीय पद्धतीने केलेल्या पशुपालनातूनच गरिबाला शाश्वत उत्पन्न मिळेल, त्यातून ग्रामीण भागाचे कल्याण साधले जाईल. आपल्यासारख्या विकसनशील देशाला आर्थिक महासत्तेकडे घेऊन जाण्याच्या दृष्टीने दीर्घकालीन समृद्धीसाठी अण्णासाहेबांनी सुचविलेला मार्ग हा फार महत्त्वाचा आहे. आपणा सर्वांना त्याच दिशेने वाटचाल करावी लागेल.

७०९

कृषिक्षेत्रातील महान दूरदर्शी व्यक्तिमत्त्व

- डॉ. आर. एम. आचार्य -

डॉ. आर. एम. आचार्य हे 'अखिल भारतीय कृषि संशोधन परिषदे'च्या पशुविज्ञान विभागाचे उपमहासंचालक होते.

१९७१ साली मी अण्णासाहेबांना अगदी प्रथमत: भेटलो, तेव्हा मी 'भारतीय कृषि संशोधन परिषदे'च्या मेंढी आणि लोकर संशोधन विभागाचा संचालक म्हणून काम पाहात होतो. तेव्हा आमचे काम राजस्थानमधील अविकानगर येथे चालू होते. डॉ. अण्णासाहेब शिंदे हे देशाचे कृषिमंत्री होते, ते प्रथमतः स्वतः शेतकरी होते. त्यामुळे त्यांना प्रत्यक्षात शेतीविषयी आणि दुध व्यवसायसंबंधी खूपच माहिती होती. त्यांनी शेतीच्या प्रश्नांचा सखोल अभ्यास केला होता व ते प्रश्न सोडविण्याचे त्यांनी आटोकाट प्रयत्नही केले. त्याचाच एक भाग म्हणून मोठ्या प्रमाणात त्यांनी दूध उत्पादनाचा प्रयोग महाराष्ट्रात सुरू केला होता. एक अतिशय महत्त्वाची जबाबदारी त्यांनी आपल्या शिरावर घेतली होती. अण्णासाहेबांनी महाराष्ट्रात सुरू केलेला दूध उत्पादनाचा प्रकल्प हा मुळातच गुजरातमधील अमूलपेक्षा वेगळा होता. अण्णासाहेबांचा अधिक दूध देणाऱ्या संकरित गायींची पैदास वाढविण्यावर प्रामुख्याने भर होता. त्यासाठी त्यांना देशी गायींवर होस्टलिन जातीच्या वळूपासून ब्रीडिंग करून अधिक दूध देणाऱ्या गायींची अधिकाधिक पैदास करायची होती.

१९९० च्या दरम्यान मी राहुरी येथील 'महात्मा फुले कृषि विद्यापीठा'ला भेट दिली, तेव्हा एक दिवस मी अण्णासाहेबांच्या समवेत घालविला. खरे म्हणजे एक पूर्ण दिवस अण्णासाहेबांचा मला मिळाला हा एका अर्थाने माझा सन्मानच होता. त्या दिवशी त्यांनी मला महाराष्ट्रात विकसित होत असलेल्या दुध व्यवसायाची संपूर्ण माहिती दिली. सहकारी क्षेत्रातील दुध व्यवसाय व त्याचे व्यवस्थापन, क्रॉस ब्रीडिंगद्वारे दुधोत्पादन वाढविण्यासंदर्भात चालू असलेल्या प्रकल्पांबद्दल, विदेशातून आयात केलेल्या संकरित

जातीच्या गायींचे ब्रीड, संकरित गायींची पैदास, त्यांच्यासाठी करण्यात आलेल्या आरोग्य सुविधा, दुधाचे पाश्चरायझेशन, दुधाचे संकलन, वाहतूक व दूध विक्रीची व्यवस्था असे एकूणच दूध व्यवसायाचे व्यवस्थापन आदी अनेक महत्त्वाच्या विषयांची सखोल माहिती त्यादिवशी अण्णासाहेबांनी दिली. खरे म्हणजे तेव्हा अण्णासाहेबांच्या दूरदृष्टीची प्रचिती आली. अण्णासाहेबांनी विचारपूर्वक स्वीकारलेल्या ग्रामीण भागातील शेतकऱ्यांच्या विकासाचे प्रारूप प्रत्यक्षात अस्तित्वात आणले होते. अण्णासाहेबांनी महत्प्रयासाने सुरू केलेला दुध व्यवसायाचा व त्याद्वारे ग्रामीण विकासाचा प्रयोग कमालीचा यशस्वी झाल्याचे मी डोळे भरून पाहात होतो.

अण्णासाहेब कृषिमंत्री म्हणून कार्यरत असताना न्या. गजेंद्रगडकर समितीने 'अखिल भारतीय कृषि संशोधन परिषदे'ची मोठ्या प्रमाणात पुनर्रचना करावी अशी शिफारस केली होती. त्यानुसार अण्णासाहेबांनी स्वतः पुढाकार घेऊन 'कृषि संशोधन परिषदे'ची पुनर्रचना करताना त्यांनी शिक्षण-प्रशिक्षण व संशोधनाला सर्वोच्च प्राधान्य दिले. संशोधनाच्या माध्यमातून कृषि खात्याच्या विस्तारीकरणाला खऱ्या अर्थाने त्यांनी चालना दिली. अण्णासाहेबांचा संशोधनावर विशेष भर होता. कारण संशोधनाशिवाय भारतीय शेती परिणामकारकपणे प्रगती करू शकणार नाही, याची पूर्ण जाणीव त्यांना होती. संशोधन कार्याला बळकटी देतानाच प्रयोगशाळेतील संशोधन प्रत्यक्ष शेतावर पोहोचले पाहिजे यावर त्यांचा विशेष भर होता. कारण त्यामुळेच प्रत्यक्षपणे संशोधनाचा लाभ शेतकऱ्यांना होणे शक्य व आवश्यक होते. त्यांनी 'प्रयोगशाळा ते शेत जमीन व शेत जमीन ते प्रयोगशाळा' हे सूत्र स्वीकारले होते. वैज्ञानिक, शास्त्रज्ञ व शेतकरी यांच्यात परस्पर सुसंवाद निर्माण व्हावा हा त्यांचा मुख्य उद्देश होता. अण्णासाहेबांनी 'कृषि संशोधन संस्थे'ची पुनर्रचना करताना ग्रामीण भागाचा विकास हेच ध्येय डोळ्यासमोर ठेवले होते. 'कृषि संशोधन परिषद' आणि राज्यातील 'कृषि विद्यापीठे' यांच्या संयुक्त विद्यमाने कृषिच्या संशोधनाला अधिक चालना मिळावी यादृष्टीने त्यांनी काम केले.

महाराष्ट्रातील उरळी कांचन येथे पशुधन-दुग्धोत्पादन, कृषि संशोधनाचा व कृषिच्या विस्ताराचा जो प्रकल्प मणिभाई देसाई यांनी सुरू केला, त्यास प्रत्यक्षात अण्णासाहेबांचे खूप मोठे समर्थन होते. खरे म्हणजे हा प्रकल्पच मुळात अण्णासाहेबांच्या कल्पनेतून सुरू झाला. गुजरातमध्ये 'दुधाचा महापूर' योजनेअंतर्गत जो दुग्धोत्पादनाचा प्रकल्प सुरू करण्यात आला होता, त्यात आणि महाराष्ट्रातील 'दूध उत्पादन प्रकल्प' यात काही मूलभूत फरक होता. 'दुधाचा महापूर' योजनेत दुधाचे संकलन, दुधावरील प्रक्रिया आणि दुधाची विक्री यावरच प्रामुख्याने भर देण्यात आला होता. अण्णासाहेब महाराष्ट्रात राबवित असलेल्या प्रकल्पांमध्ये संकरित जातीच्या दूध देणाऱ्या गायींची पैदास व त्या

गायींचे आरोग्य संरक्षण यात शेतकऱ्यांचा प्रत्यक्ष सहभाग यावर प्रामुख्याने भर दिला होता.

अण्णासाहेबांच्या संशोधनाच्या एकात्मिक दृष्टीकोनानुसार दुधाळ जनावरांच्या तसेच म्हैस, मेंढी, शेळी, डुक्कर आणि कुक्कुटपालन यांच्या उत्पत्तीमध्ये अधिक सुधारणा करण्यावर मुख्यतः भर होता. तद्वतच त्या जनावरांना उत्तम खाद्य, त्यांचे चांगले भरण-पोषण, पुनरुत्पादन आणि एकूणच त्यांच्या व्यवस्थापनात अधिक उत्पादनास चालना देणाऱ्या दर्जेदार जनावरांची पैदास यास सर्वाधिक प्राधान्य दिले होते. त्याच दृष्टीकोनातून कृषि मंत्रालय, स्वयंसेवी संस्था आणि राज्यातील कृषि विद्यापीठे यांनी मोठ्या प्रमाणात पायाभूत सुविधा निर्माण केल्या होत्या. खरे म्हणजे कृषि संशोधन व पायाभूत सुविधांचा सर्वाधिक विस्तार हा १९७० च्या दशकात झाला. तेव्हा अण्णासाहेब कृषि मंत्रालयात राज्यमंत्री होते. मानवी आरोग्यात पशुधनाचे महत्त्व अनन्यसाधारण आहे. म्हणून कृषिक्षेत्रातील संशोधन, शिक्षण आणि विकास कार्यक्रम बळकट करण्यावर त्यांनी सर्वोच्च भर दिला. त्यांची दूरदृष्टी व त्यांचे कार्य खूप थोर आहे. मी त्यांच्याप्रति कृतज्ञता व्यक्त करतो आणि सदैव त्यांच्या ऋणात राहण्याची इच्छा व्यक्त करतो.

भारताच्या कृषि-औद्योगिक विकासातील योगदान

- डॉ. किरण सिंह -

डॉ. किरण सिंग हे 'अखिल भारतीय कृषि संशोधन संस्थे'चे उपमहासंचालक होते.

मी १९७७ सालच्या नोव्हेंबर महिन्यात, दिल्लीत 'कृषि संशोधन केंद्रा'त दाखल झालो. डॉ. अण्णासाहेब शिंदे यांच्या कार्यकाळात मला तेथे काम करण्याची संधी मिळाली नाही; तथापि मी त्यांनी केलेल्या कामाची मुद्दामहून माहिती घेतली. त्यावेळी तेथील सर्व जुन्या नोंदींचा अभ्यास केला. त्यावरून असे निदर्शनास आले, की अण्णासाहेबांच्या कार्यकाळात देशाच्या सामाजिक-आर्थिक विकासाच्या प्रक्रियेत कृषिक्षेत्राला महत्त्वाचे स्थान मिळाले व त्याच काळात कृषि विकासाची प्रक्रिया अधिक गतिमान झाली. त्या काळात प्रामुख्याने पशुसंवर्धनावर व दुग्ध उत्पादनावर अधिक भर देण्यात आला. त्यात प्रामुख्याने सुधारित जातींच्या गायींची पैदास, शेळी, मेंढी, कुक्कुटपालन यांची पैदास, त्यांचे शास्त्रीय भरण-पोषण व त्यासाठी खास आरोग्य सुविधा, दुधोत्पादन, पशुधनाच्या उत्पादनाचे अद्ययावत तंत्र, मत्स्य व्यवसायाला चालना आदी उपक्रमांना त्यांनी सर्वोच्च महत्त्व दिले. त्यासाठी वेगवेगळे प्रयोग करण्यात आले. संकरित गायींची पैदास वाढविण्यात आली. दुधाचे उत्पादनही वाढविण्यात आले. प्रत्येक क्षेत्रात अद्ययावत तंत्रज्ञानाची अंमलबजावणी करण्यासाठी खास तज्ज्ञ लोकांची एक टीम काम करीत होती.

इथे एका गोष्टीचा आवर्जून उल्लेख करावा लागेल, तो म्हणजे 'भारतीय कृषि संशोधन परिषद' ही त्यावेळी केवळ देशातीलच नव्हे; तर बहुदा जगातील सर्वात 'श्रीमंत स्वायत्त संस्था' असावी. कारण सरकारने त्यांना मोठ्या प्रमाणात निधी उपलब्ध करून दिला होता. त्यामुळे आपले संशोधन कार्य पार पाडण्यासाठी त्यांना कोणावर अवलंबून राहण्याची किंवा प्रत्येक वेळी सरकारची मंजुरी घेण्याची गरज भासली नाही.

खरे तर हा निधी कृषि मालाच्या निर्यातीसाठी बसविलेल्या उपकरातून उभा करण्यात आला होता. शेंगदाणे आणि त्याची पेंड यासाठी हा निधी होता; परंतु त्याचा उपयोग संशोधन आणि विकासासाठी केला गेला.

'भारतीय कृषि संशोधन परिषदे'मध्ये जाण्यापूर्वी मी पशुवैज्ञानिक विभागाचे उपमहासंचालक डॉ. बी. के. सोनी यांना भेटलो. त्यांनी मला दिल्लीतील पंचतारांकित हॉटेल अशोकामध्ये नेले. तेथे औषधाची निर्मिती करणाऱ्या एका खासगी कंपनीने तयार केलेल्या जनावरांच्या पायाच्या व तोंडाच्या आजारावरील (फुट अँड माउथ डिसिस) एक लस निर्माण केली होती, त्या लसीच्या उद्घाटनाचा तो कार्यक्रम होता. ही घटना नेहमीच्या रिवाजापेक्षा जराशी वेगळी होती. कारण भारतात आत्तापर्यंत एखादी औषधाची लस निर्माण करणे व तिचे वितरण आणि अंमलबजावणी करणे हे सरकारी क्षेत्रातच होत असे. आज पहिल्यांदा या क्षेत्रात एखादी खासगी कंपनी लस निर्मिती करीत होती.

या कार्यक्रमात अण्णासाहेबांनी या लसीचे उद्घाटन करताना फारच सुंदर भाषण केले. दुग्ध व्यवसायातल्या लोकांसाठी तो एक मौलिक सल्ला होता. ते म्हणाले की, "प्रत्येक जनावराचा पाश्र्वभाग जर दररोज नियमितपणे स्वच्छ धुतला गेला, तर त्या जनावराला होणाऱ्या आजारांचा धोका निश्चितपणे कमी होईल. त्यामुळे जनावरांना होणारा जंतुसंसर्ग कमी होईल." नंतर ते असेही म्हणाले की, "जनावरांचा पाश्र्वभाग धुण्याचे काम मी माझ्या शेतावर स्वतः केले आहे." एक प्रख्यात राजकीय नेते असूनही अण्णासाहेब स्वतः ते काम करीत होते. त्यामुळे ते किती वास्तववादी विचार आणि कृती करीत होते, याची प्रचिती येते.

१९६०-७० च्या दशकात भारताच्या कृषि-आर्थिक क्रांतीचे अण्णासाहेब हे मुख्य प्रेरणास्त्रोत होते हे निर्विवाद!

तेलबिया क्रांती, पडीक जमिनीतील शेती आणि इतर आर्थिक समस्यांचा आढावा

- अनिल अण्णासाहेब शिंदे -

भारतात १४० दशलक्ष हेक्टर क्षेत्रात शेतीयोग्य जमीन आहे, त्यांपैकी सुमारे दोन तृतीयांशपेक्षा अधिक क्षेत्र हे जिरायती क्षेत्र आहे, त्यामुळे जमीन या संसाधनाचे योग्य व न्याय्य व्यवस्थापन करणे फारच अवघड आहे. अन्न टंचाईच्या विरोधात लढा देत असताना केंद्रीय कृषिमंत्री डॉ. अण्णासाहेब शिंदे यांनी मृदा आणि जलसंधारणाच्या व्यवस्थापनावर अधिक भर दिला. कोरडवाहू शेतीच्या विकासाच्या दृष्टीने मृदा व जल व्यवस्थापनाची संकल्पना प्रभावीपणे अमलांत आणली. यासंदर्भात डॉक्टर एम. एस. स्वामीनाथन यांनी म्हटले आहे की, "अण्णासाहेबांनी पावसाच्या पाण्याचा प्रत्येक थेंब जमिनीत जिरवण्यावर व भूगर्भातील पाणी पातळी वाढविण्यावर भर दिला होता. पाण्याच्या प्रत्येक थेंबाची उत्पादकता वाढविली पाहिजे, तरच त्यातूनच शेतीचे उत्पन्न वाढेल. 'पाण्याची उत्पादकता वाढविणे' ही केवळ एक घोषणा राहू नये, तर ती घोषणा प्रत्यक्ष कृतीत यावी याचा त्यांनी सतत आग्रह धरला व त्यासाठी अतोनात परिश्रम घेतले. म्हणून तर अण्णासाहेबांना भारताच्या 'जलसिंचन सुरक्षा' धोरणाचे शिल्पकार म्हणून संबोधले जाते." पद्मश्री डॉ. जे. एस. पी. यादव यांनी म्हटले आहे की, "जगात अशी अनेक उदाहरणे आहेत, की मोठ्या प्रमाणात जमिनीचा पोत खालवल्यामुळे नागरीकरणाचा दर्जा खालावला आहे. या पार्श्वभूमीवर अण्णासाहेबांनी जमिनीची उत्पादनक्षमता वाढविण्यावर भर दिला व जमिनीचा पोत खालावणार नाही, खराब होणार नाही, यावर सर्वांनीच भर देण्याची गरज त्यांनी स्पष्ट केली." मुळातच अण्णासाहेब भारतीय कृषि संस्कृतीतून आले होते. त्यामुळे त्यांना कोरडवाहू शेतीच्या प्रश्नांची सखोल जाणीव होती. कोरडवाहू शेतकऱ्यांच्या दृष्टीने ही जाणीव महत्त्वपूर्ण

होती. अण्णासाहेबांनी कोरडवाहू शेतीच्या समस्या सोडविण्यावर महत्त्वपूर्ण भर दिला. कोरडवाहू शेतीच्या संदर्भात भविष्यात कधीही भरून न येणाऱ्या संकटांबद्दलचा वेध घेणारा त्यांचा अभ्यास होता. अशा परिस्थितीत कोरडवाहू शेतीचे होणारे नुकसान टाळण्याच्या दिशेने त्यांनी ध्येयधोरणे ठरविली. कोरडवाहू शेतीच्या प्रश्नांच्या पार्श्वभूमीवर त्यांनी (इक्रिसॅट) या संस्थेची स्थापना करण्यात पुढाकार घेतला. या संस्थेने केलेल्या संशोधनातून जिरायत शेतकऱ्यांना मार्गदर्शन मिळाले. या संशोधनातून कोरडवाहू शेतीतील ज्वारी, बाजरी, डाळी, तेलबिया आदी पिकांची उत्पादकता वाढविण्यावर भर दिला. कोरडवाहू शेतकऱ्यांना त्याची मोठीच मदत झाली.

भारतीयांच्या दैनंदिन आहारात खाद्यतेलाला विशेष महत्त्व आहे. भारतात एक तर खाद्यतेलाची निर्मिती ज्या तेलबियांपासून होते, त्यांचे पुरेसे उत्पादन होत नव्हते. १९६० ते ७० या दशकात गरजेपेक्षा प्रत्यक्षात कितीतरी कमी प्रमाणात तेलबियांचे उत्पादन झाले. त्यावर उपाययोजना करण्याची जबाबदारी कृषि मंत्रालयाची होती. अण्णासाहेबांनी पारंपरिक तेलबियांना पूरक म्हणून सूर्यफूल आणि सोयाबीन यांचा पुरस्कार केला. त्यांच्या संशोधनावर भर दिला. त्यांचे उत्पादन वाढविण्यासाठी शेतकऱ्यांना प्रवृत्त केले. आज सोयाबीन पिकाखालील क्षेत्र कितीतरी पटीने वाढले आहे. सूर्यफूल आणि सोयाबीनचे उत्पादन वाढविण्यावर भर दिल्यामुळे आपल्या देशातील खाद्यतेलाचे उत्पादन मोठ्या प्रमाणावर वाढलेले आहे. सोयाबीन, सूर्यफूल तेलबियांचे उत्पादन वाढविण्याचे श्रेय निर्विवादपणे अण्णासाहेबांना द्यावे लागेल. कोरडवाहू शेतीला किफायतशीर बनविण्याच्या दृष्टीने अण्णासाहेबांनी अनेक महत्त्वपूर्ण निर्णय घेतले. त्यांपैकी महत्त्वाचा निर्णय म्हणजे डाळी व डाळवर्गीय पिकांच्या संशोधनाला प्राधान्य दिले व डाळींचे उत्पादन वाढविण्यावर भर दिला. आज देशात डाळींचे उत्पादन चांगल्या प्रकारे वाढलेले आहे. डाळ आणि तेलबिया यांचे उत्पादन कमी पाण्यात घेता येते. त्यामुळे ते जिरायत शेतीला एकप्रकारे वरदानच ठरले आहे. त्यावर संशोधन करण्यात आले व त्यामुळे त्यांची उत्पादकता वाढविण्यात आली. अण्णासाहेबांनी हा निर्णय अतिशय दूरदृष्टीने घेतला.

अण्णासाहेबांना अगदी लहानपणापासूनच कुक्कुटपालन व पशुपालन यांची ओळख होती. खेड्यात पूर्वी स्त्रिया काही थोड्या-फार प्रमाणात कोंबड्यापालन करीत असत. शेतकऱ्यांच्या दारात एखादे दुसरे दुभते जनावर असे. कुटुंबाची दुधाची गरज भागविणे हाच त्यामागे मर्यादित उद्देश होता. मात्र त्यांचे उत्पादन हे फारच मर्यादित होते. अण्णासाहेबांनी कृषि मंत्रालयाचा कार्यभार स्वीकारल्यानंतर या व्यवसायाचे विस्तारीकरण करण्याचा निर्णय घेतला. त्यावरील मूलभूत संशोधनाला चालना दिली.

आधुनिक पद्धतीने हा व्यवसाय सुरू करण्याचे प्रारूप तयार केले. आज कुक्कुटपालन व दुग्ध व्यवसाय हे प्रमुख कृषिपूरक व्यवसाय झाले आहेत. मत्स्य व्यवसायालाही अधिक चालना दिली. या कृषिपूरक व्यवसायातून शेतकऱ्यांचे उत्पन्न वाढण्यास मदत झाली.

कोरडवाहू शेतकऱ्यांच्या दृष्टीने आणखी एक महत्त्वाचा निर्णय म्हणजे फळे आणि भाजीपाल्याच्या उत्पादनाला दिलेली चालना होय. पूर्वी स्वतंत्र अशी फळशेती शेतकरी करीत नव्हता. शेताच्या बांधावर विविध जातीची फळझाडे लावलेली असत. त्यापासून थोडेफार उत्पन्नही मिळे. भाजीपाला हे तर इतर पिकांमधील आंतरपीक होते. केवळ कुटुंबाची गरज म्हणून फळे व भाजीपाल्याचे उत्पादन घेतले जात असे. व्यापारी पद्धतीने उत्पादन घेणे हा उद्देश नव्हता. कोरडवाहू शेतीच्या विकासाच्या दृष्टीने अण्णासाहेबांनी फळे व भाजीपाल्याच्या पिकांचा विकास करण्यावर भर दिला. त्यावर संशोधन कार्यक्रम हाती घेतला. अधिक उत्पादन देणाऱ्या जाती विकसित करण्यात आल्या. त्यांचे उत्पादन घेण्यासाठी शेतकऱ्यांना प्रवृत्त करण्यात आले. त्यांची शास्त्रीय पद्धतीने साठवणूक व वाहतुकीसाठी पायाभूत सुविधा उपलब्ध करून देण्यावर अण्णासाहेबांनी विशेष भर दिला. आज भारतात विविध जातींच्या फळांचे व भाजीपाल्याचे व्यापारी दृष्टीकोनातून फार मोठ्या प्रमाणात वाढलेले उत्पादन ही अण्णासाहेबांनी आखलेल्या धोरणांची फलश्रुतीच होय. अण्णासाहेबांचा मुख्य उद्देश म्हणजे कोरडवाहू शेती अधिकाधिक किफायतशीर करणे हा होता. आज महाराष्ट्राच्या दुष्काळी भागात मोठ्या प्रमाणात फळबाग लागवड झालेली आहे.

भारतीय शेतीला होणारा वित्तपुरवठा हा अगदी मर्यादित स्वरूपात होता. शेतीमध्ये पुरेशी गुंतवणूक न झाल्यामुळे कृषि उत्पादनावर खूपच मर्यादा येत होत्या. अण्णासाहेबांनी या प्रश्नावर दीर्घकालीन उपाययोजना करण्याच्या दृष्टीने सरकारला सूचना केली, की रिझर्व्ह बँकेची कृषि वित्तपुरवठा करणारी एक स्वतंत्र शाखा निर्माण करावी. या सूचनेचा केंद्र सरकारने विशेषतः अर्थमंत्रालयाने गांभीर्याने अभ्यास करून 'नाबार्ड'ची (नॅशनल बँक फॉर अग्रिकल्चर रुरल अँड डेव्हलपमेंट) स्थापना केली. याशिवाय कृषिक्षेत्राला वित्तपुरवठा करणाऱ्या त्रिस्तरीय (श्री टीआर क्रेडिट स्ट्रक्चर) सहकारी संस्थांना अधिक सक्षम करण्याचा त्यांनी प्रयत्न केला. 'नाबार्ड'च्या स्थापनेमुळे शेती उत्पादनास अधिक अर्थसाहाय्य उपलब्ध होऊ शकले. तसेच शेतीमालाच्या विपणनासही अधिक चालना मिळाली. शेतकऱ्यांच्या उत्पादन वाढीमध्ये सहकारी संस्थांनी अधिक महत्त्वपूर्ण भूमिका स्वीकारावी असा त्यांनी सातत्याने पाठपुरावा केला. अशाप्रकारे कोरडवाहू शेतीच्या विकासासाठी अण्णासाहेबांनी अगदी मूलभूत स्वरूपाचे काम केले.

पडीक जमिनीचा विकास

- डॉ. एन. पी. जी. राव -

डॉ. एन. जी. पी. राव हे 'ज्वारी संशोधन प्रकल्पा'चे प्रकल्प समन्वयक होते. त्याचबरोबर 'मराठवाडा कृषी विद्यापीठा'चे कुलगुरू आणि 'एएसआरबी संस्था', नवी दिल्लीचे ते अध्यक्ष होते.

१९६० ते १९८० हा तीस वर्षांचा काळ हा भारताच्या एका टोकाकडून दुसऱ्या टोकाकडे जाणाऱ्या कृषि विकास प्रक्रियेचा काळ होय. एका बाजूला अन्नधान्याची तीव्र टंचाई असलेल्या सुरुवातीच्या काळापासून ते अन्नधान्याच्या उत्पादनात स्वयंपूर्णता मिळवण्याच्या काळापर्यंत ज्याप्रकारे विकास झाला, तो निश्चितपणे हरितक्रांतीच्या यशाचा काळ म्हणावा लागेल. डॉ. अण्णासाहेब शिंदे हे केंद्र सरकारमध्ये कृषि संशोधन व शिक्षण खात्याचे राज्यमंत्री म्हणून काम करीत होते. त्यावेळी कृषि खात्याचे कॅबिनेट मंत्री असलेले सी. सुब्रमण्यम, संशोधक डॉ. एम. एस. स्वामीनाथन, कृषि खात्याचे सचिव शिवरामन आणि विविध क्षेत्रांत कार्य करणारे अनेक कृषिशास्त्रज्ञ यांच्या एकत्रित प्रयत्नांतून भारतीय शेतीच्या विकासात एक नवा अध्याय लिहिला गेला, त्याचे नाव 'हरितक्रांती.' या काळात देशाच्या विविध भागांत कृषि विद्यापीठांची स्थापना झाली. ह्या तीन दशकांचा काळ हा देशापुढील अनंत अडचणींचा काळ होता, अन्नधान्याच्या टंचाईचा काळ होता. कृषिप्रधान म्हणून मिरवणारा आपला देश मोठ्या प्रमाणात अन्नधान्याची आयात करीत होता. देशात निर्माण होणारी अभूतपूर्व अन्नधान्याची टंचाई हे देशासमोरील सर्वांत मोठे संकट होते. अण्णासाहेबांची सत्त्वपरीक्षा पाहणाराच हा काळ होता. अशा या आव्हानात्मक काळात अण्णासाहेबांनी फार मोठे रचनात्मक काम उभे केले.

हरितक्रांतीचा एक भाग म्हणून गहू आणि तांदुळाच्या सुधारित बियाणांच्या संशोधनावर सर्वाधिक लक्ष केंद्रित करण्यात आले. पूर्वी आपल्या देशात देशी बियाणांचा वापर होत असे. गव्हाच्या देशी बियाणांपासून निर्माण झालेल्या पिकाला

जास्त फुटवे येत नव्हते. देशी वाणाचे पीक जास्त उंच वाढणारे असल्यामुळे वाऱ्याच्या झोताने सहज पडत असे, त्यामुळे त्यापासून अतिशय कमी उत्पादन होत असे. देशाची अन्नधान्याची गरज भागविण्याइतके उत्पादन होत नव्हते. हरितक्रांतीचा एक भाग म्हणून परदेशातून संकरित बियाणे आयात केली. त्याची उंची मर्यादित होती. त्यास फुटवे अधिक प्रमाणात येत असत. परिणामी गहू आणि तांदुळाचे उत्पादन वाढू लागले. ज्वारी आणि बाजरीच्या बियाणांवरही संशोधन करण्यात आले. त्यातून कोरडवाहू शेतीच्या विकासावर अधिक लक्ष केंद्रित करण्यात आले. माझ्याकडे ज्वारीच्या संकरित जातीच्या बियाणांवर अधिक संशोधन करणे व त्यांचा वापर वाढविणे यासंबंधीची जबाबदारी होती. देशात अनेक भागांत विशेषतः महाराष्ट्रात मोठ्या प्रमाणात ज्वारीचे पीक घेतले जात असे. ज्वारी हे कोरडवाहू पीक आहे. देशी वाणांपासून अत्यल्प उत्पन्न मिळत असे. कोरडवाहू शेतीच्या विकासाच्या दृष्टीने संकरित ज्वारी, बाजरीच्या पिकांचा अण्णासाहेबांनी विशेष आग्रह धरला. त्याचा परिणाम काय झाला? १९५६ ते ७३ आणि १९७४ ते ७८ या कालावधीत महाराष्ट्रातील संकरित ज्वारीच्या पिकाखालील २.५ दशलक्ष हेक्टर वरून तीन दशलक्ष हेक्टरपर्यंत वाढले, तर ज्वारीचे उत्पादन १.५ दशलक्ष मेट्रिक टनांवरून ३.५ दशलक्ष मेट्रिक टनांपर्यंत वाढले. ज्वारीचे सरासरी हेक्टरी उत्पादन ५८९ किलोग्राम वरून १०८० किलोग्रामपर्यंत वाढले. काही कारणांमुळे ज्वारीच्या पिकाखालील क्षेत्र मोठ्या प्रमाणात कमी झाले. तरीही भारतातील एकूण लागवडीखालील क्षेत्रापैकी केवळ निम्म्या क्षेत्रातून नऊ ते दहा दशलक्ष टन उत्पादन होऊ लागले.

१९८४ ते १९८६ या काळात अण्णासाहेब 'महाराष्ट्र कृषि विद्यापीठ कार्यकारी परिषदे'चे अध्यक्ष होते. राज्याच्या कॅबिनेट मंत्रिपदाचा दर्जा असणाऱ्या पदावर काम करताना अण्णासाहेबांनी राज्यातील सर्व कृषि विद्यापीठांच्या कामाची गतिमानता वाढविण्याचा प्रयत्न केला. विद्यापीठांच्या अडचणी सोडविण्यास सर्वोच्च प्राधान्य दिले व विद्यापीठातील संशोधन कार्यावर अधिक भर दिला. त्याकाळात मी परभणी येथील मराठवाडा कृषि विद्यापीठाचा कुलगुरू होतो. मराठवाडा कृषि विद्यापीठ अनेक प्रकारच्या अडचणींमधून वाटचाल करीत होते. अण्णासाहेबांनी परभणी येथील कृषि विद्यापीठाला भेट दिली. सर्वप्रथम विद्यापीठाच्या अडचणींच्या संदर्भात चर्चा केली. त्या सोडविण्यासाठी त्यांनी मोलाची मदत केली. मराठवाड्यासारख्या दुष्काळी भागातील शेतकऱ्यांना मौलिक मार्गदर्शन करण्यासाठी या विद्यापीठाची स्थापना करण्यात आली. याकडे त्यांनी आमचे लक्ष वेधले, तेव्हा दुष्काळी भागातील शेतकऱ्यांना उपयुक्त ठरेल अशा प्रकारच्या संशोधनावर विद्यापीठातील कृषि संशोधकांनी विशेष भर द्यायला हवा

अशी अपेक्षा त्यांनी व्यक्त केली. त्यानंतर आम्ही विद्यापीठातील संशोधन कार्यावर भर दिला. उद्याच्या काळात कृषिक्षेत्रासमोर कोणत्या प्रकारची आव्हाने उभी राहतील याचा अचूक वेध घेण्याची दूरदृष्टी अण्णासाहेबांकडे होती. त्यादृष्टीने त्यांनी केलेले मार्गदर्शन फारच मौलिक ठरत असे. राज्यातील सर्वच कृषि विद्यापीठांना त्यांनी अधिक संशोधनाभिमुख बनविले. 'मराठवाडा कृषि विद्यापीठा'त त्यावेळी पाच प्राध्यापकांनी वेगवेगळ्या क्षेत्रांत मौलिक संशोधन केले होते. त्यांच्या या महत्त्वपूर्ण संशोधन कार्यामुळेच त्यांना देशातील वेगवेगळ्या कृषि विद्यापीठांचे कुलगुरूपद भूषविण्याची संधी मिळाली. कृषिक्षेत्रातील संशोधनासाठी अण्णासाहेबांनी नेहमीच प्रेरणा दिली. या संशोधनाचा प्रत्यक्ष लाभ शेतकऱ्यांना व्हावा व त्यातून शेतकऱ्यांचा आर्थिक स्तर अधिक उंचावला जावा याची त्यांना विशेष तळमळ होती. आपले प्रयत्न शेतकऱ्यांच्या आणि ग्रामीण भागाच्या विकासासाठी कारणी लागावेत असा त्यांचा आग्रह असायचा. ते स्वतः अतिशय तळमळीने, अथकपणे काम करीत असत. त्यांच्यासमवेत काम करणाऱ्यांना त्यांनी विश्वास दिला. काम करण्याची प्रेरणा दिली. आपल्या कामाची बांधिलकी समाजाच्या कल्याणाशी आहे, हे व्रत त्यांनी स्वीकारले होते. त्यांचे काम आमच्यासारख्या अनेक कृषिशास्त्रज्ञांना सदैव प्रेरणादायी ठरले. महाराष्ट्राने देशाला अण्णासाहेबांच्या रूपाने एक महान सुपुत्र दिला. त्यांनी केलेल्या अलौकिक कार्यामुळे आम्ही सर्वजण त्यांच्याप्रति कृतज्ञ आहोत.

सहवास : मौलिक ज्ञानपर्वणी

- डॉ. एम. व्ही. राव -

डॉ. एम. व्ही. राव हे 'अखिल भारतीय कृषि संशोधन संस्थे'चे विशेष महासंचालक होते.

डॉ. अण्णासाहेब शिंदे हे देशाचे कृषिमंत्री म्हणून काम करीत असताना मी त्यांच्या संपर्कात आलो. त्यांच्यासमवेत काम करण्याची मला संधी मिळाली. एका महान व्यक्तिमत्त्वाचा मला परिचय झाला हे मी माझे परमभाग्य समजतो. मी तेव्हा 'भारतीय कृषि संशोधन संस्थे'त 'गहू संशोधन प्रकल्पा'वर काम करीत होतो. अण्णासाहेबांचे या प्रकल्पाच्या कामावर अतिशय बारकाईने लक्ष होते. अण्णासाहेबांच्या प्रेरणेतूनच हा प्रकल्प सुरू झाला होता. गव्हाच्या पिकावर झालेले संशोधन हाच हरितक्रांतीच्या यशाच्या दृष्टीने कळीचा मुद्दा ठरलेला आहे.

अण्णासाहेब सत्तेत होते. तसेच सत्तेत असूनही साधेपणा कसा असावा याचा आदर्श त्यांनी उभा केला. सत्तेत असल्याचा दांभिकपणा किंवा पोकळ बडेजाव त्यांच्याजवळ नव्हता. त्यांचा दृष्टीकोन सकारात्मक होता. त्यांचे व्यक्तिमत्त्व सदैव उत्साही आणि प्रेरणादायी होते. त्यांनी केलेल्या सूचना किंवा त्यांचे मार्गदर्शन हे दूरदृष्टीचे असे. शिवाय त्यास तार्किकतेचा आधार असे. आम्ही उत्पादन वाढीसाठी तंत्रज्ञानाचा विकास कसा करायचा, या दिशेने काम करीत होतो. अर्थातच प्रेरणा अण्णासाहेबांची होती. या सर्व निर्णय प्रक्रियेत अण्णासाहेबांची भूमिका ही अतिशय महत्त्वाची होती. त्यांच्या निर्णयप्रक्रियेतील सकारात्मक भूमिकेमुळेच हरितक्रांती मूळ धरू शकली. तिच्या विकासप्रक्रियेला गती आली. आधुनिक तंत्रज्ञान स्वीकारायचे असेल व त्याची अंमलबजावणी करायची असेल, तर त्यास धोरणात्मक पाठिंब्याची गरज असते. त्यांनी तंत्रज्ञानाला सदैव धोरणात्मक पाठिंबा दिला. 'बी-बियाणे महामंडळ' व 'अन्न महामंडळ' यासारख्या कृषि विकासाला पूरक ठरणाऱ्या संस्थांची उभारणी असो

किंवा संकरित बियाणांच्या वापराला चालना देण्याची भूमिका असो, हे निर्णय केवळ अण्णासाहेबच अतिशय दूरदृष्टीने व केवळ सकारात्मक दृष्टीकोनामुळेच घेऊ शकले.

मला या ठिकाणी एका प्रसंगाचा आवर्जून उल्लेख करावासा वाटतो, त्यातून अण्णासाहेब एक व्यक्ती म्हणून किती मोठे होते व भारताच्या अन्न सुरक्षेबद्दल किती जागरूक होते याची प्रचिती येईल. मी एकदा आसाम सरकारचे कृषिमंत्री कमरुद्दीन अहमद यांच्या निमंत्रणावरून आसामला गेलो होतो. आसाममधील गव्हाचे पीक एका अज्ञात रोगाने ग्रासले होते. त्याचा तेथील गव्हाच्या उत्पादनावर प्रतिकूल परिणाम होऊन गव्हाचे उत्पादन घटण्याची भीती आसाम सरकारला वाटत होती. म्हणून मी तेथील गव्हाच्या पिकाची पाहणी करून काही उपाययोजना सुचवावी अशी तेथील कृषिमंत्र्यांनी मला विनंती केली. म्हणून मी दिल्ली ते कोलकत्ता या विमान प्रवासात विमानातील पहिल्या रांगेत बसलो होतो. 'भारतातील गव्हाचे उत्पादन कसे वाढवता येईल' या विषयावरील लेख लिहू लागलो. लेख लिहिण्यात मग्न असताना अण्णासाहेब हेदेखील त्याच विमानात चढले आणि माझ्या शेजारी येऊन बसले हे माझ्या लक्षात आले नाही. मी लेख लिहिण्यात इतका दंग होतो, की अण्णासाहेब माझ्या शेजारी येऊन बसले हे माझ्या लक्षात आले नाही. लेख लिहीत असताना अण्णासाहेब अतिशय बारकाईने मी जे लिहीत होतो ते वाचत होते. मला लिहिताना कोणताही त्रास होऊ नये ही काळजी घेऊन ते वाचत होते. थोड्यावेळाने त्यांनी माझ्या खांद्यावर थाप मारली आणि म्हणाले, "राव तुम्ही कोठे जात आहात?" मी अण्णासाहेबांकडे पाहून अगदी अवाक झालो. त्यांना पाहून मी आदराने उभा राहिलो व त्यांची कोणत्याही प्रकारची दखल माझ्याकडून न घेतली गेल्याबद्दल मी दिलगिरी व्यक्त करू लागलो. तोच अण्णासाहेबांनी माझा हात हातात घेतला आणि हसत हसत मला म्हणाले, "तुम्ही इतक्या गंभीरपणे लिहीत होता, की तुमची एकाग्रता भंग होऊ नये म्हणून मी तुम्हाला त्रास दिला नाही." ते पुढे असेही म्हणाले, "तुम्ही आणि तुमचे सहकारी आपल्या देशातील गव्हाचे उत्पादन वाढवण्यासाठी जी काही प्रयत्नांची शिकस्त करीत आहात, त्याबद्दल तुम्हाला असे खात्रीने वाटते का, की आपण देशाच्या वाढत्या लोकसंख्येच्या पार्श्वभूमीवर देशाचा अन्नधान्याचा प्रश्न सोडवू शकू?" त्यांनी उपस्थित केलेल्या या अतिशय महत्त्वाच्या प्रश्नावर आम्ही सांगोपांग चर्चा केली. आमच्यात परस्परांच्या विचारांची, कल्पनांची देवाणघेवाण झाली. आमच्या शेजारच्या रांगेत एक महिला बसलेल्या होत्या. त्यांनाही आमच्या चर्चेत सहभागी व्हावे असे वाटले. मुरादाबाद येथील एका प्रतिष्ठित उद्योगपतींची पत्नी असलेल्या श्रीमती मल्होत्रा याही आमच्या चर्चेत सहभागी झाल्या. त्यांनीही आपले अनुभव कथन केले. त्यांना आलेला एक

अनुभव सांगताना त्या म्हणाल्या, "मी आणि माझे सहकारी पश्चिम उत्तर प्रदेशातील प्रामुख्याने ग्रामीण भागातील महिलांच्या, लहान मुलांच्या सर्वसामान्य आजारांवर उपचार उपलब्ध करून देण्याचे काम करतो. आम्ही या कामासाठी ग्रामीण भागात जातो, तेव्हा तेथील गावकरी व ग्रामसेवक आम्हाला काम करू देत नाहीत. कारण त्यांना आमच्या कामाबद्दल असा संशय आहे, की आम्ही 'कुटुंब नियोजन' व 'कुटुंब कल्याण' यासंबंधी काम करीत आहोत. त्यांच्या विरोधाचे मुख्य कारण म्हणजे त्यावेळी ग्रामीण भागात 'कुटुंब नियोजना'च्या कार्यक्रमाला खूप मोठा विरोध होता. आम्ही कुटुंब नियोजनाचे काम करीत नाही, असे गावकऱ्यांना परोपरीने समजावण्याचा प्रयत्न केला, पण गावकरी त्यावर विश्वास ठेवायला तयार नव्हते. अशा परिस्थितीत आम्हाला आमचे काम करताना खूप अडचणी आल्या." त्या पुढे म्हणाल्या, "जोपर्यंत देशात वाढत्या लोकसंख्येवर आपण नियंत्रण ठेवू शकत नाही, तोपर्यंत अन्नधान्याचे उत्पादन वाढविण्याचे आपले सर्व प्रयत्न निरर्थक ठरतील! तेव्हा आपण प्रकर्षाने 'कुटुंब नियोजन' आणि 'लोकसंख्या नियंत्रण' या क्षेत्रात सर्वप्रथम अगदी भरीव स्वरूपाचे काम उभे करायला हवे."

एक प्रसंग मला मुद्दामहून सांगावासा वाटतो आहे. मी एकदा मेक्सिको येथील 'सीआयएमएमवायटी' या संस्थेचे कार्यकारी संचालक हेरॉल्ड हेन्सन यांच्यासमवेत होतो. त्यांची मी अण्णासाहेबांबरोबर भेट घालून दिली, तेव्हा अण्णासाहेबांशी बोलताना ते म्हणाले, "गव्हाच्या उत्पादन वाढीसाठी तुम्ही खूप प्रयत्न केलेत. त्यात यशही मिळाले; पण मका उत्पादन वाढीसाठी खास प्रयत्न करायला हवेत." तेव्हा अण्णासाहेबांनी आपली अपेक्षा व्यक्त केली की, "त्यांनी मका उत्पादन वाढीच्या भारताच्या प्रयत्नास, गहू उत्पादन वाढीसाठी ज्याप्रमाणे मदत केली, त्याप्रमाणे मदत करावी." सीआयएमएमवायटी संस्थेचे गहू आणि मका यांच्या संशोधनात फार मोठे काम आहे.

भारताचे माजी पंतप्रधान राजीव गांधी यांच्या पुढाकाराने १९८६ साली स्थापन करण्यात आलेल्या तेलबियांवरील तंत्रज्ञान संशोधन संस्थेचा प्रमुख म्हणून मी काम करीत असताना तेलबियांच्या उत्पादन वाढीसंबंधी मला विचारण्यात आले, तेव्हा मी वस्तुस्थितीवर आधारित मतप्रदर्शन केले. एसडब्ल्यूओटी या विभागाने असे निदर्शनास आणले होते, की आपल्याकडील शेंगदाणा, तीळ, खुरसणी, एरंडेल व बडीशेप यांसारख्या पारंपरिक पिकांसह तेलबियांच्या उत्पादन वाढीस फारसा वाव नाही. सूर्यफूल आणि सोयाबीन या पिकांचा तेलच्या उत्पादन वाढीसाठी विचार करावा लागेल. तेव्हा मी असे निदर्शनास आणून दिले, की सोयाबीन आणि सूर्यफुलाच्या पिकांच्या वाढीस

यापूर्वींच अण्णासाहेबांनी कृषि खात्याचे मंत्री म्हणून काम करताना अतिशय दूरदृष्टीने चालना दिली होती. तेलबियांच्या उत्पादनात अधिक वाढ करण्यासाठी अण्णासाहेबांनी सोयाबीन व सूर्यफुलाच्या पिकांना प्राधान्य दिले होते.

भारतीय वैज्ञानिक संस्थेने कृषिविषयक एका चर्चासत्राचे आयोजन केले होते. त्यात मला प्रमुख अतिथी म्हणून निमंत्रण होते. अण्णासाहेब या चर्चासत्राला विशेष अतिथी या नात्याने उपस्थित होते. अण्णासाहेबांची आणि माझी ही शेवटची भेट. अण्णासाहेबांनी आपल्या नेहमीच्या वैशिष्ट्यपूर्ण स्वभावाने अगदी हसत मुखाने माझी चौकशी करून पूर्व आठवणींना उजाळा दिला. ते मला म्हणाले, "तुम्ही जेव्हा कधी महाराष्ट्रात याल, तेव्हा काही काळ आपण भेटत जाऊ." ज्या ज्या लोकांनी अण्णासाहेबांबरोबर काम केले, त्यांना अण्णासाहेब कधीही विसरले नाहीत. हे त्यांच्या स्वभावाचे मोठेपण. शुद्ध चारित्र्याचे व मनमिळावू स्वभावाचे अण्णासाहेब आम्हाला ज्येष्ठ असूनही त्यांनी आम्हा सर्वांना अतिशय सन्मानाची वागणूक दिली. त्यांचा मला लाभलेला प्रेमळ सहवास मी अंतःकरणात अजून जपून ठेवला आहे. त्यांच्या अभ्यासूवृत्तीची आणि दूरदृष्टीपणाची आम्हाला अनेक वेळा प्रचिती आली. त्यांच्यासंबंधीच्या प्रेमळ आठवणींनी आम्हाला अधिक सकारात्मक पद्धतीने काम करण्याचे बळ दिले आहे. त्यांनी आम्हा सर्वांना दिलेला विश्वास हा आमच्या सर्वांसाठी अमूल्य ठेवा आहे.

मृदेच्या संवर्धनातून उत्पादन वाढ

- जे. एस. पी. यादव -

डॉ. जे. एस. पी. यादव हे 'भारतीय कृषि संशोधन परिषदे'च्या वैज्ञानिक भरती मंडळाचे अध्यक्ष होते. त्याचबरोबर 'हिस्सार विद्यापीठा'चे कुलगुरूपदही त्यांनी भूषवले होते.

जगातील एकूण लोकसंख्येपैकी १७ टक्के लोकसंख्या भारतात राहाते. जगाच्या लोकसंख्येची घनता ४९ एवढी आहे, जी भारतात ३६३ एवढ्या मोठ्या प्रमाणावर आहे. याचा अर्थ एक चौरस किलोमीटर प्रदेशात भारतात ३६३ लोक राहतात. जगातील एकूण पशुधनापैकी १६ टक्के पशुधन भारतात आहे. त्यांच्यासाठी उपलब्ध असलेल्या २.५ टक्के जमिनीपैकी अर्धा टक्का क्षेत्रावर चराऊ कुरणे आहेत. एक टक्का क्षेत्र जंगलाचे आहे. चार टक्के क्षेत्रावर जलसंसाधन उपलब्ध आहे. अशा परिस्थितीत भारतात मृदेचे संरक्षण करणे हे एक खरोखरच आव्हानात्मक काम आहे. त्यातून उच्च उत्पादकता, अन्नसुरक्षा आणि पर्यावरण सुरक्षा करणे खूपच अवघड आहे. पर्यावरण संरक्षणासाठी आणि अधिक उत्पादन वाढीसाठी मृदेचे संवर्धन करणे अत्यावश्यक आहे.

सन १९७४ पासून भारतातील लागवडीखालील क्षेत्र १४० ते १४२ दशलक्ष हेक्टरच्या दरम्यान आहे. शेतीक्षेत्राचे मोठ्या प्रमाणावरील क्षेत्र हे बिगर शेतीसाठी वापरले जाते. मृदेचे आरोग्य झपाट्याने घसरल्यामुळे मृदेची उत्पादनक्षमता कमी झाल्याने कृषि उत्पादनात वाढ होत नाही. त्यामुळे रोजगाराच्या संधीही वाढण्याऐवजी कमी कमी होत आहेत. शिवाय शेतीची उत्पादनक्षमता कमी झाल्याने शेतकरीदेखील आत्महत्या करीत आहेत.

कृषि उत्पादन वाढीवर एक नजर टाकल्यास काय दिसते? २००३-२००४ या आर्थिक वर्षात डाळींचे सर्वाधिक उत्पादन म्हणजे १५ दशलक्ष टन झाले, चहाचे उत्पादन ०.८३३ दशलक्ष टन झाले. दुधाचे उत्पादन ८८ दशलक्ष टन एवढे झाले. तांदुळाचे दुसऱ्यांदा सर्वाधिक म्हणजे २७७.३ दशलक्ष टन एवढे उत्पादन झाले. फळांचे उत्पादन

४५.२ दशलक्ष टन, तर भाजीपाल्याचे ८.८४ दशलक्ष टन झाले. जगातील तिसऱ्या क्रमांकाचे म्हणजे दोन दशलक्ष टन एवढे कापसाचे उत्पादन झाले. कदाचित एवढे उत्पादन झाल्यामुळे आपणास अभिमान वाटेल, पण दुसऱ्या बाजूला मृदेचे अतिरिक्त शोषण होत असल्यामुळे मृदेची दीर्घकाळ उत्पादनक्षमता टिकवणे फारच अवघड झाले आहे. कारण मृदेची उत्पादनक्षमता टिकवण्याकडे अक्षम्य दुर्लक्ष होत आहे. उत्पादकता वाढवणाऱ्या मृदा आणि पाणी या दोन्ही महत्त्वाच्या संसाधनाचा शास्त्रीय वापर न केल्यामुळे एका बाजूला मृदेची उत्पादकता कमी होत आहे, तर दुसऱ्या बाजूला पर्यावरणाची हानी होत आहे.

अकराव्या पंचवार्षिक योजनेच्या अखेरच्या टप्प्यात मृदा आणि पाणी यांच्या शास्त्रीय व्यवस्थापनाकडे दुर्लक्ष करणे आपणास खूपच महागात पडेल असा इशारा देण्यात आला आहे. अन्नधान्याचे उत्पादन दुप्पट करण्याचे उद्दिष्ट आपण पूर्ण करू शकणार नाही. जगात अशी काही उदाहरणे आहेत, की मृदेच्या ऱ्हासामुळे कमी झालेल्या उत्पादकतेचा नागरी जीवनावर विपरीत परिणाम झालेला आहे. त्यामुळे समाजात अनेक प्रश्न निर्माण झाले आहेत. माजी केंद्रीय कृषिमंत्री डॉ. अण्णासाहेब शिंदे यांनी शेतीच्या अधिक उत्पादनासाठी मृदासंधारणावर विशेष भर दिला होता. जमिनीची वेगाने होणारी धूप थांबवणे यावरही लक्ष केंद्रित केले होते. अण्णासाहेबांच्या दूरदृष्टीची येथेही प्रचिती येते. त्यांनी या दिशेने केलेले प्रयत्न प्रशंसनीय आहेत.

पीक वनस्पतींचे जैविक पुनर्निर्माण

- एच. के. जैन -

डॉ. एच. के. जैन हे 'अखिल भारतीय कृषि संशोधन संस्थे'चे १९७० ते १९७७ या काळात संचालक होते.

आधुनिक विज्ञान व तंत्रज्ञानाचा वापर करून भारतात शेतीच्या आधुनिकीकरणाला पर्यायाने शेतीच्या उत्पादन वाढीला चालना देण्याचे सर्वांत महत्त्वपूर्ण काम डॉ. अण्णासाहेब शिंदे यांनी आपल्या कृषि खात्याच्या मंत्रिपदाच्या कार्यकाळात केले. त्यांनी घेतलेल्या धोरणात्मक निर्णयांमुळे शेतीक्षेत्रात आमूलाग्र परिवर्तन झाले. या धोरणाचा एक महत्त्वाचा भाग म्हणून 'भारतीय कृषि संशोधन संस्थे'ची पुनर्रचना करण्यासाठी त्यांनी पुढाकार घेतला. या संस्थेच्या माध्यमातून शेतीचा वेगाने विकास व्हावा म्हणून त्यांनी सदैव मार्गदर्शन केले.

'भारतीय कृषि संशोधन संस्थे'तील शास्त्रज्ञांनी, अण्णासाहेबांचे भारतीय कृषिक्षेत्रातील अतिशय सूक्ष्म अभ्यासाबद्दल, त्यांच्या दूरदृष्टीबद्दल, त्यांच्या सखोल ज्ञानाबद्दल मनापासून कौतुक केले. कृषिशास्त्रज्ञ हे जरी त्यांच्या विद्याशाखेत तज्ज्ञ असले, तरी अण्णासाहेबांचा शेतीच्या सर्वप्रकारच्या प्रश्नांचा विशेष अभ्यास होता. त्यांचा शेतीविषयक दृष्टीकोन अधिक व्यापक होता. तळागळातील शेतकऱ्यांना त्यांच्या शेतीच्या आधुनिकीकरणासाठी अत्याधुनिक तंत्रज्ञान उपलब्ध करून देण्याच्या गरजेवर त्यांनी भर दिला होता. त्या दिशेने त्यांनी खूप प्रयत्न केले. कृषि संशोधनाचे नियोजन करताना अण्णासाहेबांचा दृष्टीकोन हा फार महत्त्वाचा होता. सर्व कृषिशास्त्रज्ञांनी अण्णासाहेबांच्या ज्ञानाचा व अनुभवाचा नेहमीच आदर केला.

मी 'भारतीय कृषि संशोधन संस्थे'त कार्यरत होतो. ही देशातील सर्वांत मोठी संशोधन संस्था होय. अधिक उत्पादन देणाऱ्या वाणांचा विकास करणाऱ्या कार्यक्रमास मार्गदर्शन करणे ही माझी जबाबदारी होती. माझ्या सहकाऱ्यांनी विकसित केलेल्या गहू,

तांदूळ, मका, ज्वारी, बाजरी, डाळी आणि तेलबिया यांच्या सुधारित वाणांचा शेतीत वापर करून भारताच्या अन्नधान्य उत्पादन वाढीस महत्त्वपूर्ण योगदान दिले आहे. कृषिमंत्री डॉ. अण्णासाहेब शिंदे यांनी अनेक वेळा आमच्या संशोधन केंद्राला भेटी दिल्या. आम्ही त्यावेळी त्यांना तेथे चालू असलेले नवनवीन प्रयोग दाखविले. १९७० ला जे तंत्रज्ञान विकसित केले जात होते व त्याचा कशाप्रकारे वापर केला जात आहे याची माहिती वेळोवेळी त्यांना दिली जात असे.

शास्त्रीय दृष्टीकोनातून जैवतंत्रज्ञानाचा वापर विविध वाणांच्या विकासासाठी केला जाऊ लागला होता. थोडक्यात शेती उत्पादन वाढीवर अधिक वेगाने संशोधन कार्य चालले होते. अनेक तरुण शास्त्रज्ञ या कामात गुंतले होते. काही पिकांच्या गुणसूत्रात कशाप्रकारे बदल करता येईल या दिशेने चाललेल्या या संशोधनाकडे अण्णासाहेबांनी खूप बारकाईने लक्ष दिले. जैवतंत्रज्ञान शास्त्रातील आधुनिक तंत्रज्ञानाच्या साहाय्याने अधिक उत्पादन देणाऱ्या गुणसूत्रांचा वापर करून त्या क्षेत्रात अधिक मूलगामी संशोधन करण्यात आले.

नवीन वनस्पतींचे प्रकार

अधिक शेती उत्पादनांच्या दृष्टीने त्या वनस्पतीच्या गुणसूत्रांमध्ये बदल करून अधिक उत्पादन देणाऱ्या वनस्पतींच्या निर्मितीचा शासनाने जो धोरणात्मक कार्यक्रम हाती घेतला होता, त्यास वैज्ञानिकांनी खूप चांगला प्रतिसाद दिला. खरे म्हणजे अशा वनस्पती विकसित करणे खूपच अवघड होते. या वनस्पतीच्या उत्पत्ती संदर्भात अनेक आव्हाने होती. उदाहरणार्थ बदलते हवामान आणि हवेतील आद्रता, फलधारणेचा प्रश्न, कीटक व जंतू यांच्यापासून होणाऱ्या रोगांचा प्रतिकार करण्याची क्षमता, वाढणाऱ्या तणांचा प्रादुर्भाव इत्यादी आव्हानांच्या पार्श्वभूमीवर नवीन संशोधन केलेले वाण टिकाव धरू शकतील का ? हा महत्त्वाचा प्रश्न होता. म्हणून आमचे त्या दिशेने संशोधन चालू होते. प्रतिकूल परिस्थितीत अधिक धान्य उत्पादनापेक्षा वनस्पती पिकांची प्रतिकारक्षमता व टिकून राहण्याची क्षमता वाढविणे याचे आव्हान अधिक मोठे होते.

अशाप्रकारे गुणसूत्रांच्या आधारे विकसित केलेले अधिक उत्पन्न देणारे वाण भारतीय शेतकऱ्यांना पुरविण्यात आले होते. खरे म्हणजे विकसित देशात, शेतात जे प्रयोग केले जातात, तशाच प्रकारचे प्रयोग भारतात करण्यात येऊ लागले होते. सार्वजनिक क्षेत्रात सुमारे एक हजार वनस्पतींवर गुणसूत्र रोपणाचा प्रयोग करणारा भारत हा जगातील एकमेव देश होता. अशा सुधारित वाणांचा वापर करून आपले उत्पादन वाढविणारा 'पीक सुधारणा कार्यक्रम' भारतात राबविण्यात आला.

संकरित तंत्रज्ञान

गुणसूत्राच्या रोपणातून अधिक उत्पादन देणाऱ्या वाणांचा विकास करणे म्हणजे त्यातून हायब्रीड म्हणजेच संकरित बियाणांची निर्मिती करणे होय. १९३० च्या दशकात अमेरिकन कृषिशास्त्रज्ञांनी मका पिकावर काही प्रयोग केले. त्यातून संकरित वाण विकसित केले. पीक उत्पादनाच्या प्रयोगातून त्यांनी हे सिद्ध केले, की मूळच्या वाणांपेक्षा संकरित वाणाच्या बियाणांमुळे पीक उत्पादन जोरदारपणे वाढले आहे. १९७० च्या दशकात भारतातही उत्पादन वाढीसाठी व्यापारी दृष्टीने कापसाच्या बियाणांचा संकरित वाण विकसित करण्यात आला, असा वाण विकसित करणारा भारत हा पहिलाच देश होता. आज लक्षावधी हेक्टर क्षेत्रावर कापसाच्या सुधारित वाणांची लागवड होत आहे. भारतात पूर्वी तांदुळाचे उत्पादन फारच मर्यादित होते. तांदुळाच्या संकरित बियाणांची लागवड सुरू झाली व तांदुळाचे उत्पादन वाढले. अलीकडच्या काळात तांदुळाच्या उत्पादनात खूप मोठी वाढ झाली असून तीन ते चार दशलक्ष मेट्रिक टन तांदुळाची भारत निर्यात करीत आहे. १९६०-७० च्या दशकात भारतातील अन्नधान्य टंचाईच्या पार्श्वभूमीवर भारत मोठ्या प्रमाणात अन्नधान्याची आयात करीत होता. सुमारे दहा दशलक्ष मेट्रिक टन अन्नधान्याची आयात दरवर्षी करावी लागत होती. संकरित बियाणांच्या वापरामुळे व आधुनिक तंत्रज्ञानाचा वापर केल्यामुळे किमान आज आपला देश अन्नधान्याच्या उत्पादनात स्वयंपूर्ण झाला असून शेतमालाची निर्यात करतो आहे.

शास्त्रीय दृष्टीकोनाचा विस्तार

गेल्या ४० वर्षांपासून भारतात वापरण्यात येणारे मूलभूत स्वरूपाचे नवे तंत्रज्ञान हे औद्योगिकदृष्ट्या पुढारलेल्या देशांसारखे आहे. आधुनिक जैवतंत्रज्ञानाच्या वापरामुळे शेतीक्षेत्राच्या विकासाच्या दृष्टीने आमूलाग्र परिवर्तन होऊ घातले आहे. जैवतंत्रज्ञानाच्या वापरामुळे विकसित करण्यात आलेल्या वनस्पतींमध्ये रोगप्रतिकारक क्षमता व उत्पादनक्षमता वाढविण्यात आल्यामुळे त्या पिकावर येणारे विविध रोग, विषाणूंचा प्रादुर्भाव यामुळे उत्पन्नाचे होणारे अधिक तोटे टाळण्यासाठी प्रभावी उपाययोजना नसल्यामुळे कीटकनाशकांचा वापर होत असे. कीड व्यवस्थापनाचा एक प्राथमिक दृष्टीकोन स्वीकारल्यामुळे आज कीटकनाशकांचा किंवा रसायनांचा वापर कमी झाला आहे. आधुनिक जैवतंत्रज्ञान शास्त्राने नवीनच शास्त्रीय दृष्टीकोन शेतकऱ्यांना उपलब्ध करून दिला आहे. कापसाच्या उत्पादनात तर यापूर्वीच जीएम (जेनेटिकल मॉडिफाइड) बियाणांचा वापर सुरू झाला आहे. कीटकनाशके, जंतूनाशके व विविध रसायनाचा वापर कमी करून एकात्मिक पद्धतीने पिकांचे संरक्षण करून उत्पादकता वाढविण्याच्या

गरजेवर अण्णासाहेबांचा विशेष भर होता.

भारत डब्ल्यू. टी. ओ. आणि आय. पी. आर. (पेटंट रजिस्ट्रेशन)

भारतात जी जैविक विविधता आहे त्याची रीतसर नोंदणी करण्याची प्रक्रिया सुरू केली. भारतात अनेक औषधी आणि सुगंधी वनस्पती आहेत. उदाहरणार्थ सुवासिक तांदूळ किंवा बासमती तांदूळ, दार्जिलिंगचा चहा, देवगड रत्नागिरीचा हापूस आंबा, प्राण्यांमध्ये मुऱ्हा जातीची म्हैस इत्यादी सर्वांपिक्षा वेगळे असलेल्या वनस्पतींचे व प्राण्यांचे स्वामित्व हक्क घेण्याची प्रक्रिया सुरू झाली.

संवाद

- डॉ. के. जी. तेजवानी -

डॉ. के. जी. तेजवानी हे 'इस्को बोर्डा'चे सदस्य आणि 'आयएसटीएफ'चे उपाध्यक्ष म्हणून त्यांनी काम पाहिले.

'भारतीय कृषि संशोधन परिषदे'त काही काळ काम करण्याची संधी मला मिळाली. त्यावेळी मी या संस्थेच्या अंतर्गत असलेल्या 'केंद्रीय मृदा आणि जलसंधारण संशोधन, प्रशिक्षण संस्थे'चा संचालक म्हणून काम पाहात होतो. डॉ. अण्णासाहेब शिंदे यांच्या अध्यक्षतेखाली भारतीय कृषि संशोधन परिषदेच्या संचालकांच्या बैठकीत सहभागी होण्याची संधी मला मिळाली, हे मी माझे भाग्य समजतो. डॉ. अण्णासाहेब शिंदे हे केंद्र सरकारमध्ये कृषि व अन्न खात्याचे राज्यमंत्री म्हणून काम पाहात होते. त्यांच्या कार्यकाळात विशेषतः १९७० ते ७७ या काळात भारतात कृषिक्षेत्रात मोठ्या प्रमाणात संशोधनाला चालना मिळाली. नवनवीन प्रयोग शेतीक्षेत्रात अतिशय परिणामकारकपणे करण्यात आले. त्यातून कृषिक्षेत्रात उत्पादन वाढ होऊ लागली. कृषिक्षेत्रात आमूलाग्र परिवर्तन होताना मी पाहात होतो. अण्णासाहेबांच्या नेतृत्वाखाली हे परिवर्तन घडत होते. त्यांचे कृषिक्षेत्रातील प्रचंड ज्ञान आणि सखोल अनुभव याची प्रचिती आम्हा सर्वांना वारंवार येत होती. ते अतिशय अभ्यासूपणे व विश्वासाने आम्हा सर्वांना मार्गदर्शन करीत. त्यांचा शब्द न शब्द महत्त्वाचा होता. त्यांचे विचार आम्हा सर्वांनाच प्रेरणादायी ठरत. ते अतिशय तोलून मापून बोलत असत. त्यांचे बोलणे फारच अभ्यासपूर्ण असे. त्यामुळे ते बोलत असताना आपण ऐकतच राहावे असे वाटे. ते अतिशय शांत स्वभावाचे व अत्यंत निर्मळ मनोवृत्तीचे होते. कृषिक्षेत्रातील एक 'संयमी व सामर्थ्यशील महान नेता' असेच त्यांचे वर्णन करावे लागेल.

डॉ. अण्णासाहेब शिंदे हे महाराष्ट्रातून विशेषतः अहमदनगर जिल्ह्यातून आले होते. अहमदनगर जिल्ह्याचा बराच मोठा भाग हा दुष्काळी आहे. त्यांनी दुष्काळी

भागातील शेतकऱ्यांची परिस्थिती अगदी जवळून पाहिलेली आहे. त्यामुळे त्यांना दुष्काळी भागातील शेतकऱ्यांची विशेष काळजी होती. त्यांनी दुष्काळी भागातील शेतीच्या विकासाला चालना देऊन त्या भागातील शेतकऱ्यांची आर्थिक परिस्थिती सुधारण्यावर भर दिला. त्यासाठी त्यांनी कृषिपूरक उद्योग व उचित पीक पद्धती यांचा पुरस्कार करून दुष्काळी भागातील शेतकऱ्यांचे जीवन सुसह्य करण्याचा प्रयत्न केला. अशाप्रकारे त्यांनी दुष्काळी भागातील शेतकऱ्यांच्या विकासाची त्यांनी भक्कमपणे पायाभरणी केली, पण पुढील काळात मात्र हा कार्यक्रम प्रभावीपणे राबविला गेला नाही. त्यामुळे शेतकऱ्यांना विशेषत: दुष्काळी भागातील शेतकऱ्यांच्या समस्यांची जबाबदारीने सोडवणूक होऊ शकली नाही. परिणामतः नापिकी व त्यातूनच येणाऱ्या कर्जबाजारीपणामुळे शेतकऱ्यांच्या आत्महत्या मोठ्या प्रमाणात वाढल्या.

अण्णासाहेब शेतकऱ्यांच्या प्रश्नांच्या बाबतीत कमालीचे संवेदनशील होते. त्यांच्या व्यक्तिमत्त्वात प्रगल्भ बुद्धिमत्ता आणि भावनात्मकता यांचा मनोज्ञ संगम झालेला होता. हे त्यांच्या व्यक्तिमत्त्वाचे अद्वितीय गुणवैशिष्ट्ये होते. त्यांच्या ठायी असलेले हे अलौकिक गुण आमच्या चिरस्मरणात राहतील.

☙❧

मागे वळून पाहताना

- अनिल अण्णासाहेब शिंदे -

मला आठवते, तो १९६२-६३ चा काळ होता. भारताची लोकसंख्या ४३ कोटींच्या आसपास होती. भारत कृषिप्रधान देश असूनही भारतातील लोकसंख्येला पुरेल एवढेही अन्नधान्याचे उत्पादन आपल्या देशात होत नव्हते. एक तर शेती पूर्णपणे पारंपरिक पद्धतीने केली जात होती. आधुनिक आणि शास्त्रीय दृष्टीकोनाचा अभाव होता. तसेच दर एकरी उत्पादन अतिशय अल्प प्रमाणात होते. शेतीमध्ये यांत्रिकीकरणाचा पूर्ण अभाव होता. परिणामी देशवासीयांची अन्नधान्याची गरज भागवण्यासाठी फार मोठ्या प्रमाणात अन्नधान्याची आयात करावी लागे. पीएल ४८० कार्यक्रमांतर्गत अमेरिकेकडून अन्नधान्याची आयात करावी लागे. भारतापुढील आव्हान फार मोठे होते, अशा परिस्थितीत अण्णासाहेबांना अन्न व कृषि खात्याचे राज्यमंत्री म्हणून जबाबदारी स्वीकारावी लागली.

१९७१-७२ या वर्षात भारतीय अर्थव्यवस्थेसमोर मोठी आव्हाने उभी राहिली होती. एक तर बांगलादेश निर्मितीच्या पार्श्वभूमीवर भारत-पाकिस्तानमध्ये युद्ध झाले. भारताला विजय मिळाला. भारताच्या पुढाकाराने स्वतंत्र बांगलादेशची निर्मिती झाली ; पण भारतीय अर्थव्यवस्थेसमोर फारच आव्हानात्मक परिस्थिती निर्माण झाली. पुढील वर्षी तर सर्वांची परीक्षा पाहणारी आवर्षणाची परिस्थिती निर्माण झाली. १९७२ ला मोठा दुष्काळ पडला, तेव्हा भारताची लोकसंख्या जेमतेम ६२ कोटी होती. दुष्काळी परिस्थितीमुळे मोठ्या प्रमाणावरील कृषिक्षेत्रात नापेर झाली. ६२ कोटी लोकांना जगवायचे कसे? हा प्रश्न सरकारपुढे आवासून उभा राहिला. गतवर्षीच्या भारत-पाकिस्तान युद्धाच्या पार्श्वभूमीवर आपले अमेरिकेबरोबर राजनैतिक संबंध खूपच ताणलेले होते. अमेरिका-पाकिस्तान-

चीन यांचे केवळ भारताच्या विरोधात मैत्रीसंबंध प्रस्थापित झाले होते. भारताला सर्व बाजूने घेरण्याचा त्यांचा प्रयत्न होता. या पार्श्वभूमीवर भारत-रशिया यांच्यात ऐतिहासिक मैत्री करार झाला. व्हिएतनामच्या प्रश्नांवर पंतप्रधान इंदिरा गांधी यांनी 'संयुक्त राष्ट्र संघटने'च्या अधिवेशनात व अलिप्त राष्ट्रांच्या 'शिखर परिषदे'च्या व्यासपीठावरून अमेरिकेने व्हिएतनाममध्ये चालविलेल्या अत्याचारांवर टीका केली होती.

अशा राष्ट्रीय व आंतरराष्ट्रीय घडामोडींच्या पार्श्वभूमीवर देशात दुष्काळ पडला. अमेरिकेकडून अन्नधान्य आयात करण्याशिवाय दुसरा पर्याय नव्हता. त्यावेळी अतिशय निकृष्ट प्रतीचे धान्य अमेरिकेने भारताला दिले. अध्यक्ष निक्सन व परराष्ट्रमंत्री हेन्री किसिंजर यांनी अन्नधान्याचा वापर राजनैतिक दृष्टीने केला. निक्सन आणि हेन्री किसिंजर यांनी पराकोटीची भारत विरोधी भूमिका घेतली होती. निक्सन यांनी अध्यक्षपदाचा राजीनामा दिल्यानंतर जॉन्सन अध्यक्ष झाले. तरीही अमेरिकेचा भारताबद्दलच्या धोरणात कोणताही बदल झाला नाही. अमेरिकेहून अन्नधान्याची जहाजे उशिरा भारतात येत होती. मुंबई शहरात रेशनवर पुरेसे व वेळेवर अन्नधान्य मिळावे म्हणून मृणाल गोरे व अहिल्या रांगणेकर यांच्या नेतृत्वाखाली मंत्रालयावर थाळी मोर्चा निघत असे. दुष्काळाच्या पार्श्वभूमीवर महाराष्ट्रात अनेक ठिकाणी मोर्चे निघाले. नाशिक जिल्ह्यात सिन्नरलाही अन्नधान्याच्या प्रमुख मागणीसाठी मोर्चा निघाला. मोर्चाला हिंसक वळण लागले व गोळीबार झाला. काहीजण या गोळीबारात ठार झाले.

अशा या बिकट परिस्थितीच्या पार्श्वभूमीवर कृषि मंत्रालयासमोर भारताच्या अन्नसुरक्षेचे आव्हान फार मोठे होते. अण्णासाहेबांनी भारताला अन्नधान्याच्या उत्पादनात स्वावलंबी बनवण्यासाठी अतोनात मेहनत घेतली. केवळ त्यांच्या प्रयत्नांमुळेच भारत अन्नधान्याच्या उत्पादनात स्वावलंबी होऊ शकला. आजही जगातील अनेक देशात अन्नधान्याचे संकट आहे. भारत हा अन्नधान्याच्या उत्पादनात केवळ स्वयंपूर्णच नाही, तर गरजेपेक्षा अधिक उत्पादन करून तो अन्नधान्याचा निर्यातप्रधान देश बनला आहे. याची पुण्याई केवळ कृषि मंत्रालयाची आणि विशेषतः अण्णासाहेबांनी जे अपूर्व काम केले त्याची आहे. भारत हा जगातील प्रमुख कृषि उत्पादक देश बनला आहे. किंबहुना तो एक कृषि मालाचा निर्यातदार देश बनला आहे. जागतिक पातळीवर भारताकडे अन्नधान्य टंचाई निवारण करू शकणारा प्रमुख देश या दृष्टीकोनातून पाहिले जात आहे. ही भारताने आजपर्यंत केलेली प्रगती निश्चितच कौतुकास्पद आहे. २००८ साली भारताची लोकसंख्या ११० कोटींच्या दरम्यान होती. १९६० च्या दशकाच्या तुलनेत लोकसंख्या २५० टक्क्यांनी वाढली आहे. आज आपला देश देशवासीयांना सर्वांनाच अगदी अल्प दराने अन्नधान्य पुरवत आहे. आपल्या एकूण लोकसंख्येच्या गरजेपेक्षा

४० टक्केहून अधिक अन्नधान्याचे उत्पादन होत आहे. ही विशेष कौतुकाची बाब आहे.

डॉ. अण्णासाहेब शिंदे यांच्या कृषिमंत्रिपदाच्या कार्यकाळातील कृषि आर्थिक विकासाचे टप्पे-त्यांचे विवेचन पुढीलप्रमाणे -

■ १९६२-६७ शेतीमध्ये मूलभूत सुधारणा करण्याच्या दृष्टीने एक डावपेचात्मक भाग म्हणून नियोजनपूर्वक धोरणांची आखणी करण्यात आली.

■ १९६७-७० शेतीक्षेत्रातील उत्पादन वाढीच्या हेतूने हरितक्रांतीवर लक्ष केंद्रित करण्यात आले. हरितक्रांतीशी संबंधित सर्व धोरणांचे एकत्रीकरण, सुसूत्रीकरण करून त्यांचा विस्तार करण्यात आला. त्या धोरणांना स्थैर्य प्राप्त करून देण्यात आले. इतर कृषि उत्पादनांच्या वाढीवर लक्ष केंद्रित केले. त्याचप्रमाणे पशुसंवर्धनाच्या विकासाचा पाया घालण्यात आला. 'केंद्रीय कृषि संशोधन परिषदे'ची पुनर्रचना करण्यात आली आणि वेगवेगळ्या ठिकाणी कृषि विद्यापीठाची स्थापना करण्यात आली.

■ १९७० ते ७४ शेतीक्षेत्राच्या विकासाला चालना देण्यासाठी व कृषि उत्पादन वाढविण्याच्या दृष्टीने कृषिक्षेत्रातील शिक्षण आणि संशोधनाला, त्यासाठीच्या पायाभूत सुविधांच्या सुसूत्रीकरणाला, तंत्रज्ञानाच्या हस्तांतरणाला महत्त्व देण्यात आले. सुधारित तंत्रज्ञानाच्या मूल्यमापनाचा शेतीक्षेत्रावर होणाऱ्या परिणामासह कृषिक्षेत्राच्या पतपुरवठ्याचा विकास, सहकारी चळवळीला प्राधान्य, या सर्व गोष्टींची कृषि अर्थव्यवस्थेचा पाया कायमस्वरूपी मजबूत करण्याच्या हेतूने योजनापूर्वक आखणी करण्यात आली.

गहू, तांदूळ, डाळी, तेलबिया, साखर, फलोत्पादन आणि मत्स्य उत्पादन आदींच्या

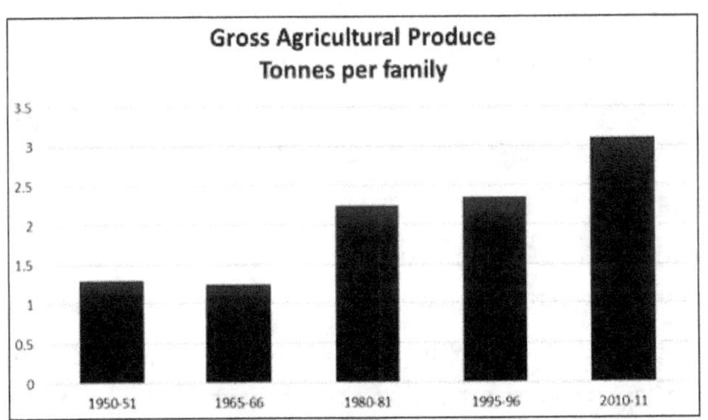

उत्पादनात भारताने अगदी जागतिक पातळीवर आघाडी घेतली आणि जगात आपले एक स्वतःचे स्थान प्रस्थापित केले आहे. या मागे अण्णासाहेबांनी केलेले खास प्रयत्न असून

एकूणच त्या संबंधीच्या सर्व प्रकारच्या निर्णयांवर त्यांचा वैचारिक प्रभाव स्पष्ट दिसतो. कृषि मंत्रालयाचे कामकाज पाहताना या सर्व उत्पादनांना उत्तेजन देण्यात आले. त्यामुळे त्यांचे उत्पादन निर्णायिकपणे वाढू शकले. अण्णासाहेब आज जर हयात असते, तर त्यांनी घेतलेल्या कष्टाला आज आलेली सुमधूर फळे पाहून त्यांना निश्चितपणे आनंद झाला असता. कृषिक्षेत्रातील केवळ त्यांच्या योगदानामुळेच भारत आज जागतिक पातळीवरील दूध व दुग्धजन्य पदार्थ व कुक्कुटपालन उत्पादनात एक आघाडीचा प्रमुख देश बनला आहे. भारतात पशुसंवर्धनाचा झालेला विकास ही तर अण्णासाहेबांनी नियोजनपूर्वक आखलेल्या धोरणांचीच पुण्याई आहे. कृषि आर्थिक विकास प्रक्रियेतील अण्णासाहेबांचे योगदान ललामभूत ठरणारे आहे.

संकरित तंत्रज्ञान

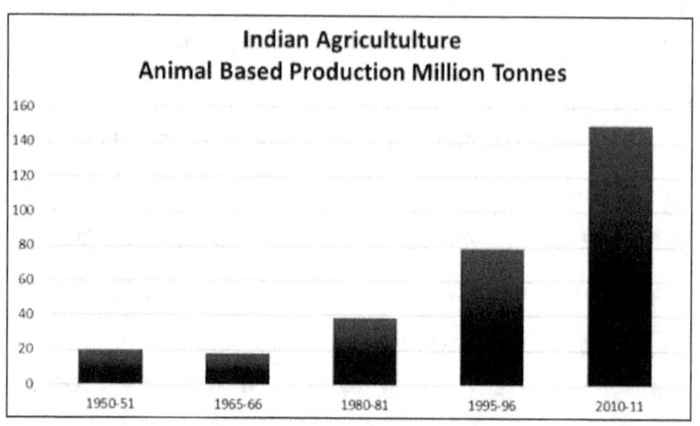

१९६० व १९७०च्या दशकात शेती आणि ग्रामीण अर्थव्यवस्थेत सर्वाधिक भांडवली गुंतवणूक करण्यात आली. आतापर्यंतच्या इतिहासातील ही सर्वोच्च गुंतवणूक होय. कृषि व पशुसंवर्धनाच्या विकासासाठी या क्षेत्रात सार्वजनिक व खासगी गुंतवणूक वाढविण्यास अण्णासाहेबांनी प्रयत्नपूर्वक सर्वोच्च प्राधान्य दिले. एकूणच कृषिक्षेत्रातील गुंतवणूक वाढविण्यासाठी अतिशय महत्त्वाची भूमिका त्यांनी बजावली.

भारतात कृषिक्षेत्रात गुंतवणूक वाढवण्यात आली, तरी या क्षेत्रात गुंतवणूक वाढविण्यास काही मर्यादा होत्या. कृषि वित्तपुरवठा हा सदोष आणि अपूर्ण होता याची अण्णासाहेबांना जाणीव होती. कृषि वित्तपुरवठा वाढविण्यासाठी अण्णासाहेबांनी संस्थात्मक रचना निर्माण करण्याच्यावर भर दिला. कृषिक्षेत्रातील वित्तपुरवठा वाढविण्यासाठी नाबार्डसारखी संस्था स्थापन करण्याची सूचना अण्णासाहेबांनी केली होती. १९६९ साली देशातील १४ प्रमुख बँकांचे राष्ट्रीयीकरण करण्यात आले. या नव्याने स्थापन करण्यात आलेल्या

राष्ट्रीयीकृत बँकांना कृषिक्षेत्राचा पतपुरवठा वाढविण्याच्या हेतूने त्यांना निश्चितच उद्दिष्ट देण्यात आले होते. त्यातून शेतीक्षेत्रातील पतपुरवठा वाढविण्यावर भर देण्यात आला. शेतीक्षेत्रातील उत्पादन, त्याची साठवणूक तसेच शेतीमालावरील प्रक्रिया करणे आणि शेतमालाची परिणामकारक विपणनव्यवस्था वाढविण्यासाठी कृषि अर्थव्यवस्थेच्या या प्रत्येक क्षेत्रात सहकारी संस्था स्थापन करण्यावर विशेष भर देण्यात आला. अशा संस्थांना प्रोत्साहन देण्यात आले. त्यातून कृषि अर्थव्यवस्थेच्या विकासाची निश्चित अशी दिशा ठरविण्यात आली.

१९६९ च्या दशकात देशाची अन्नसुरक्षा हे अण्णासाहेबांसाठी एक फार मोठे आव्हान होते. अन्नसुरक्षा प्राप्त करण्यासाठी भारताच्या कृषि अर्थव्यवस्थेचा विकास करणे व त्याद्वारा ग्रामीण जनतेची प्रगती करणे हे त्यांनी सर्वांत महत्त्वाचे उद्दिष्ट ठरविले होते. हे उद्दिष्ट केवळ कृषि अर्थव्यवस्थेत शिक्षणाचा विकास व अद्ययावत तंत्रज्ञानाचा वापर या माध्यमातून साध्य केले जाऊ शकते याची अण्णासाहेबांना खात्री होती. म्हणून अण्णासाहेबांनी कृषि शिक्षण व अद्ययावत तंत्रज्ञानाचा कृषि विकासासाठी सातत्याने पुरस्कार केला. भारतीय कृषि संशोधन परिषदेची पुनर्रचना करण्यात त्यांची भूमिका निर्णायक महत्त्वाची होती. कारण १९६० च्या दशकात कृषिक्षेत्रात आधुनिक तंत्रज्ञानाचा वापर वाढविण्यास फारशी अनुकूल परिस्थिती नव्हती. त्या पार्श्वभूमीवर भारतीय कृषि संशोधन परिषदेची पुनर्रचना ही घटना फार महत्त्वपूर्ण ठरते.

भारतातील कृषि मालाची किंमत ठरविण्याच्या पर्याप्त पद्धतीचा व तिची परिणामकारक अंमलबजावणी करण्याचा अभाव यामुळे भारतीय कृषिक्षेत्रापुढील आव्हाने खूपच मोठी आहेत याची अण्णासाहेबांना पूर्ण जाणीव होती. कृषिमालाचे मूल्यांकन करण्याच्या योग्य पद्धतीचा त्यांनी पुरस्कार केला, जेणेकरून ही पद्धत शेतीच्या विकासाला, शेतीच्या सुरक्षेला व ग्रामीण अर्थव्यवस्थेला स्थैर्य प्राप्त करून देण्यासाठी पूरक ठरेल.

सर्वच आघाड्यांवर शेतीच्या विकास प्रक्रियेत मृदा-पाणी यांच्या शास्त्रशुद्ध व्यवस्थापनाची गरज, उत्पादन वाढ व पर्यावरण संरक्षण या बाबतीत ते सजग होते. म्हणूनच या सर्व पार्श्वभूमीवर त्यांनी शेतीची सातत्यपूर्ण उत्पादकता कशाप्रकारे वाढविता येईल यावर विशेष भर दिला. अण्णासाहेबांनी शेती उत्पादनात पाण्याचे किती महत्त्व आहे, याचा अतिशय सखोल अभ्यास केला होता. म्हणूनच त्यांनी पाण्याच्या प्रत्येक थेंबाच्या उत्पादकतेला महत्त्व दिले. सुप्रसिद्ध कृषिशास्त्रज्ञ डॉ. एम. एस. स्वामीनाथन अण्णासाहेबांचा उल्लेख भारताच्या 'जलसिंचन सुरक्षेचे शिल्पकार' असा करतात.

जागतिक पातळीवरील थोर कृषि वैज्ञानिक डॉ. वाय. पी. एस. यादव यांनी अण्णासाहेबांबद्दल म्हटले, की त्यांनी मृदेच्या उच्च उत्पादनक्षमतेवर सर्वोच्च भर दिला

व मृदेची होणारी धूप थांबविण्यासाठी विशेष काळजी घेतली.' अण्णासाहेब आयुष्यभर सामान्य माणसाच्या विशेषत: ग्रामीण भागात राहणाऱ्या शेतकऱ्यांच्या विकासासाठी सातत्याने प्रयत्नशील होते.

कृषि मंत्रालयातील त्यांच्या पंधरा वर्षांच्या कार्यकाळात त्यांचे संयमी, आनंदी व्यक्तिमत्त्व सर्वांनाच भावले. निर्मळ मनाने त्यांनी कार्य केले. ते आपल्या विचारांवर व कार्यपद्धतीवर खंबीर राहिले. त्यांच्या सान्निध्यात आलेल्या प्रत्येकाला त्यांनी अगदी मंत्रमुग्ध केले. त्यांच्या विभागातील कर्मचाऱ्यांसह त्यांच्या सहकाऱ्यांनी व लोकप्रतिनिधींनी त्यांचा नेहमीच आदर केला. अण्णासाहेबांच्या क्षमतेबद्दल, त्यांच्या प्रामाणिकपणाबद्दल, कृषि आर्थिक विकासाच्या योगदानाबद्दल त्यांच्याविषयी खूप मोठा आदर होता. विरोधी पक्षीय सदस्यांनाही त्यांच्याबद्दल विश्वास होता ही उल्लेखनीय बाब म्हणावी लागेल. त्यांची कार्यपद्धतीच अगदी वेगळ्या स्वरूपाची होती. त्यात त्यांनी कोणत्याही प्रकारच्या वैयक्तिक लाभाला थारा दिला नाही. त्यांनी रचनात्मक आणि विधायक कामाचा ध्यास घेतला होता. आपल्या ज्ञानाचा आणि कामाचा उपयोग समाजाच्या उन्नतीसाठी व्हावा, याच उद्देशाने त्यांनी काम केले.

भारताच्या आजच्या अन्नसुरक्षेचे निःसंशय श्रेय त्यांना द्यावे लागेल. भारत अन्नधान्याच्या बाबतीत स्वयंपूर्ण व्हावा याची पायाभरणी अण्णासाहेबांनी केली. त्यांची नियोजनबद्ध आखणी केली आणि त्या दिशेने त्यांनी परिणामकारकपणे वाटचाल केली. त्यामुळेच ते अन्नसुरक्षेची पायाभरणी यशस्वीपणे करू शकले.

पुढचे पाऊल

- अनिल अण्णासाहेब शिंदे -

एकविसाव्या शतकातील आव्हाने

आज २००८पासून दूध, अंडी, चहा आणि डाळींच्या उत्पादनात भारत देश जगात आघाडीवर आहे. तांदूळ, गहू, साखर, तेलबिया, फळे, समुद्रीखाद्य आणि कपाशीच्या उत्पादनात जगातील पहिल्या पाच देशांत भारताची गणना होते. एकेकाळी अन्नधान्याची तीव्र टंचाई असलेले; पण आज अन्नधान्याच्या उत्पादनात स्वयंपूर्ण झालेले जगात जे काही अगदी मोजके देश आहेत, त्यामध्ये भारताचा अग्रक्रमाने उल्लेख करावा लागेल. अन्नधान्याच्या टंचाईच्या समस्येत गुरफटलेल्या भारतासारख्या देशाच्या दृष्टीने अन्नधान्याच्या उत्पादनात स्वयंपूर्ण होणे ही फारच मोठी उपलब्धी म्हणावी लागेल.

निसर्गाच्या लहरीपणामुळे आणि ग्लोबलवार्मिंगमुळे जगातील सर्वच घटकांपुढे एक आव्हानात्मक परिस्थिती निर्माण झाली आहे. एका बाजूला खनिज तेलाचे भाव वाढत आहेत, तर दुसऱ्या बाजूला लोकसंख्या वाढत आहे व वाढत्या लोकसंख्येमुळे अन्नधान्याची मागणीही मोठ्या प्रमाणात वाढत आहे. अन्नधान्याच्या वाढत्या मागणीमुळे अन्नाचे संकट निर्माण होण्याची शक्यता आहे. खनिज तेलाच्या भाववाढीला पर्याय म्हणून जैव इंधनाच्या उत्पादनावर भर दिला जात आहे. जैवइंधनाच्या वाढत्या उत्पादनामुळे अन्नधान्याच्या पिकाखालील जमिनीचे क्षेत्र कमी होत आहे. त्यामुळे भविष्यात पुन्हा एकदा अन्नधान्याच्या टंचाईची परिस्थिती निर्माण होण्याची भीती आहे. अशी परिस्थिती निर्माण होण्यास इतरही आणखी काही घटक कारणीभूत ठरू शकतात.

जगातील सर्वसामान्य समस्यांबरोबरच भारतातील विशिष्ट परिस्थितीने स्वतः काही समस्या निर्माण केलेल्या आहेत. भारतातील ६३ टक्के अधिक लोकसंख्या ग्रामीण

भागात राहाते. आत्महत्या करणाऱ्या शेतकऱ्यांची संख्याही दिवसेंदिवस वाढतच आहे. भूमिहीन शेतकऱ्यांची, दारिद्र्यरेषेखाली जगणाऱ्यांची परिस्थिती अगदी चिंताजनक आहे. म्हणून आजच्या समस्यांच्या आणि भविष्यात उद्भवणाऱ्या समस्यांच्या परिस्थितीत सर्वसामान्य माणसाला अधिकच चांगले जीवन जगण्यासाठी आणि त्यांचे राहणीमान उंचावण्यासाठी आणि आपल्या देशाला 'कृषि महाशक्ती' म्हणून निर्माण करण्यासाठी सर्वदूर प्रयत्न करणे आवश्यक आहे.

अण्णासाहेबांचे द्रष्टेपण म्हणजे या सर्व समस्या व भविष्यात येऊ घातलेल्या समस्यांची त्यांना आधीच जाणीव झालेली होती. त्यांच्या मंत्रिपदाच्या कार्यकाळात आणि त्यानंतरही त्यांनी जी विविध पदे भूषविली त्या काळात या आव्हानांना समक्षपणे सामोरे जाण्याच्या दृष्टीने उपाययोजना सुचविल्या व त्या परिणामकारकपणे अमलांत आणल्या. त्यांनी अतिशय अभ्यासूपणे या उपाययोजना सुचविल्या होत्या. त्यांच्या 'शेती आणि पाणी' या गाजलेल्या पुस्तकात या सर्व प्रश्नांची आणि त्यावरील उपाय योजनांची सविस्तरपणे चर्चा केलेली आहे. 'इस्राईलची तोंडओळख' या त्यांच्या आणखी एका पुस्तकात त्यांनी आदर्श पाणी व्यवस्थापन आणि त्यांची परिणामकारक अंमलबजावणी करण्यासंबंधी सविस्तर चर्चा केली आहे. मात्र पुढील काही आव्हानांवर लक्ष केंद्रित करणे आवश्यक आहे.

तथाकथित अर्थतज्ज्ञांचा अडथळा

अनेक अर्थतज्ज्ञांवर जागतिक मुक्त अर्थव्यवस्थेचा प्रभाव आहे. त्यांच्या डोळ्यासमोर विकसित देशांचे प्रारूप आहे. त्यांच्या मते सर्व विकसित देशांमध्ये सकल राष्ट्रीय उत्पादनामध्ये शेतीक्षेत्राचा वाटा केवळ तीन टक्के एवढाच आहे आणि विकसित देशांमध्ये केवळ दोन टक्के एवढीच लोकसंख्या शेतीक्षेत्रावर अवलंबून आहे. ते याच प्रकारचे प्रारूप डोळ्यासमोर ठेवून भारतीय अर्थव्यवस्थे संदर्भात विचार व्यक्त करीत असतात. विकसित देशांचे हे प्रारूप भारतीय अर्थव्यवस्थेला आणि भारतीय शेतीला अगदी जसेच्या तसे लागू करता येणार नाही. ते प्रारूप भारतासारख्या देशाला लागू करण्याचा प्रकार हा पुतण्या-मावशीच्या नात्यासारखा म्हणावा लागेल. कारण विकसित देशांची परिस्थिती वेगळी आहे. भारताची परिस्थिती त्यापेक्षा खूपच वेगळी आहे. त्यांना भारताच्या गरजा व त्या गरजांची पूर्तता करण्यासाठीचे सामर्थ्य यांचे संपूर्ण आकलन झालेले नाही. भारताची लोकसंख्या अधिक आहे व एवढ्या लोकसंख्येचा अन्नधान्याचा प्रश्न सोडविण्यासाठी भारतीय शेतीची क्षमता यांचा तुलनात्मक व चिकित्सक अभ्यास या अर्थतज्ज्ञांनी केलेला नाही. भारताची राष्ट्रीय एकात्मता आणि

भारताचे संरक्षण या दृष्टीकोनातून अन्नधान्याच्या उपलब्धेकडे बारकाईने लक्ष द्यावे लागेल.

शेत जमीन धारणा मर्यादा

१९५० ते १९७० च्या दशकातपर्यंतच्या काळात समाजात सामाजिक न्याय प्रस्थापित करण्याच्या दृष्टीने शेतजमिनीच्या कमाल धारणेची मर्यादा निश्चित करणे निकडीचे होते. शेतकऱ्यांच्या दृष्टीने आणि शेती उत्पादनात वाढ करण्याच्या दृष्टीने ते आवश्यकही होते. परंतु, एकविसाव्या शतकाच्या सुरुवातीलाच एक वास्तव्य समोर येताना दिसते.

शेतकरी कुटुंबाचे मोठ्या प्रमाणात विभक्तीकरण होताना दिसते आहे. त्यामुळे जमिनीचेही वाटप होत आहे. थोडक्यात जमिनीचे लहान लहान तुकडे होत आहेत. जमिनीचे तुकडेकरण ही एक मोठी समस्या आहे. लहान तुकड्यांची शेती करणे आर्थिकदृष्ट्या त्या शेतकऱ्याला परवडणारे नाही. त्याचा शेती उत्पादनावर विपरीत परिणाम होईल. जमिनीचे तुकडेकरण होण्याच्या प्रश्नावर धोरणकर्त्यांनी गांभीर्याने पुनर्विचार करणे आवश्यक आहे. याचा अर्थ कार्पोरेट शेतीचा किंवा पूर्वींसारख्या जमिनदारी पद्धतीचा पुरस्कार करण्याचा मुळीच हेतू नाही. शेती धारणेची एक कमाल मर्यादा निश्चित करणे आवश्यक आहे. जेणेकरून शेतकऱ्याला शेती करणे आर्थिकदृष्ट्या व शेतमालाच्या उत्पादनाच्या दृष्टीने किफायतशीर ठरू शकेल.

कृषि उत्पादन

भारताने आपले कृषि उत्पादन प्रगती करून वाढविले असून जागतिक स्तरावर शेती उत्पादनात अग्रगण्य स्थान प्राप्त केले असले, तरी भारताची प्रतिएकर उत्पादकता इतर विकसित देशांच्या तुलनेत खूपच कमी आहे. २००३ मध्ये काही देशांचे धान्य, गहू, मका यांचे प्रतिहेक्टरी उत्पादन खालीलप्रमाणे दाखविता येईल व त्यातून भारताला अजून किती मोठ्या प्रमाणात शेती उत्पादन वाढविणे आवश्यक आहे; याची कल्पना येईल.

पीक	भारत	अमेरिका	चीन	चिली	फ्रान्स	इटली	स्पेन	न्यूझीलंड
तांदूळ	३.०	७.५	६.१	४.९	५.६	६.२	७.३	-
गहू	२.६	३.०	३.९	४.३	६.२	२.८	२.९	७.४
मका	२.१	८.९	४.९	१२.३	७.१	७.७	९.१	१०.५

भारताला आपले शेतमालाचे उत्पादन वाढविण्यासाठीची तीनशे ते पाचशे टक्के क्षमता वाढवावी लागणार आहे. त्याचबरोबर दुग्धोत्पादन, साखर, फळफळावळ, भाजीपाला आणि पशुखाद्याचे उत्पादन २५० ते ४०० टक्के एवढे वाढवावे लागणार आहे.

जैवतंत्रज्ञान आणि विकसित गुणसूत्रांचा वापर तसेच प्रगत तंत्रज्ञानाचा वापर करून शेतीची उत्पादकता वाढविण्यास पुष्कळच वाव आहे. यासाठी जगात या सर्व पद्धतींचा कशाप्रकारे वापर केला जातो, याचा चिकित्सकपणे अभ्यास करून त्यांचा अवलंब करावा लागेल. नवीन तंत्रज्ञानाचा वापर करताना एकाच वेळी त्याच्या दीर्घकालीन परिणामांकडे लक्ष द्यावे लागेल अगदी संतुलित पद्धतीने नवीन तंत्रज्ञानाचा वापर करावा लागेल.

संशोधन आणि शिक्षण

कृषि विद्यापीठे आणि कृषिक्षेत्राशी संबंधित असलेल्या शिक्षण संस्थांमुळे भारतात कृषि संशोधनाचे व्यापक प्रमाणात जाळे विस्तारलेले आहे. तथापि या संशोधन संस्थांना संशोधनासाठी अपुरा वित्तपुरवठा होत असल्यामुळे त्या निस्तेज झाल्यासारख्या दिसतात. देशाची अद्ययावत संशोधनाची गरज लक्षात घेता या संस्थांना पुरेसा आर्थिक निधी उपलब्ध करून देणे आवश्यक आहे. देशातील कृषि संशोधन अधिक व्यापक करण्यासाठी या संशोधन संस्थेचे पुनरुज्जीवन करणे अत्यंत आवश्यक आहे. जागतिक उच्च तांत्रिक क्षमता यांचा अवलंब करून भारतीय कृषि अर्थव्यवस्था बळकट करण्याच्या प्रक्रियेत आपल्या गरजेनुसार पर्याप्त तंत्रज्ञान विकसित करून त्याचा वापर करून भारताला 'कृषि महासत्ता' म्हणून उभे करावे लागेल.

सेंद्रिय शेती

भारतात पूर्वी सेंद्रिय पद्धतीने शेती केली जात होती. त्यामुळे सेंद्रिय शेती ही भारताची ताकद आहे. संतुलित पद्धतीने सेंद्रिय शेती करून सेंद्रिय उत्पादनासाठी जागतिक बाजारपेठ तयार करावी लागेल.

वित्तपुरवठा आणि पीक विमा

भारतात कृषिक्षेत्राला होणारा वित्तपुरवठा हा नेहमीच अपुरा राहिलेला आहे. भारताने खुल्या आर्थिक व्यवस्थेत प्रवेश केला आहे. भारतीय शेतीला जागतिक बाजारपेठेत पोहोचण्याची मोठी आवश्यकता आहे. शेतीक्षेत्राला विशेषतः लहान शेतकऱ्यांना

पुरेसे आर्थिक पाठबळ नावीन्यपूर्ण पद्धतींचा अवलंब करून, त्याचा सामाजिक स्तर विचारात न घेता त्यास उपलब्ध करून द्यावे लागेल. त्या दृष्टीने शेतीला अधिक अर्थसाहाय्य उपलब्ध व्हावे यासाठी सहकार क्षेत्र बळकट करणे आवश्यक आहे. शेती उत्पादन वाढविण्याच्या दृष्टीने व ग्रामीण अर्थव्यवस्था बळकट करण्याच्या उद्देशाने शेतीला पुरेसे अर्थसाहाय्य उपलब्ध करून देणे आवश्यक आहे. इतरही कृषिपूरक व्यवसायांचा विकास करावा लागेल. भारतातील शेतीचे मोठे क्षेत्र जिरायती आहे. निसर्गावर अवलंबून आहे. पर्जन्यमान अगदी लहरी स्वरूपाचे आहे. एक तर जिरायती शेतीत उत्पादन मर्यादित, तर दुसऱ्या बाजूला पाऊस वेळेवर झाला नाही, तर पीक हाती येणे अगदी दुरापास्त. गुंतवलेली रक्कमही वसूल होत नाही. यातून मार्ग काढण्यासाठी शेतीला पुरेशा प्रमाणात विमा संरक्षण उपलब्ध करून देणे आवश्यक आहे. शेतीच्या विमा संरक्षणाची व्याप्ती वाढवली पाहिजे. ग्रामीण भागातील शेतीसमोर निसर्गाच्या अनिश्चिततेसह सर्व प्रकारच्या आव्हानांचा विचार करून शेतीला सर्वसमावेशक विमा सुरक्षाकवच उपलब्ध करून देणे आवश्यक आहे. त्यामुळे शेतकऱ्याला खात्रीने संरक्षण मिळेल व त्याच्या विकासासाठी अनुकूल परिस्थिती निर्माण होईल.

शेतकरी आणि शेतीक्षेत्रासमोरील आव्हाने अतिशय परिणामकारकपणे व अचूक विचारशक्ती आणि जबरदस्त राजकीय इच्छाशक्तीच्या जोरावर निश्चितपणे सोडवता येतील. मात्र पुढे दिलेली आव्हाने सोडविणे खूपच अवघड आहे. ती सोडवण्यासाठी फारच प्रामाणिक व समर्पित दृष्टीकोनाची गरज आहे. पण जर त्या समस्यांकडे आपण आज दुर्लक्ष केले, तर भावी काळातील पिढ्यांसाठी तो दैवदुर्विलास ठरेल.

जल व्यवस्थापन

'जल व्यवस्थापन' हा मानवी जीवनातील सर्वांत महत्त्वाचा घटक आहे. संपूर्ण भारताला मोसमी हवामान आणि त्याशिवाय विविध प्रकारचे कृषि हवामान उपलब्ध असले, तरी आपल्या देशात शास्त्रीय जल व्यवस्थापनाचा फार मोठा अभाव आहे. ओल्या किंवा कोरड्या दुष्काळाचा सतत भारताच्या कोणत्या न कोणत्या भागाला दरवर्षी फटका बसत असतो. दख्खनच्या पठारी भागात तसेच भारतात इतरही भागात भूगर्भातील पाण्याची पातळी पाचशे फुटांच्या खाली गेली आहे. भूगर्भातील पाण्याचे सातत्यपूर्ण व कायमस्वरूपी टिकाव धरेल अशाप्रकारे पुनर्भरण केले नाही, तर पाण्याची समस्या तीव्र होईल. पाण्यावरून संघर्ष मोठ्या प्रमाणात वाढतील.

जल टंचाईची समस्या सोडविण्यासाठी टंचाईच्या भागात सामाजिक कार्यकर्त्यांनी आणि संशोधक तज्ज्ञांनी भरीव स्वरूपाचे काम केले आहे. स्थानिक गरजा लक्षात घेऊन

त्या गरजांची पूर्तता करण्यासाठी स्थानिक संसाधनाचा वापर करून अपेक्षित हेतू साध्य करण्यासाठी समुचित प्रयत्न करण्याची गरज आहे. सध्या नदीजोड प्रकल्पाची चर्चा जोरात चालू आहे. गंगा-कावेरी या नदीजोड महत्त्वाकांक्षी प्रकल्पाची पूर्तता करण्यासाठी अतिशय मर्यादित वेळेत फार मोठे प्रयत्न करावे लागणार आहेत. सध्याच्या काळात सर्वच दृष्टीने किफायतशीर आणि उद्दिष्टपूर्तींच्या दृष्टीने लहान प्रकल्प हाती घ्यावेत. दखखनच्या पठारी प्रदेशात साधे साधे पाझर तलाव, नाला बांध, जलसंवर्धनाच्या इतर पद्धती व्यवस्थितपणे आणि परिणामकारकपणे राबवणे आवश्यक आहे. ज्या ठिकाणी जलसंवर्धनाचे असे प्रयोग करण्यात आले ते अगदी यशस्वी झाले असून त्यामुळे त्या परिसरात चारमाही शेती आठमाही झाली आहेत. याचा अर्थ खरिपाच्या पिकांसह काही प्रमाणात रब्बीची पिके घेण्यात येत आहे. ही महत्त्वाची उपलब्धी आहे. जलसंवर्धनाचे उपक्रम शास्त्रीय पद्धतीने राबविले गेल्यामुळे भूगर्भातील पाणी पातळी या परिसरात निश्चितपणे वाढली आहे. ही योजना अगदी साध्या व सोप्या स्वरूपाची असून येणाऱ्या पावसाळ्यापर्यंत राबविणे सहज व्यवहार्य आहे. म्हणून ही जलसंवर्धनाची योजना जेथे शक्य आहे, तेथे राबविली जाणे आवश्यक आहे.

कोकणात भरपूर पाऊस पडतो. पण पावसाचे सर्व पाणी समुद्राला वाहून जाते. कारण तेथे पाणी अडविण्याच्या फारशा योजना नाहीत. कोकणातील जेथे जास्तीचे पाणी उपलब्ध आहे, तेथे अडविले जाऊन टंचाईग्रस्त भागात ते पंपाच्या साहाय्याने लिफ्ट करून किंवा सह्याद्री पर्वताला बोगदे करून आणावे लागेल.

विदर्भातील अनेक नद्यांना तसेच उत्तर भारतातील हिंदीभाषिक प्रदेशातील नद्यांना मोठे पूर येतात. त्यामुळे मोठ्या प्रमाणातील शेती व शेती पिकांचे नुकसान होते. या जलशक्तीचे नियोजन करणे शक्य आहे. त्यासाठी नियोजनपूर्वक कालव्याचे जाळे निर्माण करून, या जलशक्तीचे संवर्धन करता येईल. तिचा परिणामकारक उपयोग करता येईल आणि नैसर्गिक संकटाचे रूपांतर निश्चितपणे नैसर्गिक वरदानात करता येईल. आधुनिक तंत्रज्ञानाच्या आधारे हे साध्य करणे सहज शक्य आहे. ब्रह्मपुत्रा नदीच्या महापुरामुळे जे प्रचंड पाणी वाहून जाते ते अक्षरशः वाया जाते आणि त्यामुळे प्रचंड नुकसान होते. वाया जाणाऱ्या इतक्या प्रचंड जलशक्तीचे रूपांतर उत्पादनक्षम स्वरूपात करण्यासाठी एकूणच भगीरथ प्रयत्नांची गरज आहे.

जलसंधारणाच्या अनेक विविध योजना राबविण्याबरोबरच आदर्श पाणी व्यवस्थापनासाठी योग्य प्रकारचे कायदे करण्याची गरज आहे. इस्रायल हे या दृष्टीने एक उत्कृष्ट प्रारूप म्हणावे लागेल. तेथे जलसंवर्धनाबरोबरच जल व्यवस्थापनासाठी आवश्यक ते कायदे केलेले आहेत. आपल्याला हे सर्व नव्याने करण्याची गरज नाही.

फक्त आपल्या देशातील वातावरणाशी जुळवून घेता येईल, अशी व्यवस्था निर्माण करायची आहे.

मृदा व्यवस्थापन

मृदा व्यवस्थापन हा आणखी एक अतिशय महत्त्वाचा घटक आहे. त्याचा अतिशय गंभीरपणे विचार करणे आवश्यक आहे. मृदा आणि पाणी व्यवस्थापनाकडे दुर्लक्ष केल्यामुळे नागरी जीवनात संघर्ष निर्माण झालेले आहेत. अधिक उत्पादन घेण्याची अघोरी हाव यामुळे आपल्या मृदा व्यवस्थापनाच्या समस्या अधिक तीव्र झाल्या आहेत. मृदेची हानी होण्याच्या समस्येवर उपाय शोधण्याच्या दृष्टीने व्यापक प्रमाणात संशोधन हाती घेण्यात आले आहे. त्यातून काही उपाययोजनाही सुचविण्यात आल्या आहेत. मात्र त्यांची अतिशय काळजीपूर्वक आणि परिणामकारक अंमलबजावणी आवश्यक आहे. शेतकऱ्यांच्या सक्रिय सहभागाशिवाय आणि सततच्या पाठिंब्याशिवाय या उपाययोजना अमलात आणणे अवघड आहे. त्यांची यशस्वीपणे अंमलबजावणी होण्यासाठी तांत्रिक आणि आर्थिक उपाययोजनांची गरज आहे.

वनीकरण

आजपर्यंत पिकांखालील शेतजमिनीच्या संदर्भातील विविध प्रश्नांची बरीच चर्चा करण्यात आली. एकेकाळी भारतात फार मोठ्या क्षेत्रावर वनसंपदा अस्तित्वात होती. परंतु, आतापर्यंत मोठ्या प्रमाणात जंगलतोड झाल्यामुळे हे सर्व क्षेत्र पडीक झालेले आहे. काही तज्ज्ञांच्या मते वनसंपत्तीच्या ऱ्हासामुळे भारताचे फार मोठे नुकसान झाले आहे. आज भारतातील धोरणकत्यांसमोरील महत्त्वाचे आव्हान म्हणजे मोठ्या प्रमाणात या वनसंपदेची लागवड करणे व त्यांचे व्यवस्थितपणे संगोपन करणे होय. परंतु, आतापर्यंत या दिशेने जेवढे प्रयत्न झाले आहेत, त्यात पूर्णतः अपयश आले आहे. त्याचे मुख्य कारण म्हणजे गुरेढोरे. शेळी-मेंढी इत्यादी प्राण्यांच्या मुक्तचराईमुळे वृक्षराजी वाढू शकत नाही, तर दुसऱ्या बाजूला जंगलातील लाकूड सरपणासाठी व इतर कामांसाठी स्थानिक लोकसमुदायाकडून मोठ्या प्रमाणात तोडले जाते. या अनिर्बंध जंगलतोडीमुळे जंगलाची वाढ होऊ शकत नाही. कायमस्वरूपी जंगलांचे संरक्षण होण्यासाठी, वनसंपदा वाढविण्यासाठी वरील दोन्ही बाबींमुळे वनसंपदेचा नाश होणार नाही, याकडे गांभीर्याने लक्ष द्यावे लागेल. जंगलाचे यशस्वीपणे संरक्षण झाले, तर भारतासमोरील पर्यावरणाशी संबंधित अनेक प्रश्न सहजपणे सुटण्यास मदत होईल.

अन्नसुरक्षा

भारतीय शेतीसमोर अनेक आव्हाने आहेत. त्या आव्हानांची पूर्तता करण्याचे प्रयत्न एका बाजूला चालू असतानाच गरीब लोकांच्या अन्नसुरक्षेचा प्रश्न आवासून उभा आहे. भारतात पन्नास टक्के लोकांचे दररोजचे दरडोई उत्पन्न वीस रुपये असले, तरी या गरिबांना सार्वजनिक वितरण व्यवस्थेच्या माध्यमातून त्यांच्यासाठी अतिशय कमी किमतीत अन्नधान्य पुरवण्याची हमी सरकारने दिली आहे. याचे श्रेय सरकारला द्यावे लागेल. तथापि या सार्वजनिक वितरण व्यवस्थेतही अनेक दोष आहेत. अन्नधान्याची साठवणूक, वाहतूक, अन्नधान्याची नासधूस, या योजनेतील भ्रष्टाचार या घटकांमुळे सार्वजनिक वितरणव्यवस्था ही सदोष स्वरूपाची आहे. सध्या अस्तित्वात असलेल्या यंत्रणेतील दोष दूर करून गरिबांना अन्नधान्याची सुरक्षा मिळवून देण्यासाठी यापेक्षा अधिक सक्षम आणि निर्दोष यंत्रणा विकसित करण्याची नितांत गरज आहे. यासाठी महत्त्वाच्या असलेल्या 'फूड्स स्टॅम्प' संकल्पनेचा अधिक जोरदार पुरस्कार केला जात आहे. भारताच्या अर्थमंत्र्यांनी केलेल्या दोन्ही अर्थसंकल्पात या योजनेचे सूतोवाच केले आहे. या 'फूड्स स्टॅम्प' योजनेची परिणामकारकपणे अंमलबजावणी केल्यास सार्वजनिक वितरण व्यवस्थेतील दोष दूर होतील व ही योजना अधिक चांगल्याप्रकारे परिणामकारक होऊ शकेल.

'अर्थक्रांती' या स्वयंसेवी संस्थेने आणखी एक उपाय सांगितला आहे. प्रत्येक गरीब नागरिकाला त्याच्या अन्नधान्याच्या अनुदानाच्या इतकी रक्कम त्याच्या बचत खात्यात थेटपणे जमा करणे. त्यामुळे तो गरीब माणूस बँकिंग प्रणालीत येऊ शकेल. त्यामुळे सध्याच्या वितरण पद्धतीतील दोष दूर होतील. अन्नधान्याचा व पैशाचा अपव्यय थांबेल. या दोन्ही उपायांमुळे भारतीय ग्रामीण अर्थव्यवस्थेला निश्चितपणे चांगल्याप्रकारे उभारी मिळेल.

ग्रामीण भागातील गरिबांच्या आहारातील बाजरी आणि ज्वारी हे महत्त्वाचे खाद्यान्न आहे. परंतु, सार्वजनिक वितरण व्यवस्थेच्या माध्यमातून वितरित केल्या जाणाऱ्या अन्नधान्यात ज्वारी आणि बाजरीचा समावेश नाही. दोन्ही धान्याचा सार्वजनिक वितरण व्यवस्थेत समावेश झाला, तर कोरडवाहू भागातील गरीब शेतकऱ्याला याचा अधिक चांगल्याप्रकारे लाभ होईल.

किफायतशीर मूल्य

शेतकऱ्यांच्या शेतमालाला पुरेसे किंवा किफायतशीर मूल्य मिळत नाही. अन्नधान्य टंचाई होण्याच्या भीतीमुळे सरकार अन्नधान्याच्या किमती फारशा वाढू देत नाही.

त्या नेहमीच नियंत्रित ठेवते. कृषिमालाच्या निर्यातीवरही बंदी घातली जाते. सरकार शेतकऱ्याला नेहमीच शेतमालाच्या कमी व नियंत्रित किमतीच्या सावटाखाली ठेवते. सर्वसाधारणपणे अर्थव्यवस्थेत प्रत्येक उत्पादक हा आपल्या उत्पादनावर किमान नफा मिळतोच. पण ती संधी फक्त शेतकऱ्याला उपलब्ध नाही. शेतकऱ्यांनी उत्पादित केलेल्या मालाची किंमत ठरविण्याचा अधिकार त्याला नाही, तर तो सरकारला आहे. सरकार अशाप्रकारे किंमत ठरविते, की त्यातून नफा तर दूरच पण उत्पादनखर्चही भरून निघत नाही. अन्नधान्याच्या टंचाईच्या काळात सरकारने शेती उत्पादनाच्या किमतीचे नियोजन केले, तर ते एक वेळ समजू शकते. पण आज अन्नधान्याचे मुबलक उत्पादन होत असताना तेच धोरण चालू ठेवणे हे शेतकऱ्यांवर अन्यायकारक आहे. आज या पारंपरिक धोरणात बदल करण्याची वेळ आली आहे. आज भारतातील शेतकऱ्याला जागतिक व्यापारात सक्षमपणे सहभागी होण्याच्या दृष्टीने शेतमालाच्या प्रचलित बाजारभावामध्ये वाढ करावी लागेल. तसेच जागतिक बाजारात टिकाव धरण्यासाठी शेतकऱ्यांमागे सरकारी पाठबळ उभे करावे लागेल. अधिकाधिक शेती उत्पादन होण्यासाठी व शेतकऱ्याला अधिक बळ देण्यासाठी त्याने उत्पादित केलेल्या शेतमालाला किफायतशीर भाव देणे आवश्यक आहे.

मागे वळून पाहताना असे लक्षात येते, की वरीलपैकी अण्णासाहेबांनी अनेक प्रश्न सोडविण्याचा प्रयत्न केला. अण्णासाहेबांनी १९६० च्या दशकात कृषिमंत्रिपदाची सूत्रे स्वीकारली, तेव्हा भारतीय शेतीचे खूपच जटिल प्रश्न होते. त्या प्रश्नांचा त्यांनी अगदी मुळापासून अभ्यास केला. त्यांनी त्यांच्या कार्यकाळात या प्रश्नांची सोडवणूक करायला प्राधान्य तर दिलेच; पण त्यादृष्टीने अथक परिश्रम घेऊन इतके अतुलनीय काम केले, की पुढील पाच दशकांत भारताला शेतीच्या बाबतीत एक सामर्थ्यशाली राष्ट्र बनविण्याचा प्रयत्न केला. भारताला 'कृषि महासत्ता' बनविण्याचे त्यांचे स्वप्न होते.

सुदैवाने शरदराव पवारसाहेब यांनी देशाचे कृषिमंत्रिपद भूषविले आहे. तेच आज एकमेव प्रभावी राजकीय नेते आहेत, की ज्यांचा जागतिक अर्थव्यवस्था, आंतरराष्ट्रीय विकास आणि दुसऱ्या बाजूला लहान अल्पभूधारक शेतकऱ्यांच्या समस्या आर्दींचा अगदी सखोल अभ्यास आहे. एका बाजूला त्यांचा देशातील आणि जगातील अग्रगण्य उद्योगपती आणि व्यावसायिक यांच्याबरोबरच कोरडवाहू क्षेत्रातील गरीब शेतकऱ्यांबरोबर संवाद आहे.

कृषिमंत्री म्हणून त्यांनी शेतीच्या विकासासाठी जे प्रयत्न केले आहेत, त्याची फळे आता दिसू लागली आहेत. त्यांनी कृषि खात्याचा पदभार स्वीकारला, तेव्हा कृषिक्षेत्राचा विकासदर उणे पातळीवर होता. पवारसाहेबांच्या प्रयत्नांमुळेच आज

शेतीचा विकासदर ३.५ टक्क्यांच्या वर पोहोचला आहे. आपले अन्नधान्याचे उत्पादन २३३ मिलीयन मेट्रिक टनांपर्यंत पोहोचले आहे. भारत हा पूर्वी कापसाचा आयातदार होता. पवारसाहेबांच्या कार्यकाळात तो कापसाचा प्रमुख निर्यातदार बनला आहे. मत्स्य उत्पादन व मांस यांचीही निर्यात मोठ्या प्रमाणात वाढली आहे. पवारसाहेबांनी ग्रामीण कृषि पतपुरवठा वाढविण्यास अधिक चालना दिली. ग्रामीण अर्थव्यवस्थेतील गुंतवणुकीला प्राधान्य दिले.

त्यांनी अनेक विधायक गोष्टी केल्या असून ते अजूनही बऱ्याच गोष्टी करू शकतात. शेती व शेतकऱ्यांच्या समोरील आव्हाने सोडविण्यासाठी कायदे करण्याची, निर्णय घेण्याची व ते परिणामकारकपणे राबविण्याची त्यांची क्षमता आहे. त्यादृष्टीने त्यांचे सतत प्रयत्नही चालू आहेत.

अण्णासाहेबांनी १९६२-१९७७ या काळात कृषिमंत्री म्हणून कार्य केले. त्यांना अविरतपणे शेती विकासाचा ध्यास होता. अल्पभूधारक जिरायत शेतकऱ्यांचे व शेतीचे प्रश्न सोडवण्यासाठी, शेती उत्पादन वाढविण्यासाठी त्यांनी जी धोरणे आखली, ती फार महत्त्वाची आहेत. त्यांच्या कार्यवाहीसाठी याप्रकरणात खालील मुद्द्यांवर सविस्तर चर्चा केली आहे.

- अर्थशास्त्रज्ञांचा अडथळा
- कृषि जमीन मर्यादा
- संशोधन आणि शिक्षण
- सेंद्रिय शेती
- कृषि वित्तपुरवठा व कृषि विमा
- जल व्यवस्थापन
- मृदा व्यवस्थापन
- वनीकरण
- अन्नसुरक्षा
- शेतमालाची किफायतशीर किंमत

या सर्व मुद्द्यांवर पुढील भविष्यकाळात परिणामकारकपणे व प्रामाणिकपणे काम केले, तर भारत निश्चितपणे 'कृषि महासत्ता' होऊ शकेल.

❧❧

मान्यवरांच्या दृष्टीकोनातून

शिंदे तुम्ही तरुण होतकरू आणि प्रतिभावंत आहात. तुमचे भविष्य उज्ज्वल आहे. माझ्या शुभेच्छा सदैव तुमच्या पाठीशी आहेत.
– पंडित जवाहरलाल नेहरू,
भारताचे पहिले पंतप्रधान

हरितक्रांती' यशस्वी करण्यामागील महत्त्वाची 'प्रेरकशक्ती' म्हणूनच अण्णासाहेबांचा अतिशय गौरवपूर्ण उल्लेख करावा लागेल. त्यांनी कृषिक्षेत्रातील संशोधनाला चालना दिली व प्रोत्साहन दिले. देशातील अनेक कृषि विद्यापीठांची स्थापना करण्यात अतिशय महत्त्वाची भूमिका बजावली. भारतीय शेतीला मोठ्या उंचीवर नेण्यात त्यांचा अत्यंत महत्त्वाचा वाटा आहे.
– मा. प्रतिभाताई पाटील,
भारताच्या माजी राष्ट्रपती

डॉ. अण्णासाहेब शिंदे हे अभ्यासू, कार्यक्षम आणि जागृत लोकसभा सदस्य म्हणून ओळखले जातात. अन्न आणि कृषि मंत्रालयात त्यांनी केलेल्या अद्वितीय कामगिरीमुळे भारताच्या ग्रामीण अर्थव्यवस्थेच्या विकासप्रक्रियेवर त्यांच्या अलौकिक कार्याचा कायम प्रभाव पडलेला आहे.
– पी. व्ही. नरसिंहराव,
भारताचे माजी पंतप्रधान

डॉ. अण्णासाहेब शिंदे यांनी भारताच्या कृषि मंत्रालयात असताना
जे काम केले, त्यामुळेच मला देशातील शेतकऱ्यांविषयी वाटणारी
चिंता पुष्कळ कमी झाली आहे.

- यशवंतराव चव्हाण,

भारताचे माजी उपपंतप्रधान

अतिशय दूरदृष्टीने आणि सेवाभावी वृत्तीने डॉ. अण्णासाहेबांनी कृषि
व अन्न खात्याचे राज्यमंत्री म्हणून काम केले. भारत अमेरिकेकडून
पीएल ४८० करारांतर्गत अन्नधान्याची आयात करीत होता. या
परिस्थितीतून मार्ग काढून भारताला अन्नधान्याच्या बाबतीत
स्वयंपूर्ण बनविण्यात व भारताची अन्नसुरक्षा मजबूत करण्यात त्यांनी
अतिशय महत्त्वाची भूमिका बजावली. 'कृषि व ग्रामीण विकासाच्या
क्षेत्रात आपणा सर्वांच्या वाटा उजळणारा 'दीपस्तंभ' असाच
अण्णासाहेबांचा मोठा गौरवपूर्वक उल्लेख करावा लागेल.

- डॉ. एम. एस. स्वामीनाथन,

जागतिक दर्जाचे कृषिशास्त्रज्ञ

स्वातंत्र्योत्तर काळात राष्ट्रउभारणीच्या कार्यात ज्या ज्या मान्यवरांनी
आपले महत्त्वपूर्ण योगदान दिले, त्यात अण्णासाहेबांचे स्थान
अतिशय महत्त्वाचे आहे.

- जयंत पाटील,

माजी सदस्य, केंद्रीय नियोजन आयोग, भारत सरकार

अन्नधान्याच्या उत्पादनात स्वयंपूर्णता मिळवण्याच्या बाबतीत डॉ.
अण्णासाहेब शिंदे यांनी अतिशय प्रामाणिकपणे कार्य केले. या
क्षेत्रातील त्यांचे योगदान निर्णायक स्वरूपाचे ठरले आहे.

- स्पेन मॉक्झिन,

अमेरिका

❦

ऋणनिर्देश

मी, अण्णासाहेबांनी कृषिक्षेत्रात केलेले कार्य पुस्तकरूपाने शब्दबद्ध करायचे ठरविले, तेव्हा मला मोठ्या प्रमाणात आवश्यक ती माहिती गोळा करावी लागली. ज्या शास्त्रज्ञांचा देशातील हरितक्रांती यशस्वी करण्यात मोठा सहभाग होता, त्यांच्याकडून त्यासंबंधीच्या अधिकृत माहितीची नितांत गरज होती. त्यांनी ती माहिती मला उपलब्ध करून दिली. हे सर्वजण जागतिक दर्जाचे शास्त्रज्ञ होते. सुमारे ४० ते ६० वर्षांपूर्वी त्यांनी अण्णासाहेबांबरोबर कृषि व अन्न खात्यात स्वतःला झोकून देऊन काम केले होते. त्यांपैकी अनेक जण आज हयात नाहीत. काही तर खूपच वयोवृद्ध झालेले असल्यामुळे त्यांच्याशी संपर्क होऊ शकला नाही.

'केंद्रीय कृषि भवन' येथील डॉ. नेगी यांच्यामार्फत डॉ. पी. एन. भट यांच्याशी संपर्क केला. डॉ. पी. एन. भट यांनी अण्णासाहेबांबरोबर काम केले होते. त्यांनी प्रयत्नपूर्वक वेगवेगळ्या कृषिशास्त्रज्ञांचे पत्ते मला मिळवून दिले. डॉ. एम. एस. स्वामीनाथन, डॉ. पी. एस. कंवर, डॉ. रांगणेकर, डॉ. भट आणि डॉ. आर. एम. आचार्य आदींनी माझ्या विनंतीला अगदी तत्काळ प्रतिसाद दिला आणि मला सर्वतोपरी सहकार्य केले. डॉ. के. के. अय्या, डॉ. एच. के. जैन, डॉ. आर. नागशेखर, डॉ. एन. पी. जी. राव, डॉ. एम. व्ही. राव, डॉ. के. जी. तेजवानी, डॉ. कीर्ती सिंग आणि डॉ. जे. एस. पी. राव या मान्यवर शास्त्रज्ञांनीदेखील अतिशय चांगला प्रतिसाद दिला व आवश्यक ते सहकार्य केले. या सर्वांमुळे मला अण्णासाहेबांच्या कार्याविषयी अतिशय मौल्यवान माहिती मिळाली. या सर्व मान्यवरांनी मला अधिकृत माहिती उपलब्ध करून दिल्यामुळेच हे शब्दरूपी पुस्तक साकार होत आहे. म्हणून मी या सर्व मान्यवर शास्त्रज्ञांचे अगदी अंत:करणापासून आभार मानतो.

आमचे स्नेही सविता भावे, सबरीना कानन पल्ली, पॉल आणि वत्सला डिसूझा व ब्रायन लोगो यांनी या पुस्तकाचे मुद्रित वाचन करून या पुस्तकाची पुनर्रचना करून दिली. नंदू डांगे यांनी एका लेखाचे भाषांतर करून दिले व पुस्तक छपाईच्या दृष्टीने आवश्यक ती मदत केली.

माझी पत्नी कवी आणि माझ्या मुली पूनम आणि प्रिया यांच्यासह माझे जावई वरुण, माझे काका कै. ॲड. रावसाहेब शिंदे, माझे ज्येष्ठ बंधू अशोकराव आणि पुतणे सिद्धार्थ यांनी या पुस्तकाला अंतिम रूप प्राप्त होण्यासाठी प्रयत्न केले. त्यादृष्टीने आवश्यक त्या सूचना केल्या. माझे मेव्हणे अभिनव गोडसे, माझे बंधू दिलीप आणि बहीण विजया यांनी पुस्तकाची मांडणी सुसंगत व्हावी यासाठी प्रयत्न केले.

'हंग्री नेशन टू ॲग्रो पॉवर' या मी लिहिलेल्या मूळच्या इंग्रजी पुस्तकाचा अतिशय ओघवत्या शब्दात मराठी अनुवाद करण्याचे अतिशय मोठे काम माझे मित्र प्रा. अशोक सोनवणे यांनी केले. त्यासाठी त्यांनी खूप मेहनत घेतली. त्यांच्या अथक प्रयत्नांमुळेच या मूळ इंग्रजी पुस्तकाचा मराठी अनुवाद वाचनीय झाला आहे. औपचारिकपणे त्यांचे आभार व्यक्त करण्याऐवजी त्यांच्याशी असलेले स्नेहाचे नाते वृद्धिंगत व्हावे हा आशावाद व्यक्त करतो.

आमचे पुणे येथील 'अमेय प्रकाशन'चे उल्हास लाटकर यांनी आम्हा सर्वांनाच उत्तेजन दिले. पुस्तकाला पूर्णत्व प्राप्त होण्याच्या दृष्टीने त्यांचे प्रयत्न आणि वेळोवेळी केलेले मार्गदर्शन खूपच मौल्यवान ठरले आहे. पुस्तकाचे आकर्षक मुखपृष्ठ आर्टिस्ट शंकर सोनवणे यांनी तयार करून दिले. या सर्वांचे मी मनःपूर्वक आभार मानतो.

- अनिल अण्णासाहेब शिंदे

৵৵৽

डॉ. अण्णासाहेब शिंदे – थोडक्यात जीवनपट
(१९२२ ते १९९३)

देशाचे भवितव्य घडविण्यात, एखाद्या दूरदृष्टी नेतृत्वाने आपल्या कर्तृत्वाचा अमिट असा ठसा उमटवलेला असतो. त्यातही जर तो देश भारतासारखा विविधतेने नटलेला, मोठ्या लोकसंख्येचा असेल, तर त्या देशाच्या भवितव्यावर असा ठसा उमटविणे फारच अवघड काम असते.

अण्णासाहेबांनी आपल्या कार्यावर पूर्ण लक्ष केंद्रित केले होते. ठरविलेले उद्दिष्ट साध्य करण्यास त्यांनी सर्वोच्च प्राधान्य दिले. भारताच्या शेतीचे आमूलाग्र परिवर्तन घडवून तिला विकासाच्या वाटेने न्यायचे या ध्येयाने ते प्रेरित झाले होते. ते सदैव कार्यमग्न असत. कोणत्याही प्रकारचा गाजावाजा न करता त्यांचे काम अखंडपणे चालू असे. ते प्रसिद्धीपासून खूप दूर होते. त्यांनी केलेल्या कार्याला अतिशय सुमधूर फळे प्राप्त झाली आहेत. त्यांचे कार्य नंतरच्या पिढ्यांसाठी मार्गदर्शक ठरणारे आहेत.

- २१ जानेवारी १९२२ महाराष्ट्रातील पाडळी, ता. सिन्नर, जि. नाशिक येथे एका सर्वसामान्य शेतकरी कुटुंबात जन्म.

- १९४२ - १९४४ देशाच्या स्वातंत्र्य चळवळीत सहभाग. अहमदनगर व नाशिक जिल्ह्यात स्वातंत्र्य चळवळ उभी केली. दोन वर्षांचा तुरुंगवास. तुरुंगात असताना कम्युनिस्ट चळवळीत सक्रिय.

- १९४५ - १९४८ अहमदनगर जिल्ह्यात कम्युनिस्ट चळवळ वाढविण्यास प्रोत्साहन दिले.

- १९४६ - पुणे येथील 'आयएलएस लॉ कॉलेज'मधून कायद्याची पदवी प्राप्त.

- १९४७ - हिराबाई यांच्याशी विवाहबद्ध.

- १९४६ ते १९५८ - वकिलीचा व्यवसाय.

- १९४८ ते १९५० - कम्युनिस्ट पक्षातर्फे सुरू करण्यात आलेल्या शेतकरी आंदोलनात सहभाग. आंदोलनात सहभाग घेतला म्हणून तुरुंगवास.

- १९४९ - प्रचलित परिस्थितीची स्पष्ट जाणीव करून देणारे पत्र कम्युनिस्ट पक्ष नेतृत्वाला लिहिले. अण्णासाहेबांचे हे पत्र लिहिणे पक्षनेतृत्वाला मान्य नव्हते, म्हणून कम्युनिस्ट पक्षाने त्यांना पक्षातून बडतर्फ केले.

- १९५० ते १९६२ - भारतातील पहिल्या सहकारीतत्त्वावरील साखर कारखान्याच्या उभारणीत सक्रिय सहभाग. कारखान्याचे प्रथम उपाध्यक्ष. प्रवरा सहकारी साखर कारखान्याचा विस्तार करण्यात सक्रिय. कारखाना कर्जमुक्त. कृषि अभियांत्रिकीवर व शिक्षण प्रसाराच्या कार्यावर भर. ग्रामीण भागाच्या शैक्षणिक विकासावर भर.

- ■ १९६१ - पंतप्रधान पंडित नेहरू यांची प्रवरा सहकारी साखर कारखान्याला भेट. अण्णासाहेबांचे कार्य पाहून ते प्रभावित. त्यांच्या फूलपूर मतदारसंघात सहकारी साखर कारखाना स्थापन करण्यासाठी पाचारण. इंदिरा गांधी यांच्या समवेत काम. त्यांच्या कामाच्या पद्धतीमुळे इंदिराजी प्रभावित.
- ■ १९५० ते १९९३ - शेती व्यवसायात सक्रिय. सतत शेतीचा अभ्यास.
- ■ १९५४ ते १९५६ - खंडकरी शेतकऱ्यांच्या आंदोलनाचे नेतृत्व.
- ■ १९५६ ते १९६२ - श्रीरामपूर येथून प्रसिद्ध होणाऱ्या 'जनसत्ता'चे संस्थापक.
- ■ १९६० ते १९६२ - 'महाराष्ट्र राज्य सहकारी साखर कारखाना संघा'चे अध्यक्ष.
- ■ १९६१ ते १९६२ - 'स. गो. बर्वे' या पहिल्या सिंचन आयोगाचे सदस्य.
- ■ १९६१ - काँग्रेस पक्षात प्रवेश.
- ■ १९६२ ते १९८० - लोकसभा सदस्य.
- ■ १९६४ - 'भारताची कृषि व अन्न समस्या' हे पुस्तक प्रकाशित. त्याचे व्यापक प्रमाणात स्वागत.
- ■ १९६५ - 'भारत-पाकिस्तान युद्ध' हे पुस्तक प्रकाशित.
- ■ १९६२ - १९७७ केंद्रीय मंत्रिमंडळात अन्न व कृषि खात्याचे राज्यमंत्री म्हणून सहभाग. सलग पंधरा वर्षे कृषि मंत्रालयात मंत्री म्हणून काम. पंडित जवाहरलाल नेहरू, लालबहादूर शास्त्री व इंदिरा गांधी यांच्या मंत्रिमंडळात सदस्य, शेतीच्या संशोधनावर भर, उत्पादकता वाढविण्यावर भर, श्वेतक्रांती, तेलबिया क्रांती, हरितक्रांती, जमीन व पाणी व्यवस्थापन इत्यादी क्षेत्रात भरीव स्वरूपाचे काम. प्रथम

१९६६ मध्ये व दुसऱ्यांदा १९७२ मध्ये 'अखिल भारतीय कृषि संशोधन संस्थे'ची पुनर्रचना. कृषि व पशुवैद्यकीय विद्यापीठांची स्थापना करून कृषि व पशुसंवर्धनाच्या शिक्षणाला चालना दिली.

- १९७७ ते १९८० - 'नॅशनल फेडरेशन ऑफ को-ऑपरेटिव्ह साखर कारखाना महासंघा'चे अध्यक्ष.
- १९७६ - 'मराठवाडा कृषि विद्यापीठ परभणी' यांच्याकडून 'कृषि रत्न' पुरस्काराने सन्मानित.
- 'महात्मा फुले कृषि विद्यापीठ राहुरी' यांच्याकडून 'डॉक्टर ऑफ सायन्स' या पदवीने सन्मानित.
- १९८४ ते १९८६ उपाध्यक्ष, 'महाराष्ट्र कृषि संशोधन व शिक्षण परिषद.'
- १९८७ - 'शेती आणि पाणी' हे पुस्तक प्रकाशित.
- १९८७ - 'केसरी-मराठा' संस्थेकडून 'साहित्यसम्राट न. चिं. केळकर' पुरस्काराने सन्मानित.
- १९८८ - 'रामशास्त्री प्रभुणे' पुरस्काराने सन्मानित.
- १९८८ ते १९९३ - उपाध्यक्ष, 'महाराष्ट्र राज्य नियोजन मंडळ.'
- १९८८ ते १९९३ - संचालक, 'राष्ट्रीय कृषि व ग्रामीण विकास बँक' (नाबार्ड).
- १९८३ ते १९९३ - अध्यक्ष, 'महाराष्ट्र कॅटल ब्रिडर्स असोसिएशन.'
- १९९२ - 'इस्रायलची तोंड ओळख' पुस्तक प्रकाशित.
- १२ जानेवारी १९९३ रोजी निधन.

।। छायाचित्रे ।।

नवी दिल्ली येथील 'ए.आर.ए.आय.'च्या प्रांगणातील 'ए. पी. शिंदे सिम्पोझियम हॉल' बाहेर दिलीप शिंदे, पत्नी अरुणा शिंदे, बहीण विजया धांडे.

डॉ. अण्णासाहेब शिंदे अभियांत्रिकी महाविद्यालय, राहुरी

राहुरी येथील कृषि विद्यापीठात अण्णासाहेबांच्या पुतळ्याचे अनावरण करताना तत्कालीन केंद्रीय कृषिमंत्री शरद पवार, तत्कालीन राज्य कृषिमंत्री बाळासाहेब थोरात, भाऊसाहेब थोरात, हिराबाई शिंदे.

सातारा जिल्ह्यातील भुईंज येथील 'अण्णासाहेब शिंदे ज्ञान-विज्ञान केंद्रा'चे उद्घाटन करताना तत्कालीन केंद्रीय अवजड उद्योगमंत्री विलासराव देशमुख, मदन भोसले आणि मान्यवर.

नवी दिल्लीत झालेल्या एका कार्यक्रमात विजय बोराडे यांना 'डॉ. अण्णासाहेब शिंदे स्मृती पुरस्कार' प्रदान करताना हिमाचल प्रदेशच्या फलोत्पादन मंत्री विद्या स्टोक्स.

नवी दिल्लीतील 'इंडियन ऑग्रीकल्चर रिसर्च इन्स्टिट्यूट'मधील 'अण्णासाहेब शिंदे सभागृहा'चे उद्घाटन करताना तत्कालीन राष्ट्रपती श्रीमती प्रतिभाताई पाटील.

www.ingramcontent.com/pod-product-compliance
Lightning Source LLC
Chambersburg PA
CBHW070519160726
48003CB00004B/1624

9 789395 139595